மெட்ராஸ் 1726

மெட்ராஸ் 1726

பெஞ்சமின் சூல்ட்சே (பி. 1689)

ஜெர்மனியின் சோன்னன்புர்க் நகரில் பிறந்தார். ஜெர்மனியின் ஹாலே ஃப்ராங்கெ கல்வி நிறுவனத்தின் சார்பில் தரங்கம்பாடிக்கு அனுப்பப்பட்டவர். ஜெர்மனி, டென்மார்க், இங்கிலாந்து ஆகிய மூன்று நாடுகளின் இணைந்த வகையிலான சீர்திருத்தக் கிறுத்தவப் பணிகளை முன்னெடுத்தவர். ஜெர்மன் மொழி மட்டுமன்றி, லத்தின், தமிழ், தெலுங்கு, ஆங்கிலம், ஹீப்ரூ, இந்தி ஆகிய மொழிகளையும் ஆழமாக அறிந்தவர். 20க்கும் மேற்பட்ட நூல்களை எழுதியவர். தமிழ்நாட்டிற்குச் சீர்திருத்தக் கிறுத்தவத் திருச்சபையில் பணியாற்றவந்த சமயப்பணியாளர்களில் தமிழ் மொழியில் மிக அதிகமான மொழிபெயர்ப்புக்களைச் செய்தவர்; மெட்ராஸ் திருச்சபையைத் தொடக்கியவர் என்ற பெருமையும் இவருக்குண்டு.

க. சுபாஷிணி

மலேசியாவில் பிறந்து ஜெர்மனியில் வாழ்ந்துவருபவர். கணினிப் பொறியியல் துறையில் ஜெர்மனியில் பணிபுரிகிறார். தமிழ் மரபு, வரலாற்று ஆய்வாளர். தமிழை உலகம் முழுமைக்கும் கொண்டு செல்லும் முனைப்பில் உலகின் பல நாடுகளுக்குத் தொடர்ந்து பயணித்துவருபவர். தமிழியல் தொடர்பான பண்டைய தமிழ் ஆவணங்களின் இணைய மின்னாக்கப் பணிகளில் முன்னோடியாகவும், 'பன்னாட்டு தமிழ் மரபு அறக்கட்டளை'யின் தலைவராகவும் விளங்குபவர். ஐரோப்பாவிற்கும் தமிழகத்துக்குமான நீண்டகாலத் தொடர்புகள், ஐரோப்பியர்களின் தமிழ் இலக்கிய, இலக்கண முயற்சிகளில் ஆழ்ந்த ஈடுபாடு கொண்டு தொடர்ந்து ஆராய்ந்துவருபவர்.

பெஞ்சமின் சூல்ட்சே

மெட்ராஸ் 1726

பதிப்பு, மொழிபெயர்ப்பு, ஆய்வுக் குறிப்புகள்
க. சுபாஷிணி

காலச்சுவடு பதிப்பகம்

அன்பார்ந்த வாசகருக்கு,

வணக்கம்.

காலச்சுவடு நூலை வாங்கியமைக்கு நன்றி.

நூலின் உள்ளடக்கம், உருவாக்கம், அட்டைப்படம் இன்ன பிற அம்சங்கள் பற்றிய உங்கள் கருத்துகளையும் ஆலோசனைகளையும் காலச்சுவடு வரவேற்கிறது. தகவல், எழுத்து, வாக்கியப் பிழைகள் தென்பட்டால் அவசியம் தெரிவித்து உதவுங்கள். நூல் தயாரிப்பில் கடும் குறைபாடு இருப்பின் மாற்றுப் பிரதி உங்களுக்குக் கிடைக்கக் காலச்சுவடு ஏற்பாடு செய்யும்.

மின்னஞ்சல்: publisher@kalachuvadu.com

காலச்சுவடு நாகர்கோவில் அலுவலகத்திற்குக் கடிதம் அனுப்பலாம்.

தங்கள்
எஸ்.ஆர். சுந்தரம் (கண்ணன்)
பதிப்பாளர் – நிர்வாக இயக்குநர்

மெட்ராஸ் 1726 ❖ ஆய்வு நூல் ❖ ஆசிரியர்: பெஞ்சமின் சூல்ட்சே ❖ பதிப்பு, மொழிபெயர்ப்பு, ஆய்வுக் குறிப்புகள் க. சுபாஷிணி ❖ முதல் பதிப்பு: செப்டம்பர் 2021, மூன்றாம் பதிப்பு: ஜூன் 2024 ❖ வெளியீடு: காலச்சுவடு பப்ளிகேஷன்ஸ் (பி) லிட்., 669, கே.பி. சாலை, நாகர்கோவில் 629001

medraas 1726 ❖ Research Essays ❖ Author: Benjamin Schultze ❖ Edited and Translated by K. Subashini ❖ Translation, Editorial format and arrangement © K. Subashini ❖ Language: Tamil ❖ First Edition: September 2021, Third Edition: June 2024 ❖ Size: Demy 1 x 8 ❖ Paper: 18.6 kg maplitho ❖ Pages: 216

Published by Kalachuvadu Publications Pvt. Ltd., 669 K.P. Road, Nagercoil 629001, India ❖ Phone: 91-4652-278525 ❖ e-mail: publications@kalachuvadu.com ❖ Printed at Clicto Print, Jaleel Towers, 42 KB Dasan Road, Teynampet Chennai 600018

ISBN: 978-93-91093-97-6

06/2024/S.No. 1019, kcp 5170, 18.6 (3) 1k

தமிழகத்தில் கல்வி ஒரு சிலருக்கு மட்டுமே உரிமையாக
இருந்தபோது, சமூக அடுக்கில் பாரபட்சமின்றி அனைவருக்கும்
கல்விவாய்ப்பை ஏற்படுத்திக் கொடுக்கப் பள்ளிக்கூடங்களையும்
உயர்கல்விக்கூடங்களையும் உருவாக்கிய நல்ல
உள்ளங்களுக்கு,
குறிப்பாக ஜெர்மனியிலிருந்து வந்த ஐரோப்பியச்
சமயப்பணியாளர்களுக்கு இந்த நூல் என் காணிக்கை!

பொருளடக்கம்

முன்னுரை	13
அணிந்துரை	21
நூல்பற்றி . . .	27

பகுதி 1

அறிமுகம்	33
பெஞ்சமின் சூல்ட்சே	37
சூல்ட்சே நாட்குறிப்புக்களிலிருந்து . . .	41
தரங்கம்பாடியிலிருந்து கடலூருக்குச் செல்லுதல்	41
கடலூரில்	42
பரங்கிப்பேட்டை திருச்சபை பள்ளிக்கூடங்களில்	43
கிராமத்தில் பொது மக்களுடன்	44
சதுரங்கப்பட்டினம் வந்து அங்கிருந்து மெட்ராஸுக்குப் புறப்படுதல்	44
மெட்ராஸ் வந்த பின்னர் . . .	46
மெட்ராஸ் அனுபவங்கள்	47
மெட்ராஸில் திருச்சபை உருவாக்கம் – வரலாறு	50
மெட்ராஸ் – வரலாற்றுக்குறிப்புகள்	50
மெட்ராஸில் திருச்சபை உருவாக்கம்	51
பேராசிரியர் ஹெர்மான் ஃப்ராங்கெ	58
சர்த்தோரியஸ் பார்வையில் மெட்ராஸ்	60
சூல்ட்சே ஜெர்மனிக்குத் திரும்புதல்	61

பகுதி 2 – உரையாடல்கள்

1. கடல் பயணம் — 67
2. மெட்ராஸ் நகரில் ஒரு பயணம் — 71
3. பல்லக்கு — 76
4. விருந்துக்கு ஏற்பாடு — 82
5. உணவு மேசை — 85
6. குடி நீர் — 89
7. சமையலுக்கு எரிபொருள் — 92
8. சமையலுக்கான மளிகைப் பொருட்கள் — 96
9. தையற்காரரும் துணி தைப்பதும் — 100
10. சந்தையில் துணி வாங்குதல் — 103
11. துணி துவைத்துக் கொடுத்தல் — 107
12. தானியங்கள் வாங்குதல் — 111
13. பூந்தோட்டம் — 115
14. வீட்டு வேலைகள் — 118
15. அன்றாட உணவு — 121
16. மசாலா பொருட்கள் — 126
17. நகை வாங்குதல் — 130
18. காசு – பணம் — 133
19. ஒரு மெட்ராஸ் திருமணம் — 136
20. பிச்சைக்காரர்கள் — 141
21. சமைற்காரரைப் பற்றிக் குறை கூறுதல் — 146
22. துபாஷ் பற்றிக் குறைகூறுதல் — 150
23. ஞாயிற்றுக்கிழமை வழிபாடு — 153
24. மெட்ராஸ்காரர் ஐரோப்பா சென்ற செய்தி — 158
25. ஆட்சியாளர்கள் செய்யும் அநீதி — 161
26. நீதிமன்ற வழக்கு — 165
27. இறப்புச் சடங்கு — 171

28. வைன், பியர் (மதுபானம்) 176
29. மெட்ராஸ் உணவு, பசுமாடு வழிபாடு 185
30. கப்பலில் வந்த மணமகள் 191

பின்னிணைப்புக்கள்

மெட்ராஸ் வரைபடம் 1733 200
மெட்ராஸ் வரைபடம் 1746 204
சூல்ட்சே எழுதிய நூல்கள் 207
பெஞ்சமின் சூல்ட்சே ஓவியம் 209
துணைநூல் பட்டியல் 210

முன்னுரை

தென்னிந்திய இலக்கிய வரலாற்றில் ஐரோப்பியச் சமயப் பணியாளர்களின் மொழி, இலக்கியம் பண்பாடு சார்ந்த பங்களிப்புகள் ஆவணமாக்கலோ அதுபற்றிக் கருத்துப் பரிமாற்றமோ போதிய அளவில் நடக்கவில்லை.

ஆனந்த் அமலதாஸ் சே.ச.

தமிழகத்தின் வரலாற்றுத் தொடக்க காலம் (கி.மு. 600 – கி.பி. 300) தொடங்கி விசயநகரப் பேரரசின் ஆட்சிக்காலம் முடிய தமிழக வரலாற்று வரைவுக்கான தரவுகளாகத் தொல்லியல் சான்றுகளே இடம் பெற்றிருந்தன. இவை, கல்வெட்டுக்கள், செப்பேடுகள், கல், மரச் சிற்பங்கள், சுடுமண் உருவங்கள், உலோகப் படிமங்கள், ஓவியங்கள், அகழாய்வில் கிட்டும் புழங்கு பொருட்கள், கைவினைப் பொருட்கள், வழிபாட்டுப் பொருட்கள், நாணயங்கள் எனப் பலதரத்தவை. அயல்நாட்டுப் பயணிகளின் பயணக்குறிப்புகளும் ஆவணமதிப்புக் கொண்டவையாக விளங்கின.

இவை தவிர இலக்கிய, இலக்கண நூல்களும் வாய்மொழி வழக்காறுகள் என்ற வகைமையில் அடங்கும் நாட்டார் பாடல்கள், கதைகள், பழமொழிகள், கதைப்பாடல்களும், எழுத்து வடிவிலான புராணங்களும் வரலாற்றுத் தரவுகள் ஆகின. நிகழ்த்துகலைகளும் சடங்குகளும் கூட வரலாற்றுக்கான தரவுகளைத் தம்முள் கொண்டிருந்த மையால் இவையும் வரலாற்றாவணங்கள் என்று ஏற்றுக்கொள்ளப்பட்டுள்ளன.

பதினாறாவது நூற்றாண்டின் முப்பதுகளில் போர்ச்சுக்கீசியர்களின் காலனிய ஆட்சி அறிமுகமான பின்னர் தமிழக வரலாற்றாவணங்களில் ஒன்றாகக் காகித ஆவணங்கள் புதிதாக இடம்பெறலாயின. அதன் பின்னர் டேனிஷ் டச்சு நாட்டுக் காலனியம் கால்கொண்டது. இவற்றின் தொடர்ச்சியாக ஆங்கிலேய, பிரஞ்சியக் காலனியம் கால்கொண்டு காகித ஆவணங்களின் பயன்பாட்டை விரிவுபடுத்தின. இக்காகித ஆவணங்களை நிர்வாகம் சார்ந்தவை, தனிமனிதர் சார்ந்தவை, கிறித்தவ சமயம் சார்ந்தவை என மூன்றாகப் பகுக்கலாம்.

இவற்றுள் நிர்வாகம் சார்ந்தவை என்பது காலனியவாதிகள் இங்கு நிருவிய அரசுத்துறைகள் சார்ந்த ஆணைகள், கோப்புகள், கடிதங்கள், தீர்ப்புகள், கணக்குப் பதிவேடுகள், அறிக்கைகள் என்பனவற்றைக் குறிப்பதாகும். இத்துடன் இங்குள்ள காலனிய ஆட்சியாளர்களும் உயர்நிலை அதிகாரிகளும் தம் நாட்டு ஆட்சியாளர்களுடன் மேற்கொண்ட எழுத்துவடிவிலான பதிவுகள் காகிதங்களின் துணையுடனே நிகழ்ந்தன. இவையும்கூடக் காகித ஆவணங்கள் என்ற வகைமைக்குள்ளேயே அடங்கும்.

பணியின் நிமித்தம் கடல்கடந்து வந்து காலனிய அரசின் ஊழியர்கள் தம் தாய்நாட்டில் இருந்த குடும்பத்தினர், உறவினர், நண்பர்களுக்கு எழுதிய கடிதங்களிலும் அன்றாடம் எழுதிவைத்த நாட்குறிப்புகளிலும் காலனிய நாட்டில் அவர்கள் பெற்ற புதிய அனுபவங்களைப் பதிவு செய்தபோது அவையும் ஆவணமதிப்புப் பெற்றன. இவர்களுள் ஒரு சிலர் காலனிய நாட்டில் தாம் பெற்ற புதிய அனுபவங்களை நூல் வடிவில் வெளியிடவும் செய்தனர். இவையெல்லாம் தனிமனிதர் சார்ந்த ஆவணங்களாகும்.

அடுத்து கிறித்தவம் சார்ந்த காகித ஆவணங்கள். காலனியம் தன் துணைவனாகக் கிறித்தவத்தைக் கொண்டிருந்தது என்பது பொதுவான கருத்து. ஆனால் இது எப்போதும் உண்மையாக இருந்ததில்லை. இந்திய மக்களிடம் பணிபுரியக் கிறித்தவ மறைபணியாளர்களை அனுமதிப்பதில் ஆங்கிலக் காலனியம் தொடக்கத்தில் தயக்கம் காட்டியது. அதே நேரத்தில் இந்தியாவில் கிறித்தவப் பரப்புதலுக்குத் துணை நிற்பதாக இங்கிலாந்தில் பறை சாற்றிக் கொண்டது. (இம் முரண்பாட்டை கார்ல் மார்க்ஸ் தமது கட்டுரை ஒன்றில் சுட்டிக்காட்டியுள்ளார்.) இதன் காரணமாகவே தொடக்கத்தில் ஜெர்மானிய நாட்டின் லூத்தரன் திருச்சபையினர் இங்கு பணிபுரிய வந்தனர். இவ்வாறு இங்கு வந்த கிறித்தவ மறைப் பணியாளர்கள் இரண்டு வகையான காகித ஆவணங்களை உருவாக்கினர். முதலாவது, தாம் பணிபுரிந்த பகுதியில் அவர்கள் பராமரித்த பதிவேடுகள், தம் சமயத் தலைவர்களுடன் அவர்கள்

நடத்திய கடிதப் போக்குவரத்துகள், அனுப்பிய அறிக்கைகள். இரண்டாவதாக அவர்கள் எழுதிவந்த நாட்குறிப்புகளும் கடிதங்களும். இவை தவிர இவர்களுள் சிலர் தாம் பணிபுரிந்த பகுதியின் வரலாற்றைக் கட்டுரை அல்லது நூல்வடிவில் எழுதி அச்சுப் படியாக்கி அவற்றை ஆவணமாக்கினர். காலனிய அதிகாரிகளைப் போன்றே இவர்களும் தம் தாய்நாட்டில் வாழும் தம் உறவினர்களுக்கும் நண்பர்களுக்கும் தம் அனுபவங்களைக் கடிதங்களில் எழுதியனுப்பினர்.

கி.பி. பதினாறாம் நூற்றாண்டின் முதல் முப்பது ஆண்டுகள் கடந்து காகித ஆவணங்கள் தவிர்க்க இயலாத ஒன்றாக மாறின. இக்காலமானது தமிழக அளவிலும் உலக அளவிலும் குறிப்பிடத்தக்க அளவில் மாறுதல்கள் நிகழத்தொடங்கிய காலமாகும். தொடர்ச்சியாக நடந்த இஸ்லாமியப் படையெடுப்பு களை அடுத்து கி.பி. 1378இல் விசயநகரப் பேரரசின் படையெடுப்பு மதுரையில் நிகழ்ந்தது. இதனையடுத்து மதுரை, தஞ்சை, செஞ்சி, வேலூர் என நான்கு மண்டலங்களை உருவாக்கியதுடன் இவற்றை நிருவகிக்க ஒவ்வொரு மண்டலத்திற்கும் நாயக்கர் என்ற பட்டத்துடன் மண்டலாதிபதிகள் நால்வரை நியமித்தனர். தமிழகத்தின் பாரம்பரியமான குறுநில மன்னர் ஆட்சிமுறையும் கிராம ஆட்சி முறையும் ஒழிக்கப்பட்டது. மண்டலங்கள் பாளையங்களாகப் பிரிக்கப்பட்டு ஒவ்வொரு பாளையமும் பாளையக்காரர் ஒருவரின் ஆட்சியில் இருந்தன. தமிழகத்தின் கடல் வாணிபத்தில் ஏற்றுமதிப் பொருட்களாக வெடி உப்பும் பீரங்கிக் குண்டுகளும்கூட இடம் பெற்றன. அடிமைகள் என்ற பெயரில் தமிழர்களும் ஏற்றுமதிப் பொருளாகி முன்பின் அறியா நாடுகளுக்குக் கொண்டு செல்லப்பட்டனர்.

இவ்வுண்மைகளை எல்லாம் இங்கு பணியாற்ற வந்த அய்ரோப்பிய சமயப் பணியாளர்கள் பதிவு செய்துள்ளனர். அய்ரோப்பாவின் புத்தொளிக்கால *(Age of Enlightenment)* சமூகத்தின் தாக்கத்திற்குட்பட்ட இம் மறைப்பணியாளர்கள் ஓர் அயற்பண்பாட்டினர் என்பதால் தமிழ்நாட்டின் சமூகவாழ்க்கையை யும் பண்பாட்டையும் ஆர்வத்துடன் உற்றுநோக்கி எழுத்துப் பதிவுகளாக்கினர். இவற்றின் துணை கொண்டுதான் தமிழக வரலாற்றறிஞர் சத்தியநாதையர் தமது 'மதுரை நாயக்கர் வரலாறு', '17ஆவது நூற்றாண்டுத் தமிழகம்' என்ற தமது ஆங்கில நூல்களில் சில நிகழ்வுகளைப் பதிவு செய்துள்ளார்.

'மெட்ராஸ் 1726' என்ற தலைப்பில் வெளியாகும் இந்த நூல் அய்ரோப்பியக் கிறித்தவர் ஒருவர் எழுதிய நூலை அடிப்படையாகக் கொண்டு எழுதப்பட்டுள்ளது. அதே நேரத்தில் வாசிப்புப் பயன்பாடு

என்ற எல்லையைக் கடந்து ஒரு வரலாற்று ஆவணமாகவும் இந்த நூல் விளங்குகிறது.

நூலாசிரியரும் நூலும்

பெஞ்சமின் சூல்ட்சே (1689–1760) ஜெர்மனிய நாட்டவர். இவர் சீர்திருத்தக் கிறித்தவ சபையின் போதகராகப் பதினெட்டாம் நூற்றாண்டில் (1719) தரங்கம்பாடி வந்து தம் பணியைத் தொடங்கினார். கிறித்தவத்தின் நுழைவாயில் என்றழைக்கப்பட்ட தரங்கம்பாடி டேனிஷாரின் ஆளுகையில் இருந்தது. பொ.ஆ. 1620 நவம்பர் 19இல் இரண்டாண்டுக் காலத்திற்குத் தஞ்சை நாயக்கரிடம் தரங்கம்பாடியைக் குத்தகையாகப் பெற்ற டேனிஷ்காரர்கள் இரண்டாண்டுகள் கடந்தபின்னர் தரங்கம்பாடியைச் சுற்றியிருந்த பதினைந்து கிராமங்களைக் குத்தகையாகப் பெற்றனர். 1845இல் ஆங்கிலக் கிழக்கிந்தியக் கம்பெனியிடம் தம் குத்தகை உரிமையை டேனிஷார் விற்கும்வரை அவர்களது ஆட்சியிலேயே இப் பகுதிகள் இருந்தன.

பார்த்தலோமஸ் சீகன்பால்க் என்ற ஜெர்மானிய மதகுரு, 1706இல் டென்மார்க் மன்னனின் அழைப்பின் பேரில் தரங்கம்பாடி வந்து சீர்திருத்தக் கிறித்தவ சபையைத் தொடங்கி, தமிழகத்தில் சீர்திருத்தக் கிறித்தவத்தைப் பரப்பும் பணியில் தீவிரமாக ஈடுபடலானார். தேவாலயம், பள்ளிக்கூடம், அச்சகம், காகிதத் தொழிற்சாலை, கிறித்தவ சமய நூல்கள், பள்ளிப் பாடநூல்கள், வெளியீடுகள் என அவரது பணிகள் பரந்துபட்டனவாய் அமைந்தன. இங்கு வேரூன்றிய சீர்திருத்தக் கிறித்தவம் தரங்கம்பாடி என்ற கடற்கரைச் சிற்றூரைக் கடந்து தமிழகத்தின் உள்நாட்டுப் பகுதிகளில் பரவத் தொடங்கியது. இம் முயற்சியில் ஈடுபட்ட முன்னோடிகள் வரிசையில் சூல்ட்சேயும் ஒருவராக இணைந்து கொண்டார்.

பெஞ்சமின் சூல்ட்சே தரங்கம்பாடி வந்ததும் தமிழைக் கற்றுக்கொண்டதுடன் கிறித்தவ சமய நூல்களைத் தமிழில் மொழிபெயர்த்தார். இவருக்கு முன்னோடியாக இங்கு செயல்பட்டு வந்த சீகன்பால்க் தரங்கம்பாடி திருச்சபையின் தலைவராக இருந்து காலமானார். இவருடன் பணிபுரிந்து வந்த க்ருண்டலர் தலைமைப் பொறுப்பை ஏற்றார். பின்னர் அவரும் காலமான நிலையில் சூல்ட்சே தரங்கம்பாடி திருச்சபையின் தலைவர் பொறுப்பை ஏற்று ஆறு ஆண்டுகள் பணிபுரிந்தார். சீகன்பால்க் மேற்கொண்ட விவிலியத்தின் தமிழ் மொழிபெயர்ப்பு முழுமை பெறாதிருந்த நிலையில் எஞ்சிய பகுதிகளை மொழிபெயர்த்து முடித்தார்.

பின்னர் சென்னை நகரில் எஸ்.பி.சி.கே (Society For Promoting Christian knowledge) அமைப்பின் போதகராக நியமிக்கப்பட்டார்.

சென்னையில் சமயப்பணி மேற்கொள்ளத் தரங்கம்பாடியிலிருந்து 1726 பிப்ரவரி 18இல் கடலூருக்குப் படகில் புறப்பட்டுச் சென்றார். அங்கிருந்து நடைபயணமாகப் புறப்பட்டு அதே ஆண்டு மே எட்டாம் நாளன்று சென்னை வந்தடைந்தார். இடையில் ஆங்காங்கே தங்கிப் பலரைச் சந்தித்தமையாலேயே சென்னை வந்தடைய இவ்வளவு காலம் பிடித்தது. இப்பயண அனுபவங்களை அவர் தமது நாட்குறிப்பில் பதிவு செய்துள்ளார். தரங்கம்பாடி தொடங்கி சென்னை வரையிலான அவரது பயணக்காலத்தில் அவர் எழுதிய நாட்குறிப்புப் பகுதிகளை ஜெர்மனிலிருந்து இந்நூலாசிரியர் க. சுபாஷிணி தமிழாக்கம் செய்து தந்துள்ளார்.

சென்னையில் 1726 தொடங்கி 1742 வரை சூல்ட்சே வாழ்ந்துள்ளார். சென்னை வாழ்க்கையில் தெலுங்கு மொழியைக் கற்றுக்கொண்டதுடன் விவிலியத்தைத் தமிழில் மொழிபெயர்த்துள்ளார். தம் சென்னை வாழ்க்கை அனுபவத்தின் அடிப்படையிலேயே தனது நாட்குறிப்புகளையும் 'மெட்ராஸ் ஸ்டாட்' என்ற நூலையும் ஜெர்மானிய மொழியில் இவர் எழுதியுள்ளார். இந்நூல் ஜெர்மன் மொழியில் 'மெட்ராஸ் ஸ்டாட்'. (மெட்ராஸ் நகரம்) என்று பெயர் பெற்றிருந்ததாக சுபாஷிணி குறிப்பிட்டுள்ளார். 1750இல் ஜெர்மன் மொழியில் வெளியான இந்நூல் 1740க்கும் 1745க்கும் இடைப்பட்ட காலத்தில் எழுதப்பட்டது என்ற செய்தியை இந்நூலின் ஜெர்மனியப் பதிப்பு குறிப்பிட்டுள்ளதாக சுபாஷிணி தமது அறிமுக உரையில் குறிப்பிட்டுள்ளார். அத்துடன் இந்நூலுக்கு 'மெட்ராஸ் 1726' என்ற பெயரிட்டமைக்கான காரணத்தையும் தனது 'நூல்பற்றி', என்ற பகுதியில் விளக்கியுள்ளார்.

பின்னர் பெஞ்சமின் சூல்ட்சே இந்நூலை ஆங்கிலத்திலும் தெலுங்கிலும் மொழிபெயர்த்து வெளியிட்டுள்ளார். தற்போது தமிழில் இதன் மொழிபெயர்ப்பு வந்துள்ளது. இந்நூலை மொழிபெயர்த்து, சூல்ட்சேயின் நாட்குறிப்புக்களையும் இணைத்து வழங்கியுள்ள க. சுபாஷிணி, தமது 'பன்னாட்டு தமிழ் மரபு அறக்கட்டளை' என்ற அமைப்பின் வழி தமிழர்களுக்கு நன்கு அறிமுகமானவர். ஜெர்மன் மொழிப் புலமை கொண்டுள்ளதன் காரணமாக மட்டுமே இந்நூலை அவர் மொழிபெயர்க்க வில்லை என்று கருதுகிறேன். இவ்வாறு கருதுவதற்கு 'நூல்பற்றி' 'அறிமுகம்...' என்ற தலைப்புகளில் அவர் எழுதியுள்ள பின்வரும் செய்திகள் தூண்டுதலாக உள்ளன:

- தமிழக வரலாற்றுத் தகவல்கள் பல ஐரோப்பியர்களது ஆவணக் குறிப்புக்களில் கிடைக்கின்றன. அவற்றைத் தவிர்த்துவிட்டுத் தமிழக வரலாற்றைப் பேசுவது என்பது முழுமையற்ற ஆய்வாகவே அமையும். தமிழக ஆய்வாளர்களின் பார்வையும் கவனமும் தமிழகம் மட்டுமன்றிக் கிழக்காசிய, ஐரோப்பிய, அமெரிக்க ஆவணப் பாதுகாப்பகங்களில் உள்ள நூல்களையும் ஆவணங் களையும் கவனத்தில் கொள்ள வேண்டியது தமிழக வரலாற்று ஆய்விற்கு மறுக்கமுடியாத தேவையாகின்றது!

- ஒரு இனத்தின் வரலாறு என்பது ஆட்சியாளர்களது வெற்றியைக் கொண்டாடுவது மட்டுமல்ல; அந்த நாட்டில் வாழ்ந்த மக்களின் இயல்பான வாழ்க்கையைப் படம் பிடித்துக் காட்டும் வகையில் கிடைக்கின்ற சிறுசிறு தகவல்களும் சேகரிக்கப்பட்டு அந்த ஒவ்வொரு தகவல் புள்ளிகளையும் இணைக்கும் கோடாக வரலாற்றைக் காண மேற்கொள்ளப்படும் முயற்சியாக அமையும்போதுதான் உண்மையான வரலாற்றினை அடையாளம் காணவும் கட்டமைக்கவும் முடியும்.

எடுத்துக்காட்டாகக் காட்டியுள்ள இத் தொடர்கள் வரலாறு என்பது குறித்த அவரது பார்வையை வெளிப்படுத்தி நிற்கின்றன. வரலாறு குறித்த அவரது இக்கண்ணோட்டமே இந்நூலை அவர் மொழிபெயர்க்கக் காரணமாய் இருந்துள்ளது.

வரலாறு குறித்து இந்நூலின் ஆசிரியர் கொண்டுள்ள இக் கருத்துக்களுக்கு அரண் செய்வது போன்று மூல நூலில் இடம்பெற்றுள்ள கருத்துக்கள் அமைந்துள்ளன. இந்நூலில் இடம்பெற்றுள்ள முப்பது உரையாடல்களில் பெரும்பாலானவை அடித்தள மக்களின் வாழ்வை வெளிப்படுத்துபவை. முதல் இரண்டு உரையாடல்களும் இரண்டு அய்ரோப்பியர்களுக்கு இடையில் நிகழ்வதாக அமைந்துள்ளன. இவ்விருவரில் ஒருவர் நீண்டகாலச் சென்னைவாசி. மற்றொருவர் சென்னைக்குப் புதிதானவர். இவ்வுரையாடலின் வழி பதினெட்டாவது நூற்றாண்டு மெட்ராஸ் குறித்த சில செய்திகளை அறியமுடிகிறது.

அப்போதைய மெட்ராஸ் நகரமானது கருப்பர் நகரம், வெள்ளையர் நகரம் என இரண்டு பகுதிகளாக இருந்துள்ளது. நம்மவர்கள் வாழ்ந்த கருப்பர் நகரத்தில் 8700 வீடுகளும் வெள்ளையர் நகரத்தில் 85 வீடுகளும் இருந்துள்ளன. கிளிகள் மிகுதியாக இருந்துள்ளன. மலைப் பாம்புகளும் புலிகளும் காணப்பட்டன. ***(உரையாடல் 1-2)***

பயணம் செய்ய பல்லக்கும் மாடு, எருது, குதிரை, கழுதை ஆகிய விலங்குகளும் பயன்பட்டுள்ளன. ***(உரையாடல் 3).*** நான்காவது உரையாடல் உணவுக்குப் பயன்படுத்திய இறைச்சி வகைகளைக் குறிப்பிடுகிறது. மெட்ராஸ்வாழ் அய்ரோப்பியர்களின் அய்ரோப்பிய உணவு, மேசையில் உணவருந்தல், மது அருந்தல் எனத் தம்நாட்டு உணவுப் பழக்கத்தைத் தொடர்ந்துள்ளனர் ***(உரையாடல் 5)*** குடி தண்ணீரை விலைக்கு வாங்கும் வழக்கம் இருந்துள்ளது. கிணற்று நீர் விற்பனைப் பொருளாக இருந்துள்ளது ***(உரையாடல் 6).*** சமையல் செய்ய எரிபொருளாக வறட்டி, விறகு, சுள்ளி ஆகியன பயன்பட்டுள்ளன ***(உரையாடல் 7)*** பல்வேறு எண்ணெய் வகைகள் பயன்பாட்டில் இருந்துள்ளன ***(உரையாடல் 8)*** மசாலாப் பொருள்கள் குறித்த உரையாடலும் உண்டு ***(உரையாடல் 16).***

ஓர் உரையாடலில் புழக்கத்திலிருந்த நாணயங்கள் குறித்த செய்தி பதிவாகியுள்ளது. வெவ்வேறு ஆட்சியாளர்கள் வெளியிட்ட நாணயங்கள் புழக்கத்தில் இருந்துள்ளன. ***(உரையாடல் 18)*** நாகப்பட்டினம், பழவேற்காடு, செஞ்சி, ஆற்காடு, ஆரணி, ஸ்ரீரங்கம், தஞ்சாவூர், தரங்கம்பாடி, செயின்ட் ஜோர்ஜ் கோட்டை ஆகிய இடங்களில் நாணயங்கள் அச்சிட்டுள்ளனர் என்பது தெரியவருகிறது. இவற்றுள் நாகப்பட்டினத்திலும் பழவேற்காட்டிலும் உருவாக்கப்படும் பகோடா நாணயங்கள் சிறந்தவையாகக் குறிப்பிடப்படுகின்றன. (அநேகமாக டச்சு நாட்டினர் அச்சடித்த நாணயமாக இருக்கலாம்.)

தையற்காரர் ***(உரையாடல் 9),*** துணிக்கடைக்காரர் ***(உரையாடல் 10),*** வண்ணார் ***(உரையாடல் 11)*** நகைக் கடைக்காரர் ***(உரையாடல் 17),*** தோட்டவேலை செய்வோர் ***(உரையாடல் 13),*** சமையற்காரர் ***(15),*** வீட்டு வேலை செய்வோர் ***(உரையாடல் 14)*** ஆகியோருடனான உரையாடல்களும் இடம் பெற்றுள்ளன. முப்பதாவது உரையாடலில் குடிசை வீடு கட்டும் முறை குறித்தும் தமிழ்ப் பெண்களின் உயரிய பண்புகள் குறித்தும் குறிப்பிடப்பட்டுள்ளது. பனிரண்டாவது உரையாடல் தானியங்களை வாங்குதல், சேமித்தல், அவற்றின் விலை என்பன குறித்த உரையாடலாகும். வங்காளத்திலிருந்தும் மியான்மரிலிருந்தும் தானிய இறக்குமதி நிகழ்ந்துள்ளதையும் இவ்வுரையாடல் வழி அறிய முடிகிறது.

ஒவ்வொரு உரையாடலின் இறுதியிலும் உரையாடல் வழி அறியலாகும் செய்திகளை நூலாசிரியர் சுருக்கமாக எழுதியுள்ளமை குறிப்பிடத்தக்கது. மொத்தத்தில் ஒரு மொழிபெயர்ப்புப்பணி என்றில்லாமல் ஓர் ஆய்வு நூலுக்கான உழைப்பை க. சுபாஷிணி

மேற்கொண்டிருக்கிறார். இதற்குச் சான்றாக 'நூல்பற்றி' 'அறிமுகம்' என்ற தலைப்புகளில் அவர் எழுதியுள்ள செய்திகள், சூல்ட்சேயின் நாட்குறிப்புகளில் இருந்து சில பகுதிகளை மொழிபெயர்த்துத் தந்துள்ளமை, நூலுடன் தொடர்புடைய வரைபடங்களையும் ஒளிப்படங்களையும் இணைத்துள்ளமை என்பனவற்றைக் கூறலாம். அவரது பணி தொடர வாழ்த்துக்கள்.

5–7–2021 **ஆ. சிவசுப்பிரமணியன்**
மதுரை

அணிந்துரை

நமக்கு முந்தைய தலைமுறைச் சிந்தனை யாளர்களின் செயல்களைப் புரிந்துக்கொள்ள வேண்டுமானால், அவர்கள் வாழ்ந்த காலச் சூழ்நிலையை நாம் அறிய வேண்டும். அவர்களது சாதனைகளையும் குறைகளையும் மதிப்பிடுவதற்கு முயலும் வரலாற்று ஆய்வாளர்கள் கடந்த காலகட்டத்தின் கடினமான நிபந்தனைகளுக் கிடையில் வாழ்ந்த மக்களின் நிலையை முதலில் தெளிவுபடுத்துவது முக்கிய கடமை. அதிலும் சிறப்பாக, சமயப்பணியில் ஈடுபட்டுள்ளோரை மதிப்பிடும்போது இது இன்னும் கடினமாகின்றது. ஏனெனில் அவர்களது செயல்கள் பெரும்பாலும் நம்பிக்கையின் அடிப்படையில் நிகழ்ந்தவை. பகுத்தறிவுப் பார்வையில் மட்டும் கணிக்கும்போது முரண்பாடுகள் தோன்றுவதில் வியப்பில்லை.

பெஞ்சமின் சூல்ட்சேயின் (1689–1760) வாழ்வு பற்றிய பதிவுகள் ஒருசார்பான முரண்பாடாய் இருப்பது தெரிந்ததே. ஒரு பக்கம் அவரது மொழிசார்ந்த படைப்பின் சாதனைகளை முன்வைத்துப் பெருமை கொள்வது. மற்றொரு பக்கம் அவரது சொந்த வாழ்வு பற்றியும், அவரது குணங்களையும் எடைபோட்டுக் குறைவாகப் பதிவு செய்வது. ஆனால் அவர் வாழ்வின் முதல் 27 ஆண்டுகள் அதிகம் ஆராய்ச்சிக்குட்படாத பகுதி. அதுபற்றிய ஒரு சில குறிப்புகள் அவரைப் புரிந்துகொள்ளத் துணையிருக்கும் என நம்பிக்கை.

17ஆம் நூற்றாண்டில் ஐரோப்பாவில் நடந்த முப்பது ஆண்டுப் போரின் துயரத்திற்குப் பிறகு அவர் பிறந்த நகரமான ‘சோன்னன்புர்க்’ (இப்போது போலந்தின் ஒரு பகுதி) அதன் விளைவுகளிலிருந்து முழுதும் விடுதலை பெறாத சூழ்நிலையில் இருந்தது.

இது இன்றைய ஜெர்மனியின் பிராண்டன்புர்க் மாகாணத்தில் அடங்கிய, விவசாயப் பின்னணியில் இருந்த ஒரு சிறு நகரம். புனித செருசலேம் யோவான் பெயரில் எழுந்த புராட்டஸ்டென்ட் அமைப்பின் கிளை ஒன்று இங்கு இருந்ததால் இந்த நகரம் முக்கியத்துவம் பெற்றது.

அந்நகரில் 12ஆவது குழந்தையாக 1659இல் பெஞ்சமின் ஒரு புராட்டஸ்டென்ட் கிறித்தவக் குடும்பத்தில் பிறந்தார். அவரது நான்காவது வயதில் அவர் தன் தந்தையை இழக்கிறார். அவரது தாய் அக்குடும்பத்திற்குப் பொறுப்பேற்றுக் குழந்தைகளை வளர்க்கின்றார்.

மிகவும் கண்டிப்பாகக் குழந்தைகளை வளர்த்த தன் தாயைப்பற்றி பெஞ்சமின் கூறுவது கவனத்திற்குரியது. "தெருவில் மற்ற சிறுவர்களோடு கூடி விளையாட அனுமதிக்கவில்லை. சீட்டு விளையாட்டுக்கு இடமே இல்லை. நான் நன்கு படித்து இறையியலில் தேர்வுபெற்று மற்ற என் மூத்த சகோதரர்கள் செய்யாததை நான் சாதிக்க வேண்டுமெனச் சிறுவயதிலேயே என்தாய் என்னைப் பள்ளிக்கு அனுப்பிவைத்தார்.[1]

இத்தகைய கட்டுப்பாடான வாழ்வின் விளைவு பிற்காலப் பணித்தளத்தில் வெளியாகிறது. சமூகத்தொடர்பு மிகக்குறைவு. தனிமையில் வாழ்ந்து ஒதுங்கியிருக்கும் பழக்கத்தை அவரது உடன் பிறப்புக்கள் கேலி செய்ததையும் பெஞ்சமின் நினைவு படுத்துகிறார். ஆனால் அது அவரின் மற்ற திறமைகளைச் சிதறடிக்கவில்லை. அவரது ஆராய்சியிலும், மொழிகளைக் கற்கும் முயற்சியிலும், பணித்தளத்தில் பெரிய சாதனைகளையும் படைக்க உதவியதை மறுக்க முடியாது.

தென்னிந்திய இலக்கிய வரலாற்றில் ஐரோப்பியச் சமயப் பணியாளர்களின் மொழி, இலக்கியம் பண்பாடு சார்ந்த பங்களிப்புகள் ஆவணமாக்கலோ அதுபற்றிக் கருத்துப் பரிமாற்றமோ போதிய அளவில் நடக்கவில்லை. அவர்களது சமயப்பணி என்பது மனந்திரும்புதல், கல்விபயிற்றுவித்தல், மருத்துவப்பணி, ஒதுக்கப்பட்டோரின் வாழ்வுநிலையை உயர்த்தும் முயற்சி என்பவைதான் பெரும்பாலும் விவாதிக்கப்பட்டன.

18ஆம் நூற்றாண்டில் புராட்டஸ்டென்ட் சமயப் பணியாளர்கள் தரங்கப்பாடியில் தங்களது பணியைத் தொடங்கினர். சீகன்பால்கும் புளுட்சௌவும் அதைத் தொடங்கிவைத்தவர்கள். பிறகு பெஞ்சமின் சூல்ட்சே (1689–1760), யோகான் பிலிப்பு பாப்ரிசியஸ் (1711–1791)

---

1. Kurt Liebau, 'Benjamin Schultze – Childhood and Youth', in: *Halle and the Beginning of Protestant Christianity*

கிறிஸ்டோப்பு சாமுவேல் ஜான் (1747–1813) போன்ற முக்கியமான சிந்தனையாளர்கள் பங்களித்தனர்.

பெஞ்சமின் 1719இல் தரங்கப்பாடிக்கு வருகிறார். தமிழ்மொழியை விரைவில் கற்றுக்கொண்டார். 1719இலிருந்து 1726 வரை பல சமயநூட்களைத் தமிழில் மொழிபெயர்க்கிறார். 1723இல் ஒரு பாடல் புத்தகமும் வெளியிடுகிறார். பிறகு சீகன்பால்க் தொடங்கிய விவிலிய மொழிபெயர்ப்பை 1725இல் முழுமை செய்கிறார். இதற்கிடையில் அவருக்கும் மற்ற சமயப் பணியாளருக்கும் இடையே பூசல் எழுகிறது. அதனால் தரங்கப்பாடியை விட்டு வெளியேறி 1728இல் சென்னை (மெட்ராஸ்) வந்துசேருகிறார்.

சென்னைக்கு வந்தபின் மிகவிரைவில் தெலுங்கு மொழியைக் கற்றுத்தேர்ச்சி பெறுகிறார். மெட்ராஸ் பட்டணம் அப்போது ஒரு முக்கியமான நகரமாக இருந்தது. பெஞ்சமின் தனது குறிப்பில் இங்கு 23 மொழிகள் பேசப்பட்டதாகப் பதிவு செய்கிறார். சமஸ்கிருதம், மராத்தி, தெலுங்கு, தமிழ், இந்துஸ்தானி, பாரசீகம், அராபிக், ஆங்கிலம், பிரெஞ்சு, போர்த்துகீசு, ஜெர்மன், டேனிஸ், டச் போன்றவை மெட்ராசின் முக்கியத்துவத்தை உணர்த்துகிறது.[2]

பெஞ்சமின் சூல்ட்சேதான் முதல் இந்திய புராட்டஸ்டென்ட் திருச்சபையை ஆங்கிலேயர் ஆட்சிசெய்த பகுதியில் தொடங்கியவர். இப்போதுதான் 'கிறித்தவ அறிவை வளர்க்கும் அமைப்பு' (SPCK) மெட்ராசில் தொடங்கியது. ஐரோப்பிய சமயப் பணியாளரில் பெஞ்மின்தான் முதலில் தெலுங்கு மொழியில் தேர்ச்சி பெற்றவர். சென்னைக்கு வந்த பிறகு அவர் இரண்டு பள்ளிகளைத் தொடங்குகிறார்: முதலில் தமிழ் மொழியிலும் (1726), பிறகு போர்த்துக்கீசிய மொழியிலும் (1732).

1728இல் தெலுங்கு இலக்கண நூலை இலத்தினில் எழுதுகிறார். பிறகு முழு விவிலியத்தையும் தெலுங்கில் மொழிபெயர்க்கின்றார். (1728–1735). இங்கு தமிழில் அறிமுகமாகும் சென்னை (Madras) பற்றிய நூல் தெலுங்கிலும் ஆங்கிலத்திலும் வெளியானது. அது பிறகு 1750இல் ஜெர்மன் மொழியில் அச்சிடப்படுகிறது. சென்னை வாழ்மக்களின் பழக்கவழக்கங்களையும் அவர்கள் வீடு அமைக்கும்முறை, வணிகம் பற்றிய வழக்கமுறைகள், தோட்டத்தில் பயிர்செய்த காய்கறி போன்றவைகள் பற்றிப் பதிவிட்டுள்ளார். இது ஒரு ஐரோப்பியரின் கண்ணோட்டத்தில் எழுந்த நூல். மற்ற மேற்கத்தியச் சமயப்பணியாளருக்குச் சென்னை வாழ் மக்களைப் புரிந்துகொள்ள உதவியாக இருந்தது.

---

2. Adapa Satyanarayana, "The Contribution of Benjamin Schultze to Telugu Language and Learning," in: *Halle and the Beginning of Protestant Christianity in India*, Vo. III. Eds. Andreas Gross et al, Halle, 2006, 1168.

இந்த நூலை படிக்கும்போது சென்னை வாழ் மக்களை மட்டும் அறிய முடிவதோடு பெஞ்சமின் சூல்ட்சே எப்படிப்பட்டவர் என்ற புரிதலுக்கும் துணையாக நிற்கின்றது. தரங்கம்பாடியார்கள் இவரைப்பற்றிக் கூறிய மதிப்பீட்டுக்கு மாறான பார்வையை இதில் காணலாம். பெஞ்சமின் தன்னைத் தனிமைப்படுத்திக் கொள்பவர், பிடிவாத குணமுள்ளவர், அனுபவமற்றவர், பக்குவமற்றவர் என்பது அவர்கள் விமர்சனம்.[3] ஆனால் சென்னையில் அவர் எடுத்த முயற்சிகளும் செய்த பணிகளும் சென்னை நகர் பற்றிய அவர் தரும் குறிப்புகளும் அவர் அடித்தள மக்களோடு நெருங்கிப் பழகியதாகவும் உறவு கொண்டதாகவும் தெரிகிறது.

அவரது சீடருள் ஒருவர் தச்சு வேலை பார்ப்பவர், ஒருவர் சமயல்காரார், மற்றொருவர் செருப்பு தைப்பவர், புல் வெட்டுபவர், தண்ணீர் விற்பவர், கூலி வேலைக்காரர் போன்றவர்கள். சாதிக் கட்டுப்பாட்டை எதிர்த்த வெளிநாட்டுச் சமயப் பணியாளருள் ஒருவர் பெஞ்சமின்.[4] மெட்ராஸ் என்ற தலைப்பில் இங்கு அறிமுகமாகும் நூலின் பெரும்பகுதி இப்படிப்பட்டோரோடு பெஞ்சமின் நடத்திய உரையாடல்கள்தான். அதனால் எந்த ஒரு நூலும் ஆசிரியர் தெரிவிக்க விரும்பும் கருத்துக்களைத் தெரிவிப்பதோடு ஆசிரியரையும் வெளிக்காட்டும் என்பதை மறந்து விடக்கூடாது.

ooo

உலகில் பல நகரங்கள் வரலாற்றில் முக்கிய இடம் பெற்றுள்ளன. கலாச்சாரப் பெருமை பெற்ற நகரங்களாய்ப் போற்றப்படுகின்றன. தமிழ்நாட்டைப் பொருத்த அளவில் மதுரை முக்கிய இடம் பெற்றுள்ளது தெரிந்ததே. முன்பு மதராஸ் என்று அழைக்கப்பட்ட சென்னை நகரம் மற்றொன்று. வரலாற்றில் பல்வேறு பார்வையில் கணிக்கப்பட்ட நகரம்.

சென்னை நகரம் ஒரு வரலாற்றுப் பெருமை பெறுவதற்குக் முக்கிய காரணம் பல்வேறு பண்பாடுகள் சந்திக்கும் மையமாக இருந்திருக்கிறது. வணிகத்திற்காக மேற்கத்திய நாட்டவர்கள் இங்கு வந்ததாக வரலாறு கூறுகிறது. அதன் விளைவாக இங்கு பல்வேறு மொழிகள் பேசப்படுகின்றன.

வரலாற்றுப்போக்கில் தொடங்கிய வணிக வழிகள் பிறகு போர்க்களப் பாதைகளாக மாறியதில் வியப்பில்லை. இது உலகில்

---

3. Es folgte eine Zeit der Schwäche und der Reibungen, in der ein viel zu unerfahrener und unreifer Missionar, *Schultze*, die Leitung in die Hand zu bekommen suchte." Knut B. Westman – Harald von Sicard, *Geschichte der christlichen Mission*, Chr. Kaiser Verlag München, 1962, 209.

4. Adapa Satyanarayana, Pg. 1179.

உள்ள எல்லாக் கலாச்சாரப் பெருமைபெற்ற நகரங்களுக்கும் பொருந்தும். நகரங்கள் உருவாகும் காலப்போக்கில் வன்முறையும் 'போக்ராம்' போன்ற அழிவுகளும் இல்லாது இருந்ததாக வரலாறு இல்லை. அலெக்சான்றியா, உரோமை, இஸ்டான்புல் போன்ற நகரங்களை எடுத்துக்காட்டாகச் சொல்லலாம்.

சென்னை நகர் பற்றிய வரலாற்றுக் குறிப்புகளில் வெளிநாட்டார் பார்வையில் வெளிப்படும் கணிப்பும் மதிப்பீடும் உள்நாட்டார் கண்ணோட்டத்திலிருந்து வேறுபடுவதில் வியப்பில்லை. சென்னை நகரத்தைப் பற்றி மூன்றாம் நூற்றாண்டிலிருந்து கிறித்தவ ஏடுகள் பதிவு செய்துள்ளன. அதுவும் புனித தோமையார் வந்ததாகக் கூறும் வரலாற்றுக் குறிப்பினால் எழுந்தது. மையிலாப்பூர், மேலியாப்பூர், 'கலமீனா' ('கல்லின்மேல்') என்று பல்வேறு வகையில் அழைக்கப்பட்ட இடம் இது.[5] ஆர்மேனியர், டச்சுக்காரர், போர்த்துக்கீசியர், ஆங்கிலேயோர், டேனிஸ் நாட்டவர், பிரான்சு நாட்டவர், இத்தாலியர் என்று ஒரு பெரிய பட்டியலே இருக்கின்றது. இவர்கள் அனைவரும் மெட்ராஸ் நகரம் பற்றி எழுதியுள்ளது குறிப்பிடத்தக்கது. இது இந்த நகரின் தொன்மையையும் வளமையையும் எடுத்துக்காட்டும் சான்றாகும்.

பிரான்சிஸ்கு சபையைச் சேர்ந்த யோவான் மோந்தெகோர்வினோ (*c.*1247±*c.* 1328) சென்னைக்கு வந்த முதல் சமயப் பணியாளர் களில் ஒருவர். புனித தோமாவின் கல்லறையைப் பார்த்ததாகப் பதிவிட்டுள்ளார். அப்போது நிலவிய தட்பவெட்ப நிலை, கடற்பயணம், இயற்கையாய் விளையும் பொருட்கள் பற்றிச் சுருக்கமாகக் குறிப்பிட்டுள்ளார். மக்கள் பனை ஓலையில் எழுதுவதாகவும், அதுவும் வணிகம்பற்றிய கணக்குகளையும் செபங்களையும் எழுதுவதாகவும் பதிவிட்டுள்ளார். அவர்கள் கரண்டியால் அல்ல, கையால் உணவுண்பதைக் குறிப்பிடுகிறார். அவர்கள் நிறத்தில் கருப்பர்கள் அல்ல; ஆலிவ் நிறத்தில் உள்ளார்கள். ஆனால் அவர்கள் உடல் கட்டமைப்பாய் உள்ளது என்கிறார்.[6]

---

5. "The ancient records dating back to 3rd or 4th century AD refer to Mylapore by the name Calamina. Sometimes it is transcribed as Calamine, Calamite. Much has been written whether this word is Greek, Syriac or Tamil. It means on the Mount, on the Rock. It is a Tamil word, Kallinmel, which has been transcribed differently" (Henry Hosten, S.J., *Antiquities from San Thomé and Mylapore*. Madras 1936, Pg. 305-314)
6. Wyngaert, Sinica Franciscana, Pg. 343: `sono apostutto neri, uvero iulivigni, e mouto bene formati, chosi le femine chome li omini'. Quoted by Joan-Pau Rubies, *Travel and Ethnology in the Renaissance. South Indian Through European Eyes, 1250-1625*. Cambridge, 2004, 62-63.

மைலாப்பூரில் வாழ்ந்த மீனவர்கள் *Madre-de-Deus* 'இறைவனின் தாய்' என்று அழைக்கப்பட்ட பங்கைச் சேர்ந்தவர்கள். அதனால் இந்தப் பகுதியை 'மதராஸ்' என்று அழைத்தார்கள் என்பது கிறித்தவர்கள் கூறும் வரலாறு.[7]

சென்னை நகரம் பற்றிய எந்த ஒரு புதிய தகவலும் வரவேற்க வேண்டியது. ஏனெனில் சென்னையின் முழுமையான வரலாறு இன்னும் எழுதப்படவில்லை. சென்னை பற்றிய கல்வெட்டுகள், பல்வேறு மரபுகளின் அடையாளம் தாங்கி நிற்கும் கோவில்கள், மற்றக் கட்டடங்கள் இன்னும் அலசி ஆராய்ச்சிக்கு உட்படுத்தவில்லை. போர்த்துக்கீசியக் கட்டடக்கலையின் முகப்போடு உள்ள ஆறு கோவில்கள் இன்னும் பாதுகாப்போடு நிற்கின்றன. ஆர்மேனியப் பெயர் கொண்ட கோவிலும் ஆர்மேனிய மொழியில் உள்ள கல்வெட்டுக்களும் இன்னும் சென்னையில் இருக்கின்றன. அவைகள் எல்லாம் ஆய்வாளர்களுக்கு அழைப்புவிடும் சான்றுகள்.[8]

பெஞ்மின் சூல்ட்சே எழுதிய நூலைத் தமிழாக்கம் செய்த சுபாசினிக்கு நமது பாராட்டு. ஏறக்குறைய 250 ஆண்டுகளுக்கு முன்பாக வெளிவந்த நூலைக் கண்டுபிடித்து அதைத் தமிழ் வாசகர்கள் கவனத்திற்குக் கொண்டுவந்ததற்கு மிக்க நன்றி. இந்த நூலுக்கு முன்னுரையாக அவர் தரும் சென்னை பற்றிய பல்வேறு வரலாற்றுக் குறிப்புகள் இதுவரையிலும் தொகுக்கப்படாத அறிய செய்திகள். அதனால் இது தமிழ் உலகம் வரவேற்க வேண்டிய முக்கிய நூல் என்று அறிமுகம் செய்வதில் பெருமிதம் அடைகிறேன்.

சென்னை   ஆனந்த் அமலதாஸ் சே.ச
23–11–2020

---

7. The fisher-folk from the Parish of Mae-de-Deus called their village by the name of their Parish and the name was eventually corrupted into "Madras". Glyn Barlow gives this information in his book *The Story of Madra*s and comments as follows: "The origin of the name Madras is uncertain and this explanation is at any rate interesting and not unlikely to be true." (Cf. Glyn Barlow, *TheStory of Madras*, London, Oxford University Press, 1921, 62.)

8. "History based on histories looks to be the province of professionals"…The extraordinary architectural heritage is not sufficiently taken into account by them. "To all but scholars steeped in the glories of Sanskrit literature it is the architectural and sculptural wonders of India which provide the most eloquent testimony to its history." John Keay, *India A History*. Harper, 2000, xxvii-xviii. This is true of Chennai, where archeology, philology, numismatics, phonetics, art history would provide sources to write its history.

நூல்பற்றி ...

ஜெர்மனிக்கும் தமிழகத்துக்குமான தொடர்பு களை நான் தேட ஆரம்பித்த காலம்தொட்டுத் தமிழகம் தொடர்பான ஆச்சரியப்படத்தக்க பல்வேறு ஆவணங்களை வாசிக்கக்கூடிய வாய்ப்பு எனக்குக் கிட்டியது. 2004ஆம் ஆண்டு தொடங்கித் தொடர்ச்சி யாக ஜெர்மனி, டென்மார்க், பிரான்ஸ், இங்கிலாந்து போன்ற நாடுகளின் ஆவணக்காப்பகங்களில் உள்ள நூல்களை வாசித்தபோதும், கடந்த சில ஆண்டு களில் இணையத்தின் வழியாகப் பல ஆய்வுநூல் களையும் அறிக்கைகளையும் வாசிக்கக்கூடிய வாய்ப்பினை நான் ஏற்படுத்திக் கொண்டதாலும், மிக நீண்டகாலமாக,குறிப்பாக பொ.ஆ. 17ஆம் நூற்றாண்டு முதலான காலகட்டத்தில் ஜெர்மானியர்கள் தமிழகத்தோடு கொண்டிருந்த உறவு என்பது பற்றிய பல தரவுகளை ஆராய எனக்கு வாய்ப்புக் கிட்டியது. அதன் அடிப்படையில் எழுதப்பட்டு, 2018ஆம் ஆண்டு வெளிவந்தது எனது 'ஜெர்மன் தமிழியல் நெடுந்தமிழ் வரலாற்றின் திருப்புமுனை' என்ற நூல். அதற்கு அடுத்து, ஜெர்மானிய – தமிழகத் தொடர்பினை விளக்கும் வகையில் வெளிவருகின்றது இந்த நூல்.

ஐரோப்பியரது தமிழ்ப்பணிகள் பற்றிய பல்வேறு ஆவணங்களை வாசித்து ஆய்வு செய்து கொண்டிருக்கும் வேளையில், தற்செயலாக எனது கவனத்தை ஈர்த்த 'மெட்ராஸ் ஸ்டாட்' என்ற நூல்தான் இன்று இந்த நூலாக வடிவம் பெற்றுள்ளது. இந்த நூல் முற்றுமுழுதும் தமிழகத்தின் தலைநகரான இன்றைய சென்னையின், அதாவது இன்றைக்கு ஏறக்குறைய 300 ஆண்டுகள் காலகட்டத்துச் சூழலை

விவரிக்கும் ஓர் அரிய நூல். இந்த நூலின் மூலவடிவத்தை ஜெர்மன் மொழியில் வாசித்த நாளிலிருந்து இதனைத் தமிழாக்கம் செய்ய வேண்டும் என்ற எண்ணம் என் மனதில் இருந்தது. இப்போதுதான் அது முழுமையாக சாத்தியப்பட்டுள்ளது.

மெட்ராஸ் ஸ்டாட் (மெட்ராஸ் நகரம்) என்ற பெயர் கொண்ட இந்த நூலின் மூல வடிவம் தெலுங்கு மொழியிலும், ஜெர்மானிய மொழியிலும் ஒரேகாலகட்டத்தில் ஜெர்மானியரான நூலாசிரியர் பெஞ்சமின் சூல்ட்சேவால் எழுதப்பட்டது. இது எழுதப்பட்ட காலம் ஏறக்குறைய 1740லிருந்து 1742க்கு இடைப்பட்ட காலமாக இருக்கலாம். இதன் ஆங்கில மொழிபெயர்ப்பு இதற்குச் சற்றுப் பின்னர், அதாவது 1750இல் நிகழ்ந்திருக்க வேண்டும். ஆயினும் பெஞ்சமின் சூல்ட்சே மெட்ராஸ் வந்தடைந்த நாள் முதல் அவரது மெட்ராஸ் தொடர்பான பார்வைகளைத் தனது நாட்குறிப்புக் களில் பதிந்து வந்திருப்பதாலும் இந்த நூல் அவ்வகையில் 1726 முதலான அவரது பார்வையை வெளிப்படுத்துவதாலும் இந்த நூல் ‘மெட்ராஸ் 1726’ என்ற தலைப்புடன் வெளிவருவது பொருந்தும் எனக் கருதுகிறேன்.

இந்த நூலை முழுமையாக மொழிபெயர்க்க வேண்டும் என்ற எனது ஆவலை தெரிவித்து, இதன் ஆங்கில வடிவத்தையும் ஜெர்மானிய மூலவடிவத்தையும் எனக்கு அனுப்பி உதவுமாறு கேட்டபோது எந்தத் தயக்கமுமின்றி அதனை எனக்கு அனுப்பி வைத்த ஜெர்மனி ஹாலே ஃபிராங்கெ கல்வி நிறுவனத்தின் ஆசியவியல் பிரிவுத் தலைவர் டாக்டர் க்ரோஷல் அவர்களுக்கு நன்றிகூறுவது எனது கடமையாகும். இந்த இரண்டு நூல்களும் எனக்கு முழுமையாகக் கிடைத்திராவிட்டால் இந்தத் திட்டம் சாத்தியப்பட்டிருக்காது. ஃபிராங்கெ கல்வி நிறுவனத்திற்கும், டாக்டர் க்ரோஷலுக்கும் எனது நெஞ்சார்ந்த நன்றியினைத் தெரிவித்துக்கொள்கிறேன்.

இந்த நூல் உருவாக்கத்தின்போது அவ்வப்போது ஜெர்மானிய சீர்திருத்தக் கிருத்துவச் சமயப்பணியாளர்களின் செயல்பாடுகள், ஏனைய ஐரோப்பிய சமயப்பணியாளர்களின் செயல்பாடுகள் பற்றி ஆக்ககரமான கலந்துரையாடல்கள் செய்வதற்கும், அறிவுப் பரிமாற்றத்திற்கும் துணையாக இருந்தவர் டாக்டர் ஆனந்த் அமலதாஸ் அவர்கள். நீண்டகால ஐரோப்பியப் பல்கலைக்கழகக் கல்வித்துறை அனுபவமும், ஆய்வுத்துறை அனுபவமும், லத்தீன், ஜெர்மானிய, ஆங்கில, சமஸ்கிருத, தமிழ்மொழிப் புலமைகொண்ட இவரது பல்வேறு கருத்துக்கள் இத்துறைபற்றிக் கலந்துரையாடவும், வளமான சிந்தனைக்கு வாய்ப்பினையும் ஏற்படுத்திக் கொடுத்தது. இந்த நூலுக்கு விரிவான முன்னுரையை வழங்கியிருக்கும்

ஆ. சிவசுப்பிரமணியன் தமிழ்நாட்டுக்கு ஐரோப்பியர் வருகையும் அதனால் ஏற்பட்ட பல்வகை தாக்கங்கள் பற்றியும் நெடுங்காலமாக ஆய்வு செய்துவருபவர். அவரது ஆய்வுகள் இத்துறைக்கு மிக முக்கிய அடிப்படையை வகுப்பவை. அந்த வகையில் இந்த நூலுக்கும் முன்னுரை வழங்கியிருப்பது சிறப்பு. அவருக்கு எனது நெஞ்சார்ந்த நன்றி.

மெட்ராஸிலேயே பிறந்து வளர்ந்த வழக்கறிஞர் கௌதம சன்னாவுடனான கலந்துரையாடல்களும் அவரது துணையுடன் களப்பணியாகச் சென்று சென்னையில் நான் பார்த்துவந்த பல இடங்களைப் பற்றிய புரிதல்களும் பிரித்தானிய காலனித்துவக் கால மெட்ராஸ் பற்றிய செய்திகளை நான் ஆழமாக உள்வாங்கிக் கொள்ள உதவின. இந்த நூலின் பின் இணைப்பில் இடம்பெறுகின்ற மூன்று வரைபடங்களை விளக்கியும், நூலின் சிலபகுதிகளில் எழுத்துப்பிழைகளைச் சரிபார்த்துக் கொடுத்தும் உதவிய கௌதம சன்னாவுக்கு நெஞ்சார்ந்த நன்றியைத் தெரிவித்துக்கொள்கிறேன். இந்த நூலில் இடம்பெறுகின்ற 1746ஆம் ஆண்டு மெட்ராஸ் வரைபடத்தின் சாலைகளை அடையாளம் காணவும் அவற்றின் தற்போதைய நிலை பற்றிய விளக்கத்தை வழங்கி உதவிய வழக்கறிஞர் காந்தி பாலசுப்பிரமணியனுக்கும் எனது நன்றி. இந்த நூலை அழகாக வடிவமைத்து அச்சுபதிப்பாக்கி வெளிக்கொண்டுவரும் காலச்சுவடு பதிப்பகத்தாருக்கும் எனது நன்றி.

தமிழகத்தின் வரலாற்றுத்தேடலில் விடுபட்ட பல இடங்களை ஓரளவு நிரப்புவதற்கும், அங்கொன்றும் இங்கொன்றுமாகக் கிடைக்கும் தகவல் புள்ளிகளை இணைத்து அவற்றை ஒரு சேரக் கண்டு தமிழக வரலாற்றை மீளாய்வு செய்வதற்கும் ஐரோப்பியர்களது ஆவணங்கள் பெரும்பங்கு வகிக்கின்றன. தமிழக வரலாற்றுத் தகவல்கள் பல ஐரோப்பியர்களது ஆவணக் குறிப்புக்களில் கிடைக்கின்றன. அவற்றைத் தவிர்த்து விட்டுத் தமிழக வரலாற்றைப் பேசுவது என்பது முழுமையற்ற ஆய்வாகவே அமையும். தமிழக ஆய்வாளர்களின் பார்வையும் கவனமும் தமிழகம் மட்டுமன்றி கிழக்காசிய, ஐரோப்பிய, அமெரிக்க ஆவணப்பாதுகாப்பகங்களில் உள்ள நூல்களையும் ஆவணங்களையும் கவனத்தில் கொள்ள வேண்டியது தமிழக வரலாற்று ஆய்விற்கு மறுக்கமுடியாத தேவையாகின்றது!

ஜெர்மனி **க. சுபாஷிணி**
4–12–2020

பகுதி 1

Part of Black Town, Madras

[நன்றி: பிரித்தானிய நூலகம், இங்கிலாந்து[1]]

ஓவிய உருவாக்கம்: டேனியல், தோமஸ் (**Daniell, Thomas** 1749–1840)

---

1. குறிப்பு: தோமஸ், வில்லியம் டேனியல் ஆகிய இருவரது 'கீழைநாடுகளின் காட்சித் தொகுப்பில்' இடம்பெறும் 8ஆம் எண் கொண்ட ஆவணம் இது. பிரித்தானிய கிழக்கிந்திய கம்பெனி தன் தொழிற் செயல்பாடுகளை மெட்ராஸில் 1639ஆம் ஆண்டில் தொடங்கிய பின்னர் நெசவாளர்களும் வணிகர்களும் மெட்ராஸ் நகருக்கு வருவது மிக அதிகரிக்கத் தொடங்கியது. பெரும்பாலோர் கடற்கரை அருகே செயிண்ட் ஜோர்ஜ் கோட்டைக்கு அருகே புதிய குடியிருப்புக்களை உருவாக்கிக்கொண்டு மெட்ராஸுக்குக் குடிபெயர்ந்த வரலாற்று நிகழ்வின் காலகட்டம் அது. மெட்ராஸ் கருப்பு நகரம் என்றும் வெள்ளை நகரம் என்றும் இருபிரிவாக அடையாளப்படுத்தப்பட்டது. மன்னர் 5ஆம் ஜோர்ஜின் மெட்ராஸ் வருகைக்குப் பின்னர் இப்பகுதி ஜோர்ஜ் டவுன் என்றும் பெயர்பெற்றது. இந்த ஓவியத்தில் இடம்பெறும் பெரிய வட்டவடிவக் கட்டடம் 1772ஆம் ஆண்டு கட்டப்பட்ட ஆர்மேனியத் தேவாலயம்; அதன் அருகே தெரிகின்ற மசூதியின் மினார்கள் கர்நாடக நவாப் மன்னர் முகமது அலி கட்டியவை; யானை சவாரி, பல்லக்குச் சவாரி ஆகியவை பொருள் வசதி படைத்தோரது பொதுப் போக்குவரத்துச் சாதனங்களாக இருந்த காலம் அது.

அறிமுகம்

வரலாற்றுக் காலத்திற்கு முன்பிருந்தே உலகின் வெவ்வேறு பகுதிகளிலிருந்து மக்கள் வந்து தங்கிய நிலப்பகுதியாக தமிழ்நாடு திகழ்ந்திருக்கின்றது. ஐரோப்பாவிற்கும் தமிழகத்திற்குமான தொடர்பு மிக நீண்ட வரலாற்றைக் கொண்டது. என்று, எப்போது இந்தத் தொடர்புகள் உருவாகின, என்பதை உறுதியாக நாள் தேதி குறிப்பிட்டுச் சொல்ல முடியாவிட்டாலும் கூட, இன்று நமக்குக் கிடைக்கின்ற ஏராளமான தொல்லியல் சான்றுகளும், அவற்றையொட்டி நடைபெற்ற ஆய்வுகளும், ஆவணக் குறிப்புகளும் இத்தொடர்புகள் பல்வேறு காலகட்டத்தில் நிகழ்ந்தமையை உறுதி செய்வது தொடர்கின்றது. ஈராயிரம் ஆண்டுகளுக்கு முன்னர் வணிகத்தை மையப்படுத்தி ஐரோப்பாவிற்கும் பண்டைய தமிழகத்துமிடையே இருந்த தொடர்பு, இடையில் சில நூற்றாண்டுகள் தொய்வினைக் கண்டிருந்தாலும், பொ.ஆ. 15ஆம் நூற்றாண்டு தொடக்கம் இந்த இருவழித் தொடர்பிற்குப் புத்தெழுச்சி ஏற்படுத்திய காலமாக அமைகிறது. மீண்டும் புத்தெழுச்சியுடன் தொடங்கிய ஐரோப்பியர்களின் தமிழகம் தொடர்பான முயற்சிகளில், வணிகத்துடன் சமயம் பரப்பும் செயல்பாடுகளும் இணைந்த வகையில் மைய நோக்கமாகவே செயல்பட்டன என்பதை மறுப்பதற்கில்லை. அத்தகைய செயல்பாடுகளின் அடுத்தகட்டச் செயல்பாடுகளாக அரசுகளைக் கைப்பற்றுவது, ஆட்சி செய்வது என்ற செயல்பாடுகள் நிகழ்ந்தன. இயல்பாகவே காலனிய நாடுகளில் காலனித்துவ நாடுகள் ஏற்படுத்தும் இயற்கை,

பொருளாதார, மனிதவளச் சுரண்டல்கள் என்பவை ஒருபுறமிருக்க, தமிழ் நிலத்தில் கிருத்துவ சமயத்தைப் பரப்புவதற்காக வந்த ஐரோப்பியக் கிருத்துவ சமயப்பணியாளர்களின் பொது நலச்சேவைகளும், கல்விப் பணிகளும், தமிழ் மொழி சார்ந்த சேவைகளும் தமிழக வரலாற்றில் ஒதுக்கப்பட முடியாத முக்கியத்துவத்தைப் பெறுகின்றன.

ஐரோப்பியரது ஆவணங்கள் தமிழக வரலாற்றைச் சொல்ல முடியுமா என்ற கேள்வியைத் தகர்த்தெறிந்து, தமிழக வரலாற்றின் பல முக்கிய நிகழ்வுகளுக்குக் ஆதாரங்களை வழங்கும் முதன்மைநிலைச் சான்றுகளாக ஐரோப்பியரது ஆவணக் குறிப்புகள் அமைந்திருக்கின்றன. இன்று ஐரோப்பிய, அமெரிக்கப் பல்கலைக்கழகங்களும் நூலகங்களும் ஆவணப் பாதுகாப்பு நிறுவனங்களும் காலனித்துவ ஆட்சிக்கால நூல்களையும் ஆவணங்களையும் மின்பதிப்பாக்கி அவற்றை இணைய நூலகங்களில் இணைத்திருப்பதால் ஏராளமான அரிய நூல்களை வாசிக்கவும் ஆராயவும் நமக்கு வாய்ப்புகள் பெருகியுள்ளன. இந்த வாய்ப்பு இதுவரை வெளிவராத பல செய்திகள் பேசப்படுவதற்கும், தொடர்ச்சியாகப் புதிய கோணங் களில் ஆய்வுகள் நிகழ்வதற்கும் சாத்தியங்களை ஏற்படுத்திக் கொடுத்திருப்பது ஆய்வாளர்களுக்குக் கிடைத்திருக்கும் அளப்பறியதொரு வாய்ப்பு. அந்த வகையில் ஐரோப்பிய ஆவணங்கள் எனக் காணும்போது அதில் அரசு அதிகாரிகள் எழுதிய நூல்கள், வணிகர்களது குறிப்புகள் என்பவற்றோடு சமயப்பணியாளர்களது நூல்களும் ஆவணக்குறிப்பேடுகளும் தனிக் கவனம் பெற வேண்டியவை. அவற்றுள் ஐரோப்பிய சமயப்பணியாளர்களது நாட்குறிப்புகள் ஆச்சரியப்படத்தக்க வகையில் ஏராளமான செய்திகளை நமக்கு வழங்குகின்றன.

ஆரம்பக் காலகட்டங்களில் தமிழகம் வந்து செயல்பட்ட சமயப்பணியாளர்களின் நாட்குறிப்புகள் ஏராளமான சமகால நிகழ்வுகளைப் பதிந்துவைத்துள்ளன. சில செய்திகள் மீண்டும் மீண்டும் ஒரே விஷயத்தைக் கூறுவதுபோல இருந்தாலும்கூட அவை குறிப்பிடுகின்ற நிகழ்வுகள், நடந்த சூழல், இடம், உரையாடல்களில் அல்லது சம்பவங்களில் இடம்பெறும் மனிதர்கள், அவர்களது தொழில் அல்லது பின்னணி ஆகியவையும், இந்த உரையாடல்களின் தன்மையை வேறுபடுத்திக் காட்டு கின்றன. நாட்குறிப்புகளில் பதியப்பட்டுள்ள உரையாடல்களை ஆராய முற்படும்போது அவற்றைக் கவனமாகக் கையாள வேண்டியது அவசியமாகிறது. பொதுவாகவே அவற்றை உரையாடல்கள் என்று பார்ப்பதற்குப் பதிலாக உரையாடலின் பதிவுகள் என்ற வகையில் காண வேண்டியதும் அவசியமாகின்றது.

நம் ஒவ்வொருவரது அன்றாட வாழ்க்கை நிகழ்வுகளில் மிக இயல்பான விஷயங்களாக நடப்பவற்றை நம் வாழ்க்கையில் அவை தாக்கத்தை ஏற்படுத்தினாலும் கூட அவற்றை நாம் பதிந்து வைக்காமல் கடந்து போய்விடுவதுதான் பெரும்பாலும் நிகழ்கிறது. இதனால் ஒரு குறிப்பிட்ட காலகட்டத்தில் நம் சொந்த வாழ்க்கையில் நிகழ்ந்த நிகழ்வுகளை நாம் மறந்து இழந்து போகின்றோம். இந்த வட்டத்தைப் பெரிதாக்கிக் காணும்போது நாட்குறிப்புக்கள் இல்லாத நிலையில் சாமானிய மக்களின் வாழ்க்கை நிலை எவ்வாறு ஒரு காலகட்டத்தில் இருந்தது? மக்களது இயல்பான வாழ்க்கை எப்படி இருந்தது என்பதைப் படம் பிடித்தது போலப் பார்ப்பது என்பது சாத்தியமற்றுப் போய்விடுகிறது. வரலாற்றுத் தொலைப்புக்கு இதுவும் ஒரு காரணமாகின்றது.

பொ.ஆ. 18, 19ஆம் நூற்றாண்டு என்பது தமிழ் உலகில் அச்சுப்புரட்சி ஏற்படுத்திய மாற்றத்தை உள்வாங்கி அச்சு நூல்கள் வெளிவரத்தொடங்கிய காலகட்டமாகும். இக்கால கட்டத்தில் அச்சுப்பதிப்பாகத் தமிழக அச்சுப்பதிப்பாக்க முன்னோடிகள் பலர் வெளிக்கொணர்ந்த பல நூல்களைக் காணும்போது அவற்றுள் சரிபாதியாக அல்லது அதற்கும் மேலாகப் புராணக் கதைகள் நிறைந்து கிடப்பதைக் காண்கின்றோம். அதீதக் கற்பனைகள், இயல்பான வாழ்விற்குப் புறம்பான கற்பனைக் கதாபாத்திரங்கள், சிறுபான்மையினர், ஒடுக்கப்பட்டோர், பெண்கள் ஆகியோரை மதிப்பிழக்கச் செய்யும் பல தத்துவார்த்தக் கருத்துக்களை உருவாக்கி உள்வாங்கிய புராணங்கள் அச்சுவடிவில் இக்காலகட்டத்தில் வெளிவந்து பரவலான நிலையைக் காண்கின்றோம். அதற்கு நல்ல எடுத்துக்காட்டுகளாக பொ.ஆ. 19ஆம் நூற்றாண்டின் தொடக்கத்தில் சரவணப்பெருமாளையர், விசாகப் பெருமாளையர் போன்றோரது திருக்குறள் அச்சு முயற்சிகளைக் கூறலாம். அறிவின் வழியில் மானுடத்தைச் சிந்திக்கச் செய்யும் குறட்பாக்களை எழுதிய வள்ளுவரின் வாழ்க்கையையே அபத்தம் நிறைந்த கற்பனைக் கதாபாத்திரங்களாக உருவாக்கி உலவவிட்ட செயற்பாடுகளாக இவை திகழ்கின்றன.[1] இதன் தொடர்ச்சியாக, இப்புராணக் கோளாறுகள் செய்த சமூகச் சிதைவுகளின் நீட்சியாக இன்றைய தமிழ்ச் சூழல் என்பது மிக அதிகப்படியாக, அதீதக் கற்பனைகளை உள்வாங்கிய நிலை தொடர்கிறது. இது ஒருபுறமிருக்க, பண்டைய தமிழர்கள்தான் இந்த உலகை ஆண்டார்கள் என்றும், இன்றுதான் எல்லாப் பெருமைகளையும் இழந்து வறுமையில் தமிழ்ச்சிந்தனைச் சூழல் இருக்கிறது

1. திருவள்ளுவர் யார் – கட்டுக்கதைகளைக் கட்டுடைக்கும் திருவள்ளுவர், ப 103

என்றும் போலியான கருத்தாக்கத்தை உள்வாங்கியவர்களாக, மேம்போக்கான வரலாற்று அறிவும், போலியான பெருமையும் நிறைந்த வகையில் தமிழ் மக்களின் ஒரு சாராரது வரலாற்று ஆர்வம் இருக்கிறது. இவை நமக்குள்ள பெருங்குறைகளே!

வரலாற்று ஆய்வு என்பது, இருக்கின்ற ஆவணங்களின் அடிப்படையிலும் கிடைக்கின்ற சான்றுகளின் அடிப்படையிலும் கட்டமைக்கப்பட வேண்டியது மிகமிக அவசியம். வரலாற்றை எழுத இன்று நமக்குக் கிடைக்கின்ற சான்றுகளாக இருக்கின்ற கல்வெட்டுகளும் ஓலைச்சுவடிகளும் செப்புப் பட்டயங்களும் மிகப் பெரும்பாலும் ஆளுகின்ற அல்லது பொருளாதார வளமும் அரசியல் ஆளுமையும் நிறைந்த சமூகத்தின் வெற்றிகளையும் பெருமைகளையும் பதிந்துவைக்கப் பயன்பட்டன என்பதை நம்மால் காண முடிகிறது. ஒரு இனத்தின் வரலாறு என்பது ஆட்சியாளர்களது வெற்றியைக் கொண்டாடுவது மட்டுமல்ல; அந்த நாட்டில் வாழ்ந்த மக்களின் இயல்பான வாழ்க்கையைப் படம் பிடித்துக் காட்டும் வகையில் கிடைக்கின்ற சிறுசிறு தகவல்களும் சேகரிக்கப்பட்டு அந்த ஒவ்வொரு தகவல் புள்ளிகளையும் இணைக்கும் கோடாக வரலாற்றைக் காண மேற்கொள்ளப்படும் முயற்சியாக அமையும்போதுதான் உண்மையான வரலாற்றினை அடையாளம் காணவும் கட்டமைக்கவும் முடியும்.

வரலாற்று ஆய்வு என்பது என்ன விரும்புகிறோமோ அதனைச் சொல்வது அல்ல; மாறாக வரலாறு எதை விட்டுச் சென்றிருக்கிறதோ அவற்றை உள்ளவற்றை உள்ளவாறு எந்தக் கூடுதல் அலங்காரப் பூச்சுகளும் இல்லாமல் அதன் இயல்பு கெடாமல் பதிந்து அதனை வெளிப்படுத்துவதுதான்.

பொ.ஆ. 18ஆம் நூற்றாண்டில் மெட்ராஸ் நகரைப்பற்றி தான் எழுதிய குறிப்புக்களைத் தொகுப்பாக்கி அதனை முப்பது உரையாடல்கள் அடங்கிய ஒரு நூலாக வெளியிட்டார் ஜெர்மானியரான பெஞ்சமின் சூல்ட்சே. இது *1726இலிருந்து 1742 வரையிலான செய்திகளை ஆவணப்படுத்தியிருக்கும் ஒரு சிறிய நூல்.*

பெஞ்சமின் சூல்ட்சே

பெஞ்சமின் சூல்ட்சே *(Benjamin Schultze)* ஜெர்மனியின் பிராண்டன் புர்க் மாநிலத்தின் சோன்னன் புர்க் நகரில் *1689*ஆம் ஆண்டு பிறந்தார். ஹாலே ஃப்ராங்கெ கல்வி நிறுவனத்தில் கல்வி கற்றார். ஹாலே ஃப்ராங்கெ கல்வி நிறுவனத்தினால் தரங்கம்பாடி திருச்சபையில் பணியாற்றத் தேர்ந்தெடுக்கப்பட்டு அவருக்குப் பணி நியமனம் வழங்கப்பட்ட பின்னர் ஜெர்மனியிலிருந்து இங்கிலாந்து வந்து, அங்கே லண்டனில் *SPCK* ('கிருத்துவ சமய நெறிவிரிவாக்க அமைப்பு'– *Society for Promoting Christian knowledge)* வந்திருந்து, அங்கே அச்சங்கத்தின் தலைமை பிஷப் பேக் அவர்களைச் சந்தித்து 'ஜெர்மனி – டென்மார்க் – பிரித்தானியா' என்ற மூன்று நாடுகளின் இணைந்த வகையில் அமையும் சீர்திருத்தக் கிருத்துவ செயல்பாடுகளைப் பற்றி உரையாடி, அதிகாரிகளின் நன்மதிப்பைப் பெற்றுக் கொண்ட பின்னர் தனது பயணத்தைத் தொடங்கி அதே ஆண்டில் செப்டம்பர் *16*ஆம் தேதி தமிழகத்தின் தரங்கம்பாடி வந்தடைந்தார். அவர் வந்தடைந்த சமயத்தில் சமயப்பணியாளர் பார்த்தலோமஸ் சீகன்பால்க் அவர்களின் மறைவுச் செய்தி அவருக்குக் காத்திருந்தது. சீகன்பால்க்கின் மறைவுக்குப் பின்னர் தரங்கம்பாடி சீர்திருத்தத் திருச்சபையின் தலைமைப் பொறுப்பை வகித்தவர் சமயப்பணியாளர் க்ருண்ட்லர். நோயால் பாதிக்கப்பட்டு அவரும் அடுத்த ஆண்டே மறைந்தார். இந்தச் சூழலில்தான் சமயப்பணியாளர் சூல்ட்சே தமிழகம் வந்தடைந்த இரண்டு ஆண்டுகளிலேயே

தரங்கம்பாடியில் திருச்சபையின் தலைமைப் பொறுப்பை ஏற்க வேண்டிய நிலை எழுந்தது. ஆறு ஆண்டுகள் தரங்கம்பாடி சீர்திருத்தத் திருச்சபையின் தலைமைப் பொறுப்பை அவர் ஏற்றிருந்தார். 1719ஆம் ஆண்டில் தரங்கம்பாடியில் சீர்திருத்தக் கிருத்துவத் திருச்சபையின் தலைமைப் பீடத்தின் பொறுப்பேற்றுக் கொண்டவர், 1728ஆம் ஆண்டு தமிழகத்தின் மெட்ராஸ் திருச்சபையைத் தோற்றுவித்து SPCK அமைப்பின் முதல் சமய – நெறிப்பரப்புநராக பணியமர்த்தப்பட்டார்.[1]

ஜெர்மனியிலிருந்து மேலும் சில சமயப்பணியாளர்கள் திருச்சபைப் பணிக்காக 1726ஆம் ஆண்டில் தரங்கம்பாடி வந்தடைந்தனர். அப்போது சமயப்பணியாளர் சூல்ட்சேவுக்கு வயது 37. தரங்கம்பாடி வந்த காலம் முதல் தமிழ் மக்களின் சமூக நிலையை அவர் நன்கு அறிந்திருந்தார். மிகத் துரிதமாகத் தமிழ், தெலுங்கு, சமஸ்கிருதம், ஹிந்துஸ்தானி ஆகிய மொழிகளையும் அவர் கற்றுத் தேர்ந்திருந்தார். அடிப்படையில் ஜெர்மன், லத்தீன், ஆங்கிலம், ஹீப்ரு ஆகிய மொழிகளும் அறிந்தவர் இவர். அத்தகைய கூடுதல் மொழித்திறன்களோடு தரங்கம்பாடியில் மட்டுமே தனது சேவையைத்தொடர்வதை விடத் தமிழ்நாட்டின் வேறுசில பகுதிகளிலும் சீர்திருத்தச் சமயக் கருத்துகளைப் பரப்பும் முயற்சிகளை மேற்கொள்ள வேண்டும் என்ற சிந்தனை அவர் மனதில் ஆழமாக இருந்தது. அதற்கு நல்ல வாய்ப்பை ஏற்படுத்திக் கொடுக்கும் வகையில், அவரது பயணத்திற்குத் தோதாக ஐரோப்பாவிலிருந்து தரங்கம்பாடி திருச்சபையில் பணியாற்ற அனுப்பி வைக்கப்பட்ட மேலும் சில சமயப்பணியாளர்களின் வருகையும் அமைந்தது.

சமயப்பணியாளர் பெஞ்சமின் சூல்ட்சேவின் முயற்சியால் தமிழகத்தில் டேனிஷாரது முக்கிய வணிக மையமாக இருந்த தரங்கம்பாடி பகுதியிலிருந்து கடலூர் தொடங்கிப் பின் ஏனைய பகுதிகளுக்கும் திருச்சபைச் செயல்பாடுகள் விரிவடைந்தது. தமிழகம் வந்தடைந்த நாளிலிருந்து அவர் நாட்குறிப்பு எழுதும் பழக்கத்தைத் தனது முக்கியக் கடமையாகக் கொண்டிருந்தார். 1719 முதல் தொடர்ச்சியாக அவரது வாழ்க்கை நிகழ்வுகளை அறிந்து கொள்ள இந்த நாட்குறிப்புகள் நமக்கு இன்று உதவு கின்றன. இவற்றை ஒரு குறிப்பிட்ட சமயத்திற்கான சமய நெறி பரப்பும் செயல்பாடுகள் என்ற குறுகிய வட்டத்திற்குள் ஒதுக்கிவிடாமல், பெஞ்சமின் சூல்ட்சேவின் நாட்குறிப்புக்களை யும் பணிகளையும் நாம் வரலாற்றுச் சமூகவியல் பார்வையில் காணவேண்டியது அவசியமாகின்றது.

---

1. Notices of Madras and Cuddalore in the last century from missionaries of the society for promoting Christian Knowledge, Pg viii

தனது நாட்குறிப்புக்களின் அடிப்படையில் சூல்ட்சே தமிழ் நிலத்தில், அதிலும் மிகக் குறிப்பாக மெட்ராஸ் நகரத்தில் தான் வாழ்ந்த காலமான 1726 முதல் 1742 வரையிலான கால கட்ட நிகழ்வுகளின் ஆவணப்பதிவாக ஜெர்மானிய மொழியில் அவர் எழுதிய நூல் *'Die auf der Küste Coromandel in Ost-Indien befindliche grosse und berühmte Stadt der Englischen Nation Madras oder Fort St. George'* என்ற நூலாகும். இதன் முதல் வடிவத்தை பெஞ்சமின் சூல்ட்சே தெலுங்கிலும், ஜெர்மானிய மொழியிலும் எழுதினார். பல இயல்பான செய்திகளை உரையாடல்களாக வழங்குகிறது இந்த நூல். அதன் பின்னர் அவரே இதனை ஆங்கிலத்தில் *'The Large And Renowned Town Of The English Nation In The East-Indies Upon The Coast Of Coromandel, Madras Or Fort St. George'* என்ற தலைப்புடன் மொழிபெயர்த்தார். (இந்த நூல் பொதுவாக 'மெட்ராஸ் ஸ்டாட்' என்று சுருக்கமாக அறியப்படுகின்றது)

மெட்ராஸைப் பற்றி மிக விரிவாக விளக்கும் *'Vestiges of Old Madras'* எனும் நூல் தொகுதியின் இரண்டாம் பாகம் சூல்ட்சேயின் 'மெட்ராஸ் ஸ்டாட்' நூல் பற்றியும் குறிப்பிடுவதோடு அதன் ஆங்கில மொழிபெயர்ப்புக்களையும் உள்ளடக்கியதாக வெளிவந்தது. தென்னிந்தியாவில் SPCK மிக விரிவாக 1736ஆம் ஆண்டுக் காலகட்டத்தில் செயல்பட்டுக் கொண்டிருந்ததாகவும், சீர்திருத்தத் திருச்சபையின் சமயப்பணியாளர்கள் பெஞ்சமின் சூல்ட்சே சார்த்தோரியஸ், கைஸ்டர் ஆகியோர் மெட்ராஸ் திருச்சபையில் பணியில் இருந்தனர் என்ற குறிப்பையும் இந்த நூல் பதிகிறது. 1750ஆம் ஆண்டில் ஹாலே ஜெர்மனியில் வெளியிடப்பட்ட இந்த மெட்ராஸ் ஸ்டாட் என்ற நூல் 1740க்கும் 1745க்கும் இடைப்பட்ட காலகட்டத்தில் எழுதப்பட்ட நூல் என்ற தகவலையும் இந்த நூல் குறிப்பிடுகின்றது.

தான் நேரில் கண்ட, அனுபவித்த பல இயல்பான செய்திகளை உரையாடல்களாக வழங்கும் வகையில் இந்த நூலை அமைத்திருக்கின்றார் சூல்ட்சே. முப்பது உரையாடல்களின் வழி, மக்களின் அன்றாட வாழ்க்கை நிலை, மெட்ராஸுக்கு வந்து அங்கு தங்கியிருந்து வாழ்ந்த ஐரோப்பியர்களின் உணவு, உடை, உள்ளூர் மக்களின் தொழில், மெட்ராஸ் துறைமுகத்திற்கு வருகின்ற கப்பல்கள், மெட்ராஸில் வாழ்ந்த அல்லது தங்கியிருந்த பல நாட்டு மக்கள், புழக்கத்தில் இருந்த காசுகள், தாவரங்கள், பண்பாட்டுச் செய்திகள் பற்றிய விபரங்கள் என ஏராளமான செய்திகளை முப்பது உரையாடல்களும் நமக்கு வழங்குகின்றன.

ஜெர்மன், ஆங்கிலம், தெலுங்கு என மூன்று மொழிகளில் அமைந்த இந்த 'மெட்ராஸ் ஸ்டாட்' எனச் சுருக்கமாகக் குறிப்பிடப்படுகின்ற இந்த நூல்கள் Halle Franckesche Stiftungen

பதிப்பகத்தாரால் 1750ஆம் ஆண்டு அச்சுப்பதிப்பாக வெளியிடப்பட்டன. மூல நூல்கள் இன்று இதே ஃப்ராங்கெ கல்விக்கூட நூலகத்தில் பாதுகாக்கப்படுகின்றன. இதன் தமிழ் மொழிபெயர்ப்பை இந்தநூலின் இரண்டாம் பகுதியில் காணலாம். சூல்ட்சே 1750ஆம் ஆண்டில் அச்சுப்பதிப்பாக வெளியிட்ட இந்த மூலநூலுக்கு, ஏறக்குறைய 280 ஆண்டுகளுக்குப் பின் வெளிவருகின்ற முதல் தமிழ் மொழிபெயர்ப்பு இதுவாகும்.

முப்பது உரையாடல்கள் கொண்ட 'மெட்ராஸ் ஸ்டாட்' நூலின் தமிழாக்கத்தை இந்த நூலை வாசிப்போர் புரிந்து கொள்ள எளிதாக்கும் வகையில் மேலும் சில வரலாற்றுச் செய்திகளை இணைப்பதும் தேவையாகின்றது. அந்த வகையில், இந்த வரலாற்றுப் பின்னனியை அறிந்துகொள்ள நமக்குக் கை கொடுக்கின்றன பெஞ்சமின் சூல்ட்சேவின் நாட்குறிப்புகள்.

ரூல்ட்சே நாட்குறிப்புக்களிலிருந்து . . .

சமயப்பணியாளர் பெஞ்சமின் ரூல்ட்சேவின் நாட்குறிப்புச் செய்திகள் மிக முக்கியமான வரலாற்றுச் செய்திகளைப் பதிந்துவைத்துள்ளன. அவற்றுள் சில பகுதிகள்:

தரங்கம்பாடியிலிருந்து கடலூருக்குச் செல்லுதல்

தரங்கம்பாடி, 18 பெப்ரவரி 1726: *நான் மெட்ராஸ் புறப்பட ஆயத்தப் பணிகளைத் தொடங்கிவிட்டேன். எனது திட்டத்தைப் பற்றி ஆளுநர் பெட் அவர்களுக்குத் தெரிவித்து ஒரு கடிதம் எழுதினேன். அந்தக் கடிதத்தில் நான் மெட்ராஸுக்கு வரும்போது கடலூர் பகுதியைக் கடந்துவருவேன் என்பதைக் குறிப்பிட்டேன்.*[1]

பெப்ரவரி 22: *ஹீப்ரூ மொழியிலிருந்து தமிழ் மொழிக்கு மொழிபெயர்ப்பு செய்த தொகுப்புப் பணியை முடித்துவிட்டேன். அதனைத் தற்காலிகமாகத் தரங்கம்பாடி திருச்சபையில் ஒப்படைத்துவிட்டேன்.*[2]

பெப்ரவரி 25: *நான் படகுச் சவாரி மேற்கொண்டு தரங்கம்பாடியிலிருந்து கடலூருக்கு வந்துசேர்ந்தேன். எனது இந்தப் படகு சவாரிக்கு 10*

1. Notices of Madras and Cuddalore in the last century from missionaries of the society for promoting Christian Knowledge,

2. Pg 1

டாலர் செலவானது. ஆனால் தரைவழியாக நான் தஞ்சாவூரைக் கடந்து வரவேண்டுமென்றால் இடையில் சுங்கவரி நிலையங் களைக் கடந்து வர வேண்டியிருக்கும். அது எனது பயணச் செலவை மேலும் அதிகரித்திருக்கும் என்பதால் படகுச் சவாரி சிறந்தது என்று முடிவு செய்தேன். நான் தரங்கம்பாடி யிலிருந்து புறப்பட்ட போது சமயப்பணியாளர்களும் நூற்றுக்கும் மேற்பட்ட மக்களும் கடற்கரைக்கு வந்து வழி என்னை அனுப்பிவைத்தார்கள்.

கடலூரில்

பெப்ரவரி 26: நாங்கள் கடலூர் வந்தடைந்தோம். ஆளுநர் பிட் (Governor Pitt) அவர்கள் அன்று வீட்டில் இல்லை. ஆனால் நாங்கள் திரு. ராபின் பெரிமான் (Mr.Robin Berriman) அவர்களைச் சந்தித்தோம். நாங்கள் அங்கிருந்த பள்ளிக்கூடத்தில் தங்குவதற் காகத் தலைமை ஆசிரியர் திரு. பெக் (Mr.Beck) அவர்கள் எங்களை அழைத்துச் சென்றார்.[3] (இது ஒரு சமூக நலப் பள்ளிக் கூடம். ஆங்கிலேயர்களும் சாதி தாழ்த்தப்பட்ட குழந்தைகளும் படிக்கும் பள்ளிக்கூடம். அவ்வப்போது தரங்கம்பாடி டேனிஷ் திருச்சபை இந்தப் பள்ளிக்கூடத்திற்கு உதவி வந்தது.)

பெப்ரவரி 27: ஆளுநர் பிட் அவர்களைச் சந்திக்கக் காத்திருந் தேன். அவரைச் சந்திக்க ஒரு படகு எடுத்து கோட்டைக்குச் செல்ல வேண்டியிருந்தது. தங்கி இருந்த இடத்திலிருந்து அங்கே சென்றுவரக் கட்டணமாக அரை ஃபணம் காசு வசூலித்தார்கள். கடற்கரையில் இறங்கி அங்கிருந்து ஏறக்குறைய ஒரு மைல் தூரம் நடந்து கம்பெனியின் தோட்டம் இருக்கின்ற பகுதிக்கு ஆளுநர் மாளிகைக்கு வந்தேன். அவர் என்னை இரவு உணவிற்கு இருந்து அவரைச் சிறப்பித்து செல்லுமாறு கேட்டுக்கொண்டார் (இரவு உணவில் இணைந்து கொள்வது பெருமையான ஒரு விசயமாகக் கருதப்படும் என்பதால்). கடலூரில் தங்கியிருக்கும் எல்லா நாளும் இரவு உணவிற்குத் தனது வீட்டிற்கு வர வேண்டுமென அழைப்புக் கொடுத்தார். நான் அவருக்கு நன்றி கூறினேன். நான் தங்கியிருந்த பகுதியில் எனக்கு பல வேலைகள் இருந்ததால் அதனைச் செய்யும் பொருட்டு அவரிடம் விடைபெற்றுக்கொண்டு தங்கியிருந்த பகுதிக்கு வந்துசேர்ந்தேன்.[4]

பெப்ரவரி 28: இன்று நான் திரு. பர்டன் (Mr.Burton) அவர்களை முதன்முறையாக நேரில் சந்தித்தேன். (இவர்

---

3. Notices of Madras and Cuddalore in the last century from missionaries of the society for promoting Christian Knowledge, Pg 1
4. Pg 1

ஆளுநருக்கு அடுத்த நிலையில் இருப்பவர் ஏற்கெனவே நாங்கள் கடிதங்கள் வழியாக பலமுறை தொடர்பில் இருந்தோம். அவர் என்னைச் சந்தித்தபோது, மிகுந்த ஆர்வத்துடன் தமிழ் மொழியில் நான் பொது மக்களுக்குத் தேவாலயத்தில் அன்று உரையாற்ற வேண்டும் என்று கேட்டுக்கொண்டார். அதோடு தான் ஆளுநரிடம் பேசி எனது பணிக்குத் தேவைப்படும் உதவிகளைத் தக்க சமயத்தில் செய்துகொடுக்க முயற்சிப்பதாகவும் உறுதி கூறினார். என்னைச் சந்திக்க மேலும் சில ஆங்கிலேயர்கள் வந்திருந்தார்கள். அவர்கள் தங்கள் விருப்பங்களை என்னிடம் பகிர்ந்துகொண்டார்கள். அன்று பிற்பகல் நான் உள்ளூர்க் குழந்தைகள் கல்வி கற்கும் தமிழ்ப் பள்ளிக்கூடங்களுக்குச் சென்று அங்கு ஆசிரியர்களிடமும் மாணவர்களிடமும் உரையாற்றினேன்.[5]

பரங்கிப்பேட்டை திருச்சபைப் பள்ளிக்கூடங்களில்

ஞாயிற்றுக்கிழமை மார்ச் 3: இன்று ஆங்கிலேயர்களின் தேவாலயத்தில் ஆசிரியர் உடல் நோயுற்று இருந்ததால் அன்று சொற்பொழிவு தடைப்பட்டிருந்தது. அன்று நான் பள்ளிக் கூடத்தில் போர்த்துகீசிய மொழியில் உரையாற்றினேன். நிறைய ஆங்கிலேய வீரர்கள் அன்று நிகழ்ச்சியில் கலந்துகொண்டார்கள். அன்று பிற்பகல் அதே பள்ளிக்கூடத்தில் நான் தமிழ்மொழியில் உரையாற்றினேன். மாலையில் ஜெர்மானியர்களுக்கான சந்திப்பும் வழிபாடும் ஏற்பாடாகியிருந்தது.

மார்ச் 5: அன்று நான் நான்கு உள்ளூர்த் தமிழ்ப் பள்ளிக் கூடங்களுக்குச் சென்றிருந்தேன். முதல் பள்ளிக்கூடத்தில் 50 குழந்தைகள் மட்டுமே இருந்தார்கள். அவர்களுக்கு வாக்கியங்களை மீண்டும் மீண்டும் வாசிக்கவும் எழுத்தாணி கொண்டு பனை ஓலையில் எழுதவும் கற்றுக்கொடுத்தேன். அடுத்த பள்ளிக்கூடத்தில் ஒரு சில மாணவர்கள் மட்டுமே இருந்தார்கள். நான் அந்தப் பள்ளிக்கூடத்து ஆசிரியரைப் பார்த்து "உங்களுக்கு மிகக் குறைவான மாணவர்களே இருக்கின்றார்கள். ஆனால் நான் உங்கள் பள்ளிக்கூடத்தில் சக ஆசிரியராக பணியாற்ற வந்தால் உங்களுக்கு மேலும் மிக அதிகமாக மாணவர்கள் கிடைப்பார்கள்" என்று கூறினேன். அதற்கு அவர், "நீங்கள் சொல்வது உண்மைதான். நான் நம்புகிறேன்" என்று கூறினார். நாங்கள் பேசிக்கொண்டிருக்கும்போது அந்தப் பள்ளிக்கூடத்தின் வாசல் பகுதிகளில் பொதுமக்கள் கூடிவிட்டார்கள். பள்ளிக்கூடத்தின் கதவுப் பகுதி மக்கள் வெள்ளத்தால் நிறைந்திருந்தது. அப்போது நான் பள்ளிக்கூட ஆசிரியரைப் பார்த்து மீண்டும் கூறினேன்: "உங்களிடம் சொன்னேன் அல்லவா? உங்களோடு உங்கள்

---
5. Pg 2

பணியில் உதவினால் மேலும் அதிகமான மாணவர்கள் உங்களுக்குக் கிடைப்பார்கள் என்று." நான் சென்ற மூன்றாவது பள்ளிக்கூடத்தில் அன்று ஆசிரியர் இல்லை. அப்போது மாணவர்களைப் பார்த்து அவர்களிடம் கூறினேன். "உங்களின் ஆசிரியர் வரவில்லை. மற்றொரு ஆசிரியர் வந்திருக்கின்றார்." அந்த மாணவர்கள் கூறியதைப் புரிந்துகொண்டார்கள். நான் அவர்களது பள்ளிக்கூட ஆசிரியர் என்று தெரிந்துகொண்டு மகிழ்ச்சியுடன் நான் கற்றுக்கொடுத்த பாடத்தை எழுதிப் பயிற்சி செய்தார்கள்.[6]

கிராமத்தில் பொதுமக்களுடன்

ஏப்ரல் 7: நான் போர்டோ நோவோவிலிருந்து (பரங்கிப் பேட்டை) கடலூரை நோக்கிப் புறப்பட்டேன்.[7] டேனிஷாரின் தொழிற்கூடத்தைப் பார்த்துக்கொள்பவரும் எனக்கு அப்பகுதியில் பல இடங்களைப் பற்றி விபரம் சொல்லி அழைத்துச்சென்ற இசுலாமியருமான ஒருவர்[8] என்னுடன் வந்தார். நாங்கள் கடற்கரை பகுதியில் நடந்துசென்றோம். இரவு நிலவு வரும் வேளையில் நாங்கள் ஆய்ப்பட்டி என்ற மீனவர் கிராமத்தை வந்தடைந்தோம். எங்களை யாரும் வரவேற்று அவர்களது குடிலுக்குள் தங்க இடம் தரவில்லை. கிராமத்தின் எல்லைப் பகுதியில் ஒரு குடிசைப் பகுதிக்கு வந்தோம். அந்த குடிசையில் வயதான ஒரு பெண்மணியும் அவரது இரண்டு மகன்களும் இருந்தார்கள். அக்குடிசையில் சில பன்றிகளும் இருந்தன. அது ஒரு ஓலைக்குடிசை வீடு. அந்தப் பெண்மணி எங்கள் இருவருக்கும் அன்று இரவு தன் குடிசையில் தங்க இடமளித்தார். நாங்கள் மணலின்மீது பாயை விரித்துப் போட்டுப் படுத்து உறங்கி அன்றைய இரவைக் கழித்தோம். 8ஆம் தேதி நாங்கள் கடலூரை வந்தடைந்தோம்.[9]

சதுரங்கப்பட்டினம் வந்து அங்கிருந்து மெட்ராஸுக்குப் புறப்படுதல்

மே 7: நாங்கள் எங்கள் பயணத்தைக் கோவளம் நோக்கித் தொடர்ந்தோம். ஆங்கிலேயக் காலனித்துவ அரசு இப்பகுதியைச்

---

6. Notices of Madras and Cuddalore in the last century from missionaries of the society for promoting Christian Knowledge, Pg 2
7. கூகள் வரைபடம்: பரங்கிப்பேட்டையிலிருந்து கடலூருக்கு வடக்கு நோக்கி சுமார் 34 கிமீ தூரம்.
8. அரேபிய மூர் என நூலில் குறிப்பிடப்படுகிறது.
9. Notices of Madras and Cuddalore in the last century from missionaries of the society for promoting Christian Knowledge,Pg 9

சதுரங்கப்பட்டினம் என்று அழைக்கிறது. சதுரங்கப்பட்டினம் *(Sadraspatnam)* வந்துசேர்ந்தோம். இந்தப் பகுதி முகலாயர்களுக்குச் சொந்தமானது. இங்கே அவர்களைப் பிரதிநிதித்துவப்படுத்தும் ஓர் ஆளுநர் இருக்கின்றார். இங்கே அவர்களுக்கான ஓர் அழகிய அரண்மனை இருக்கிறது. ஆங்கிலேயக் காலனித்துவ அரசுக்கு, அதாவது கிழக்கிந்தியக் கம்பெனியைப் பிரதிநிதித்துவப் படுத்தும் ஒரு ஆளுநர் இப்பகுதியில் இருக்கின்றார். அவரோடு ஆங்கிலேயர் சிலரும் இருக்கின்றார்கள். அவர்களோடு செயின்ட் தாமஸ் புனித மலையில் பிறந்த சமயப்பணியாளர் ஒருவர் இப்பகுதியில் இருக்கிறார்.[10]

மே 8: இப்பகுதியில் நாங்கள் ஒவ்வொரு நிமிடமும் மெட்ராஸிலிருந்து வருகின்ற பயணிகளைச் சந்தித்தோம். செயின்ட் தாமஸ் மலையைக் கடந்து எங்கள் பயணம் தொடர்ந்தது. செயின்ட் தாமஸ் மலை எங்கள் இடது புறம் இருக்க நாங்கள் மயிலாப்பூரைக் கடந்துவந்தோம். மாலை 6 மணிக்கு நாங்கள் மெட்ராஸ் வந்தடைந்தோம். அன்று ஆளுநரை அவரது வீட்டுத் தோட்டத்தில் சந்தித்தேன். அவர் என்னை வரவேற்று வாழ்த்துக் கூறி எனது நோக்கம் வெற்றியடைய வாழ்த்தினார். அன்று காலையே எனது எல்லாப் பொருட்களும் கடலூரிலிருந்து வந்தசேர்ந்திருந்தன. அப்போது எனக்குத் தரங்கம்பாடியில் இருந்து ஒரு கடிதம் வந்திருந்தது. அதில் தரங்கம்பாடியில் எல்லா நடவடிக்கைகளும் சீராக நடைபெற்றுக்கொண்டிருப்பதாகக் குறிப்பிடப்பட்டிருந்தது.[11]

10. Pg 9
11. Pg 12

மெட்ராஸ் வந்த பின்னர்...

மேற்காணும் குறிப்புகள் தரங்கம்பாடியில் கடற்கரையோரம் தனது பயணத்தை 18 பெப்ரவரி 1726 அன்று தொடக்கிய பெஞ்சமின் சூல்ட்சே, மே 8ஆம் தேதி மெட்ராஸ் வந்துசேர்ந்ததையும் வழியில் அவரது அனுபவங்களையும் காட்சிப்படுத்தும் வகையில் அமைகின்றன. படகுப் பயணமாகவும், நில வழிப்பயணமாகவும் இவரது பயணம் அமைந்தது. இடைப்பட்ட காலத்தில் பல கடற்கரை நகரங்களில் பயணத்தை நிறுத்தி அங்கு தனது சமயப் பணி தொடர்பான நடவடிக்கைகளில் ஈடுபட்டமையையும், பள்ளிக்கூடங்களில் மாணவர்களுக்குப் பாடம் போதித்ததையும், தான் சந்தித்த பலரையும் பல சம்பவங்களைப் பற்றியும் இவர் தனது நாட்குறிப்பில் துல்லியமாக வழங்குகின்றார்.

சமயப்பணியாளர் பெஞ்சமின் சூல்ட்சே தரங்கம்பாடியில் இருக்கும் தனது சக சமயப் பணியாளர்களுக்கு 'செயிண்ட் ஜோர்ஜ் கோட்டை, மெட்ராஸ், 11 மே 1726' என்று தேதியிட்டு எழுதிய கடிதத்தில், தான் சில நாட்களைக் கடலூர் மற்றும் அதன் சுற்றுவட்டாரக் கிராமங்களில் செலவிட்டதாகவும், சில நாட்கள் மொகலாய நாட்டில் (நவாப் மன்னரின் ஆளுமைக்கு உட்பட்ட பகுதிகள்) சீர்திருத்தக் கிருத்துவ மதத்தைப் பரப்பும் செயலில் ஈடுபட்டதையும், பின்னர் அங்கிருந்து தான் மெட்ராசுக்குச் சென்றுசேர்ந்ததையும் குறிப்பிடுகின்றார். தனக்கு வாய்ப்புக் கிட்டியபோதெல்லாம் கால்நடையாகவே நடந்து சென்றதாகவும், சென்ற இடங்களிலெல்லாம் சமயப்பிரச்சாரம்

செய்ததாகவும் கூறுகின்றார். இரவு வேளைகளில் தமிழ் மக்களோடு (மலபார் மக்களோடு – ஐரோப்பியர்களது பல ஆவணங்கள் தமிழ் மக்களைக் குறிப்பிட 'மலபார் மக்கள்' என்ற சொல்லைப் பயன்படுத்துகின்றன) தங்கும் விடுதிகளில் தங்கியிருந்ததையும் தனது முழுப் பயணமும் மன நிறைவளிக்கும் பயணமாக அமைந்ததையும் குறிப்பிடுகின்றார்.[1]

மெட்ராஸுக்கு வந்து அங்கு தனது பணியை ஏற்றுக் கொண்ட பின்னர் தொடர்ச்சியாகப் பல இடங்களுக்குச் சென்று அங்குள்ள சூழ்நிலையை ஆராய்ந்து தனது அனுபவங்களை நாட்குறிப்புகளாகப் பதிந்துவைக்கின்றார் பெஞ்சமின் சூல்ட்ஷெ.

மெட்ராஸ் அனுபவங்கள்

ஜூன் 4: நாங்கள் மெட்ராஸ் நகரின் அருகாமையில் இருந்த ஒரு கிராமத்திற்குச் சென்றோம். இந்தக் கிராமத்தின் எல்லையில் பெரிய குளம் ஒன்று உள்ளது. அதனைச் சுற்றிப் பிராமணர்களின் வீடுகள் இருக்கின்றன. நாங்கள் சென்ற சமயத்தில் அவர்கள் வீட்டு வாசல் கதவின் முன் அமர்ந்திருந்தார்கள். நான் அவர்களிடம் பேசத் தொடங்கியபோது ஒருவர் எனக்குப் போர்த்துகீசிய மொழியில் பதில் அளித்தார். எனக்கு மிகுந்த ஆச்சரியமாகியது. ஏனென்றால், எனது அனுபவத்தில் இவர்தான் போர்த்துக்கீசிய மொழி பேசும் முதல் பிராமணர். நான் இதுவரை பிராமணர்கள் போர்த்துகீசிய மொழி பேசிக் கேட்டதில்லை. அவருக்கு எப்படி போர்த்துகீசிய மொழி தெரியும் என்று நான் கேட்டதற்கு, தான் ஒரு கிறித்துவப் பள்ளிக்கூடத்தில் பயின்றதாகவும், அங்குதான் போர்த்துக்கீசிய மொழியை எழுதவும் படிக்கவும் கற்றுக் கொண்டதாகவும் கூறினார். தனக்கு டச்சு மொழி தெரியும் என்றும் கூறினார். அவர் ஏற்கெனவே கிறித்துவ நூல்களைப் பற்றி அறிந்திருப்பார் என்பதால் நான் அவருக்குச் சமயச் செய்திகளைக் கூறவில்லை. நாங்கள் பேசிக் கொண்டிருக்கும்போது ஒரு நாய் எங்கள் அருகில் ஓடிவந்து அவர் மேல் உரசி நின்றது. உடனே அந்த மனிதர் எங்கள் உரையாடலை நிறுத்திவிட்டுத் தான் அசுத்தம் அடைந்துவிட்டதாகக் கூறிக்கொண்டு அவசர அவசரமாகக் குளத்திற்குச் சென்று, அங்கே குளித்து தன்னைத் தூய்மைப்படுத்திக் கொண்டார்.[2]

ஜூன் 6: நான் பழவேற்காட்டில் உள்ள எல்லாப் பள்ளிகளுக்கும் சென்றுவந்தேன். அங்கு உள்ள பள்ளிகளில் நான்கு

1. Notices of Madras and Cuddalore in the last century from missionaries of the society for promoting Christian Knowledge, Pg 13
2. Notices of Madras and Cuddalore in the last century from missionaries of the society for promoting Christian Knowledge,Pg 18

பள்ளிகளில் குழந்தைகள் தமிழ் மொழியில் படிக்கின்றார்கள். ஒரு பள்ளிக்கூடத்தில் தெலுங்கு மொழியில் பாடம் நடத்தப்படுகிறது. மேலும் ஒரு இஸ்லாமியப் பள்ளிக்கூடமும் அங்கு இருக்கிறது. அந்த இஸ்லாமியப் பள்ளிக்கூடத்தில் மாணவர்கள் திருக்குர்ஆன் படிக்கின்றார்கள்.[3]

ஜூன் 7: இன்று நாங்கள் 'இருமணி' *(Irumani)* கிராமத்திற்குச் சென்றோம். இங்குள்ள மக்கள் நெசவாளர்களாகவும் துணிகளுக்குச் சாயம் போடும் தொழிலைச் செய்பவர்களாகவும் இருக்கின்றார்கள். இவர்கள் டச்சுக் கம்பெனிக்காக வேலை செய்கிறார்கள். அவர்களிடம் நான் சமயப் பாட பிரசங்கம் நடத்த முடியவில்லை. அவர்களது முழுக் கவனமும் அவர்களது தொழிலேயே இருந்தது. இது ஒரு பெரிய கிராமம். ஆனால் இங்கு பள்ளிக்கூடங்கள் இல்லை. சிறிய குழந்தைகள்கூடத் தங்கள் பெற்றோருக்கு வேலையில் உதவும் வகையில் ஈடுபட்டிருந்தார்கள். அருகாமையில் இருக்கும் மேலும் ஒரு கிராமமான 'இருக்கம்' *(Irukkam)* கிராமத்திற்குச் செல்வதற்கு எனக்கு ஆர்வம் ஏற்படவில்லை. ஏனெனில் இங்குள்ள மக்களும் டச்சுக் கம்பெனிக்காக வேலை செய்கிறார்கள். இந்தப் பகுதியில் பழவேற்காட்டிலிருந்து ஏழு மைல் தூரத்தில், ஆறு பிரியும் இடத்தில் இருக்கின்ற குட்டித் தீவில் டச்சுக்காரர்களின் தொழிற்சாலை இருக்கின்றது. இந்தத் தீவில் நல்லபாம்புகள் அதிகம். அன்று மதியம் நான் குப்பம் கிராமத்திற்குச் சென்றேன். இந்தக் கிராமம் சீர்திருத்தக் கிருத்துவ மற்றும் ரோமன் கத்தோலிக்கச் சமயப்பணியாளர்கள் தங்கியிருக்கும் மாளிகையின் அருகில் உள்ளது. மெட்ராஸில் உள்ள ரோமன் கத்தோலிக்கச் சமயப்பணியாளர்களும், செயின்ட் தாமஸ் சமயப்பணியாளர்களும் இந்தப்பகுதியில் ஒரு சிறிய கத்தோலிக்கத் தேவாலயத்தை அமைக்க உதவி இருக்கின்றார்கள்.[4]

ஜூன் 16: ஐரோப்பியக் கப்பலான மேரி *(The Mary)* மெட்ராஸ் துறைமுகம் வந்தடைந்தது. செயலாளர் திரு. நியூமன் *(Mr.Newman – Secretary to the Society for Promoting Christian Knowledge, SPCK)* அவர்களிடமிருந்து எனக்கு ஒரு கடிதம் வந்திருந்தது. அந்தக் கடிதத்தில் தரங்கம்பாடி திருச்சபைக்கு 140 ரிம் காகிதத்தாட்கள் அனுப்பப்பட்டுள்ளதாகவும், தமிழ் மொழியில் பைபிள் அச்சடிக்க அவற்றைப் பயன்படுத்திக்கொள்ள வேண்டும் என்றும் தெரிவிக்கப்பட்டிருந்தது.[5]

---

3. Pg 18
4. Pg 18
5. Pg 18

ஜூன் 19: திருவிளக்கம் *(Tiruvilackem)* கிராமத்திற்குச் சென்றிருந்தேன். இந்தக் கிராமம் கிழக்கிந்தியக் கம்பெனிக்குச் சொந்தமான நிலப்பகுதியில் அமைந்திருக்கிறது. இப்பகுதியில் 200 பிராமணக் குடும்பங்கள் இருப்பதாகக் கூறினார்கள். நான் இரண்டு கிரந்தப் பள்ளிக்கூடங்களுக்குச் சென்று சமய உரை நிகழ்த்தினேன்.

OOO

மெட்ராஸ் நகருக்கு வந்த நாள் முதல் அங்கும், பழவேற்காட்டிலும் அதன் அருகாமைக் கிராமங்களிலும் தனக்கு ஏற்பட்ட ஒவ்வொரு நாள் நிகழ்வையும் நாட்குறிப்புக்களில் சூல்ட்சே துல்லியமாக எழுதியிருப்பதைக் காண முடிகின்றது. இந்தக் குறிப்புகள் ஒவ்வொன்றின் வழியாக அன்றைய மெட்ராஸ் பற்றி அறிந்துகொள்வது எளிதாகின்றது.

மெட்ராஸில் திருச்சபை உருவாக்கம் – வரலாறு

மெட்ராஸ் – வரலாற்றுக்குறிப்புகள்

மெட்ராஸ் எனக் குறிப்பிடும் இன்றைய சென்னை மாநகரம் வரலாற்றுக்காலத்துக்கு முன்னரே மனிதர்கள் வாழ்ந்த ஒரு நிலப்பகுதி என்பதற்குச் சான்றாக ராபர்ட் ப்ரூஸ் ஃபூட்டின் (Robert Bruce Foote) ஆய்வுகள் திகழ்கின்றன. இவர் சென்னைக்கு அருகே உள்ள பல்லாவரத்தில் நிகழ்த்திய ஆய்வுகளில் பழங்கற்காலக் கருவிகளைக் கண்டுபிடித்தார்.[1] இது, மெட்ராஸ் மிகநீண்டகாலமாக மனிதகுலம் வாழ்ந்த ஒரு பகுதி என்பதை உறுதிசெய்கின்றது. 'மெட்ராஸ்' அல்லது 'மதராஸ்' என்பது தமிழ்ப்பெயரல்ல என்ற கருத்துக்களும் கூறப்படுகின்றன. ஆயினும், இது தமிழ்ச்சொல்தான் என்பதை உறுதி செய்யும் வகையில் சான்றுகளைக் காணமுடிகின்றது. தமிழகத் தொல்லியல் துறை கிருஷ்ணகிரி அருகில் உள்ள பெண்ணேஸ்வர மடம் என்ற இடத்திலே ஒரு கல்வெட்டினைக் கண்டுபிடித்தது. இந்நகரின் ஆற்றங்கரையின் அருகே உள்ள குன்று ஒன்றில் விஜயநகர மன்னர்கள் காலத்து இக்கல்வெட்டு உள்ளது. 1367ஆம் ஆண்டு ஜூலை 21 இக்கல்வெட்டு வெளியிடப்பட்டது. 1973ஆம் ஆண்டு தமிழகத் தொல்லியல் துறையினால் இக்கல்வெட்டு கண்டுபிடிக்கப்பட்டது. தமிழகத்தின்

---

1. Prehistoric Antiquities and personal Lives: The Untold Story of Robert Bruce Foote, (Man and Environment XXXIII(1): 2008, Pg 37

கிழக்குக் கடற்கரை துறைமுகப்பட்டினங்களைப் பற்றி விவரிக்கும் இக்கல்வெட்டு 'மாதரசன் பட்டணம்' என்ற ஒரு நகரைக் குறிப்பிட்டுச் சொல்கிறது. மாதரசன் பட்டணமே ஆங்கிலேயர் களால் மதராஸ் என மறுவி வழங்கப்பட்டது என்று தொல்லியல் அறிஞர் டாக்டர். ராஜவேலு குறிப்பிடுகின்றார்.[2]

மதராசப்பட்டினம் ஆங்கிலேயர்களின் வருகைக்கு முன்னரே, அதாவது 1639–40 காலகட்டத்திலேயே வழக்கில் இருந்த பெயராகும். ஆங்கிலேயர்கள் வருகைக்குப் பின்னர், செயிண்ட் ஜோர்ஜ் கோட்டை கட்டப்பட்ட பின்னர், கோட்டைக்கு வடக்குப் பகுதி சில காலங்களில் 'சென்னப்பட்னம்' என்ற பெயருடன் அழைக்கப்படுவது வழக்கமாயிற்று. இதற்கு முக்கியக் காரணம் தாமரல வெங்கடாபதியும், ஐயப்பாவும் இதனை அவ்வாறு அழைக்கப்படுவதை விரும்பினர். தாமரல வெங்கடாபதி வடக்கே பழவேற்காட்டிலிருந்து, தெற்கில் போர்ச்சுக்கீசியர்கள் இருந்த சாந்தோம் வரையிலான கரையோர இடத்தை விஜயநகர மன்னரின் பிரதிநிதியாக ஆண்டுவந்தார். அவரது தந்தையின் பெயர் சென்னப்ப நாயக்கன். தாமரல ஐயப்ப நாயக்கன் ஃப்ரான்சிஸ் டேக்கு 1639ஆம் ஆண்டில் ஆர்மோகம் (ஆறுமுகம் என்ற இடம்) என்ற பகுதியிலிருந்து எழுதிய கடிதத்தில் தனது தந்தை சென்னப்ப நாயக்கன் பெயரில் ஒரு நகரை உருவாக்கத் தான் விரும்புவதைக் குறிப்பிடுவதோடு ஆங்கிலேயர்கள் அப்படி வந்து தங்கியிருந்து செயல்பட விரும்பினால் தாம் பிரத்தியேகச் சலுகைகளை அவர்களுக்கு வழங்குவதாகவும் குறிப்பிடுகின்றார்.[3] ஆகவே அவர் தனது தந்தையின் நினைவாக மதராசப்பட்டினத்தின் பெயரை சென்னப்பட்டினம் என மாற்றி பெயர் வைக்க விரும்பினார்.[4] ஆகவே, சென்னை, சென்னப்பட்னம் அல்லது சென்னப்பட்டினம் எனக் குறிப்பிடப்படும் பெயர் உருவாவதற்கு முன்னரே இப்பகுதி மதராசப்பட்டினம் என்று அழைக்கப்பட்டது என்பதையும், அதுவே தொடர்ந்து 'மெட்ராஸ்' என மறுவி வழக்கில் வந்தது என்பதையும் உறுதியாகக் கூறலாம்.

மெட்ராஸில் திருச்சபை உருவாக்கம்

தரங்கம்பாடி சீர்திருத்தக் கிருத்துவத் திருச்சபையின் முதல் தலைமைப்பொறுப்பை ஏற்றிருந்தவர் சமயப்பணியாளர் பார்த்தலோமஸ் சீகன்பால்க். சீகன்பால்க் உடல் நலக்குறைவால்

2. https://www.digital-madras.tamilheritage.org/ (மெட்ராஸ் பற்றி கல்வெட்டுக்கள் சொல்லும் செய்தி என்ன?)
3. History of the City of Madras, Pg 39
4. மதராசபட்டினம், பக்.30

1719ஆம் ஆண்டில் காலமாகும்போது க்ருண்ட்லர் தலைமை பொறுப்பை ஏற்றுக்கொண்டு திருச்சபையின் எல்லாப் பணிகளையும் ஏற்றுச் செயல்படுத்தி வந்தார். ஒரு வருட காலத்தில் க்ருண்ட்லரும் காலமாகவே, தரங்கம்பாடி திருச்சபையின் தலைமைப் பொறுப்பை ஏற்கும் நிலை பெஞ்சமின் சூல்ட்சேவுக்கு அமைந்தது.[5] அந்தக் காலகட்டத்தில் தரங்கம்பாடியில் அவர் ஒருவர் மட்டுமே பொறுப்பில் இருந்தார்.[6] அடுத்து சில ஆண்டுகளுக்குப் பின்னரே, அதாவது 1725ஆம் ஆண்டு சமயப்பணியாளர்கள் பூச, ப்ரெச்சியர், வால்த்தர் ஆகியோர் தரங்கம்பாடிக்கு வருகின்றனர்.[7] ஆக, தனியாகவே திருச்சபையின் செயல்பாடுகளை சூல்ட்சே 1720 முதல் 1725 வரையிலான காலகட்டத்தில் நிகழ்த்திவந்தார் என்பதை அறிய முடிகின்றது.

சீகன்பால்க் தரங்கம்பாடி திருச்சபையில் தலைமைப் பொறுப்பேற்றிருந்த காலகட்டத்தில் 1710ஆம் ஆண்டில் மெட்ராஸுக்கு வந்திருக்கின்றார். அந்த வருகையின்போது கிழக்கிந்தியக் கம்பெனியின் கோட்டை, தொழிற்சாலைகள் ஆகியவற்றைப் பார்வையிட்டதோடு இப்பகுதியில் சீர்திருத்தக் கிருத்துவத் திருச்சபையை விவரிக்கும் பணிகளைத் தொடங்க ஏதேனும் வாய்ப்புகள் இருக்குமா என்றும் ஆராய்ந்தார். அப்போது கிழக்கிந்தியக் கம்பெனி அரசின் ஆளுநராக இருந்தவர் எட்வர்ட் ஹாரிசன் (**Edward Harrison**). ஆளுநர் சீகன்பாலுக்கு நல்ல வரவேற்பை அளித்தார் என்பதோடு மெட்ராஸிலும் ஒரு திருச்சபையை உருவாக்க வேண்டிய சாத்தியங்கள் பற்றி மிக ஆர்வத்துடன் பேசியதையும் அதனைக் குறிப்பிட்டு பின்னர் கடிதம் எழுதினார் என்பதையும் அறிய முடிகின்றது.[8] சீகன்பால்க் மெட்ராஸில் இருந்தபோது குதிரைச் சவாரி செய்தும் சில நாட்கள் பல்லக்கில் பயணம் செய்தும் மெட்ராஸில் பல பகுதிகளையும் பார்வையிட்டார்.[9]

இந்த ஆரம்பகால முயற்சிகள் உடனடியாக மெட்ராஸில் திருச்சபை உருவாக்குவதற்கான குறிப்பிடத்தக்க வகையிலான எந்தப் பலனையும் ஏற்படுத்தவில்லை. இதற்கு முக்கியக்

---

5. ஜெர்மன் தமிழியல் – நெடுந்தமிழ் வரலாற்றின் திருப்புமுனை, பக்.72
6. A History of Christianity in India 1707-1858, Pg 40
7. ஜெர்மன் தமிழியல் – நெடுந்தமிழ் வரலாற்றின் திருப்புமுனை, பக்.44
8. A History of Christianity in India 1707-1858, Pg 41
9. The Church in Madras being the History of the Ecclesiastical and Missionary action of the East India Company in the presidency of Madras in the seventh and eighteen century (Rev. Frank Penny, LL.M.) London Smith, Elder, & Co., 1904 Pg 183

காரணமாக அப்போதைய சூழலில் தரங்கம்பாடியில் உருவாக்கப்பட்ட புதிய ஜெருசலம் தேவாலயப் பணிகள், 1710ஆம் ஆண்டு வாக்கில் அமைக்கப்பட்ட சமூகப் பள்ளிக்கூடச் செயல்பாடுகள், ஜெருசலம் அச்சுக்கூடப்பணிகளின் தொடக்கம் என்ற வகையில் சீகன்பால்க்கும், ப்ளெட்சொவும், க்ரூண்ட்லரும் பல்வேறு பணிகளில் ஈடுபட்டு வந்தமையைக் குறிப்பிடலாம்.

ஆயினும் இந்த முயற்சிகள் ஜெர்மானியச் சமயப்பணியாளர்களுக்கும் SPCK அமைப்பிற்குமான நட்புறவைப் பலப்படுத்தின. இதனை உறுதி செய்யும் குறிப்பிடத்தக்க நிகழ்வு ஒன்று 1712ஆம் ஆண்டின் தொடக்கத்தில் நிகழ்ந்தது. SPCK அமைப்பு சமயப்பணியாளர் சீகன்பால்க்கின் தலைமையில் செயல்பட்டுவந்த தரங்கம்பாடி திருச்சபை திட்டமிட்டு வந்த அச்சுக்கூடத்தை நிர்மாணிப்பதற்கான அச்சு இயந்திரத்தையும் நூல்கள் பதிப்புப்பணிக்குத் தேவைப்படும் தாட்களையும் கப்பலில் அனுப்பிவைத்தது. அவற்றோடு வெள்ளிகாசுகளையும், 250 போர்த்துக்கீசிய மொழியில் அமைந்த பைபிளின் புதிய ஏற்பாடு நூல்களையும் இலவசமாக நன்கொடையாக அனுப்பிவைத்தது.[10]

சீகன்பால்க் மெட்ராஸ் நகரில் திருச்சபையின் நடவடிக்கைகளை விரிவாக்க வேண்டும் என்று மிகவும் விரும்பினார் என்பதை அவரது தொடர்ச்சியான செயல்பாடுகள் உறுதி செய்கின்றன. 1712ஆம் ஆண்டு அவர் SPCK அமைப்பின் லண்டன் தலைமையகத்திற்கு ஒரு கடிதம் அனுப்பி மெட்ராஸ் நகரில் தாம் ஒரு திருச்சபையின் அமைப்பை உருவாக்க விரும்புவதாகவும், தமிழகத்தில் திருச்சபை நடவடிக்கைகளை முழுமையாகச் செயல்படுத்த மெட்ராஸ் நகரம்தான் சிறந்த இடம் என்று தாம் உணர்வதாகவும் குறிப்பிடுகின்றார். தனது இந்தக் கோரிக்கையை செயிண்ட் ஜோர்ஜ் கோட்டையில் இருக்கும் ஆளுநருக்கும் ஏனைய இயக்குநர்களுக்கும் தெரிவிக்குமாறும் தனது கடிதத்தில் குறிப்பிடுகின்றார்.[11] இந்த முயற்சிகள் தாம் பிற்காலத்தில், அதாவது ஏறக்குறைய 16 ஆண்டுகளுக்குப் பிறகு சமயப்பணியாளர் பெஞ்சமின் சூல்ட்சே மெட்ராஸ் திருச்சபை நிர்மாணிப்பிற்கு அடித்தளம் அமைத்துக் கொடுத்த செயல்பாடுகள் எனலாம்.

மெட்ராஸில் ஒரு சீர்திருத்தக் கிருத்துவத் திருச்சபையின் உருவாக்கத்திற்கான பணிகள் 1717ஆம் ஆண்டில்தான் தொடங்குவதைக் காண்கின்றோம். அப்போதைய மெட்ராஸின்

10. Pg 184

11. The Church in Madras being the History of the Ecclesiastical and Missionary action of the East India Company in the presidency of Madras in the seventh and eighteen century (Rev. Frank Penny, LL.M.) London Smith, Elder, & Co., 1904, Pg 184

ஆளுநர் ஜோசப் கோல்லெட் *(Joseph Collet)* லண்டனிலிருந்த கிழக்கிந்தியக் கம்பெனியின் சமயப்பிரிவு இயக்குநர்களுக்குக் கடிதம் எழுதுகின்றார். அக்கடிதத்தில் தரங்கம்பாடி சீர்திருத்தத் திருச்சபை சமயப்பணியாளர்கள் தரங்கம்பாடியில் மட்டுமன்றி கடலூரிலும் தங்கள் சேவையை விரிவுபடுத்திச் செயல்படு வதைச் சுட்டிக் காட்டுகின்றார். கடலூரில் செயிண்ட் டேவிட் கோட்டையில் இந்தச் சமயப்பணியாளர்கள் உள்ளூர்த் தமிழ் மக்களுக்காக ஒரு சமூகநலப் பள்ளிக்கூடத்தை ஏற்படுத்தி யிருப்பதையும், அங்கே ஓர் ஆசிரியர் தமிழ் மொழியில் பாடத்தைப் போதிக்கவும், ஒரு ஆசிரியர் போர்த்துக்கீசிய மொழியில் போதிக்கவும் ஏற்பாடு செய்திருப்பதையும் குறிப்பிடுகின்றார். அதுமட்டுமன்றி, இச்சமயப்பணியாளர்கள் மெட்ராஸிலும் இரண்டு பள்ளிக்கூடங்களை உருவாக்கியிருக்கின்றார்கள் என்றும், அதில் போர்த்துக்கீசிய மொழிப் பள்ளிக்கூடம் ஒன்று வெள்ளை நகரத்தில் இயங்குவதாகவும், மேலும் ஒரு தமிழ்மொழிப் பள்ளிக்கூடம் கருப்பு நகரத்தில் இயங்குவதாகவும் குறிப்பிடுகின்றார்.

சீகன்பால்க்குடன் துணையாகத் தரங்கம்பாடி திருச்சபை யில் பணியாற்ற ஜெர்மனியிலிருந்து வந்த சமயப்பணியாளர் க்ருண்ட்லரும் மெட்ராஸ் நகரில் ஒரு சீர்திருத்தத் திருச்சபை தொடங்குவது தொடர்பான முயற்சிகளில் சீகன்பால்க்குக்குத் துணையாக ஈடுபட்டிருந்தார். 1715ஆம் ஆண்டு சமயப்பணியாளர் க்ருண்ட்லர் மெட்ராஸ் ஆளுநராக இருந்த ஹாரிசனுக்கு ஒரு கடிதம் எழுதுகின்றார். SPCK அமைப்பின் உதவியுடன் மெட்ராஸ் நகரிலும் தேவனப்பட்டினத்திலும் தாம் வெற்றிகர மாக ஒரு சீர்திருத்தத் திருச்சபையின் அமைப்பை உருவாக்க முடியும் என்று தனது கடிதத்தில் அவர் குறிப்பிடுகின்றார். இந்தக் கடிதத்திற்குப் பதில் கடிதத்தை மெட்ராஸ் ஆளுநர் ஹாரிசன், 25 அக்டோபர் 1715ஆம் ஆண்டு எழுதுகின்றார். அக்கடிதத்தில் க்ருண்ட்லரின் கடிதம் தமக்கு மகிழ்ச்சி அளிப்பதாகக் குறிப்பிட்டு, மெட்ராஸ் பட்டினத்திலோ அல்லது தேவனப்பட்டினத்திலோ எங்கே தொடங்குவதென்றாலும் தாம் அதற்கு முழு ஒத்துழைப்பு நல்குவதாகவும் எழுதுகின்றார்.[12]

இந்தக் கடிதப் போக்குவரத்தின் அடிப்படையில் க்ருண்ட்லர் லண்டனில் இருக்கும் SPCK அமைப்பின் செயலாளர் ஹென்றி நியூமனுக்கு 16 ஜனவரி 1715, ஒரு கடிதம் எழுதி அதனைச்

---

12. The Church in Madras being the History of the Ecclesiastical and Missionary action of the East India Company in the presidency of Madras in the seventh and eighteen century (Rev. Frank Penny, LL.M.) London Smith, Elder, & Co., 1904 Pg 189

சோழமண்டலக் கடற்கரை துறைமுகத்திலிருந்து புறப்பட்டுச் சென்ற பிரித்தானியக் கப்பலில் அனுப்பிவைக்கின்றார். அக்கடிதத்தில் ஆளுநரின் சம்மதம் கிடைத்திருப்பதைக் குறிப்பிட்டு மெட்ராஸ் அல்லது தேவனப்பட்டினத்தில் ஒரு தமிழ் இலவசப் பள்ளிக்கூடம் ஒன்றைத் தொடங்க முயற்சிப்பதைக் குறிப்பிடுகின்றார்.[13]

க்ருண்டலர் மெட்ராஸ் பட்டினத்திலோ அல்லது தேவனப்பட்டினத்திலோ ஒரு சமூக இலவச தமிழ்ப் பள்ளிக்கூடத்தை வடிவமைத்து உருவாக்கும் பணியைத் தொடங்கியிருந்தார். மே மாதம் 1717ஆம் ஆண்டு அவர் செயிண்ட் ஜோர்ஜ் கோட்டைக்கு வந்து தனது திட்ட அறிக்கையைச் சமர்ப்பித்தார். இத்திட்டம் கிழக்கிந்தியக் கம்பெனி அரசாங்கத்தில் 1717 மே 27ஆம் தேதியன்று சமர்ப்பிக்கப் பட்டுக் கலந்தாலோசிக்கப்பட்டது. இந்தத் திட்டத்தில் க்ருண்ட்லர் ஒரு போர்த்துக்கீசியப் பள்ளிக்கூடத்தையும் ஒரு தமிழ்மொழிப் பள்ளிக்கூடத்தையும் பரிந்துரைத்திருந்தார். கிழக்கிந்தியக் கம்பெனியில் பணிபுரிகின்ற ஏராளமான ஊழியர்களின் குழந்தைகளுக்குக் கல்வி வாய்ப்புகள் கிடைக்காமல் இருக்கின்றமையினாலும் அவர்களுக்குக் கல்வி வாய்ப்பினை வழங்குவதால் அவர்கள் ஏனைய ஐரோப்பியர்களோடு உரையாடவும் எழுதவும் படிக்கவும் கற்க வாய்ப்பாக இது அமையும் என்றும் இந்தப் பரிந்துரையில் க்ருண்டலர் குறிப்பிட்டிருந்தார்.

இடையில் லண்டனிலிருந்து வந்த கப்பலில் தரங்கம்பாடி திருச்சபையின் கல்விப்பணிகளுக்காக வெள்ளிக் காசுகளும் புத்தகங்களும் வந்துசேர்ந்தன. அதுவரை மெட்ராஸ் ப்ரசிடென்ஸியின் ஆளுநராகப் பதவி வகித்த எட்வர்ட் ஹாரிசன் 1716ஆம் ஆண்டு ஜனவரி மாதம் பதவி ஓய்வு பெற்றார். அவருக்கு அடுத்து ஆளுநராகப் பொறுப்பெடுத்துக் கொண்டவர் ஜோசப் கொலெட். இவருக்கும் தரங்கம்பாடி திருச்சபையினரைப் பற்றிய அறிமுகம் ஏற்கெனவே ஏற்பட்டிருந்தது. இதற்குக் காரணம் 1711ஆம் ஆண்டு லண்டனிலிருந்து அவர் பயணித்து மெட்ராஸுக்கு வந்த கப்பலில் SPCK அமைப்பினர் தரங்கம்பாடி திருச்சபை திட்டமிட்டிருந்த அச்சுக்கூடத்தை உருவாக்கும் பணிக்கு அனுப்பிவைத்த அச்சு இயந்திரமும் இருந்தது. அக்கப்பல் பிரேசில் கடற்பகுதியில் பயணித்து வந்துகொண்டிருந்தபோது அக்கப்பலைக் கைப்பற்ற முயற்சித்தது பிரெஞ்சுக் கடற்படை. அச்சமயத்தில்

13. Pg 190

பிரெஞ்சுக் கடற்படையிடமிருந்து கப்பலையும் இந்த அச்சு இயந்திரத்தையும் காப்பாற்றிக் கொண்டுவந்தவர் ஜோசப் கொலெட் என்பதால் அவருக்குத் தரங்கம்பாடி திருச்சபையைப் பற்றிய நேரடி அறிமுகம் ஏற்பட்டிருந்தது.

புதிதாக மெட்ராஸில் ஆளுநராகப் பொறுப்பெடுத்துக் கொண்டகொலேட்க்கும் கடலூரில் செயிண்ட் டேவிட் கோட்டையில் பொறுப்பில் இருந்த துணை ஆளுநருக்கும் தனது பள்ளிக்கூடம் தொடர்பான திட்ட அறிக்கையைச் சமயப்பணியாளர் க்ருண்டலர் அனுப்பியிருந்தார். இந்தத் திட்டம் ஏற்றுக்கொள்ளப்பட்டு க்ருண்ட்லர் அளித்த திட்டத்தின் அடிப்படையில் கடலூரில் இரண்டு இலவச சமூகப் பள்ளிக்கூடங்கள் கட்டப்பட்டன.[14]

இச்செய்திகள் கடலூரிலும் மெட்ராஸிலும் கிழக்கிந்தியக் கம்பெனியின் பெயரில் தொடங்கப்பட்ட ஆரம்பகாலச் சமூகநலன் சார்ந்த இலவச தமிழ்மொழி, போர்த்துக்கீசிய மொழி பள்ளிக்கூடங்களைத் திட்டமிட்டு உருவாக்கிய செயல்பாடுகளை நமக்கு அறிவிக்கின்றன. பொ.ஆ. 18ஆம் நூற்றாண்டின் தொடக்கத்தில் பொதுமக்களுக்கான ஆரம்பகாலப் பள்ளிக்கூடங்களின் உருவாக்கத்திலும் செயல்பாடுகளிலும் ஜெர்மானியச் சமயப்பணியாளர்களின் பங்கு அளப்பரியது. அம்முயற்சியில் அவர்களுக்குப் பொருளாதார உதவிகளை SPCK அமைப்பினர் செய்தனர் என்பதையும் இந்த ஆவணக் குறிப்புகள் நமக்குத் தெரிவிக்கின்றன.

1726ஆம் ஆண்டு தரங்கம்பாடி திருச்சபையின் தலைமைப் பொறுப்பைச் சமயப்பணியாளர் வால்த்தரிடம் ஒப்படைத்து விட்டு மெட்ராஸ் திருச்சபையைத் தொடங்கும் பெரும் பணியை பெஞ்சமின் சூல்ட்சே தானே முன்வந்து ஏற்றுக்கொண்டார். தரங்கம்பாடியிலிருந்து பயணித்து 1726ஆம் ஆண்டு மே மாதம் 8ஆம் தேதி மெட்ராஸ் வந்தடைந்தார். அங்கே அவரை செயிண்ட் ஜோர்ஜ் கோட்டை தேவாலயத்தின் தலைமைக் குருவாக அப்போது பணியில் இருந்த வில்லியம் லீக் வரவேற்றுத் தன்னுடனேயே தங்க வைத்துக்கொண்டார்.[15]

முதலில் மெட்ராஸ் நகரில் வளர்ச்சியில்லாமல் இருந்த பள்ளிக்கூடங்களைப் புத்துணர்ச்சியுடன் மீண்டும்

14. Pg 194

15. Notices of Madras and Cuddalore in the last Century from the journals and letters of the earlier Missionaries of the Society for promoting Christian Knowledge, Pg 12.

செயல்படுத்துவற்கான அனுமதியை அரசிடமிருந்து பெஞ்சமின் சூல்ட்சே பெற்றுக்கொண்டார். இந்தப் பணியைச் செம்மையாகச் செய்ய வேண்டியது அவசியம் என்றும், தான் இதற்காக மெட்ராஸ் நகரில் தங்க வேண்டிய தேவை இருப்பதையும் குறிப்பிட்டு லண்டன் SPCK அமைப்பிற்கு அவர் கடிதம் அனுப்புகின்றார். லண்டனைத் தலைமையிடமாகக் கொண்ட SPCK அமைப்பு அவருக்கு முழு ஒத்துழைப்பு வழங்கி ஆதரித்தது. இந்த அனுமதி வழங்கிய கடிதத்தில் இந்த டேனிஷ் திருச்சபை ஊழியர்கள் (ஜெர்மானியச் சமயப்பணியாளர்கள்) பிரித்தானியக் கிழக்கிந்தியக் கம்பெனியின் ஆட்சிக்குட்பட்ட பகுதியில் வந்து தங்கி சேவையாற்றிக் கொண்டிருக்கும் பட்சத்தில் அவர்களுக்குத் தகுந்த பாதுகாப்பும் உதவியும் பிரித்தானியக் கிழக்கிந்தியக் கம்பெனியால் வழங்கப்படும் என்றும், அவர்கள் அரசின் சட்டதிட்டங்களுக்கு உட்பட்டும் கட்டுப்பட்டும் செயலாற்ற வேண்டும் என்றும் குறிப்பிட்டுக் கடிதம் அனுப்பப்பட்டது.[16] இதன் அடிப்படையில் SPCK வழங்கிய அனுமதியுடனும் அரசின் ஆதரவுடனும் பெஞ்சமின் சூல்ட்சேயின் திருச்சபைப் பணிகளும் கல்விப் பணிகளும் மெட்ராஸ் நகரில் 1728ஆம் ஆண்டு தொடங்கின.[17]

இதற்கு அடுத்த ஆண்டு, அதாவது 1729ஆம் ஆண்டு சமயப்பணியாளர் சூல்ட்சே மெட்ராஸ் நகரில் ஒரு வீடு வாங்குகின்றார். கேப்டன் ஹான்சன் என்பவரது வீடு ஏலத்திற்கு விடப்பட்டதாகவும், அதனைத் தான் 600 பகோடா விலைக்கு வாங்கியதாகவும் குறிப்பிட்டு லண்டன் SPCK அமைப்பின் தலைமையகத்திற்குக் கடிதம் அனுப்புகின்றார். இந்த வீடு வசதியாகவும் விரிவாகவும் இருப்பதாகவும், தனது சக அலுவலர்கள் தங்கிக்கொள்ளும் வகையிலும் இருப்பதாகவும் குறிப்பிடுகின்றார். இந்த வீட்டின் முன்பகுதியில் தான் ஒரு சமூகப் பள்ளிக்கூடத்தை அமைத்திருப்பதாகவும் அக்கடிதத்தில் குறிப்பிடுகின்றார்.[18] சமயப்பணியாளர் பெஞ்சமின் சூல்ட்சே வாங்கிய இந்த வீட்டில் அவருடன் 1730ஆம் ஆண்டு இணைந்து

---

16. The Church in Madras being the History of the Ecclesiastical and Missionary action of the East India Company in the presidency of Madras in the seventh and eighteen century (Rev. Frank Penny, LL.M.) London Smith, Elder, & Co., 1904 Pg 194 [if any of the Danish Missionaries shall visit or reside at places under the Company's jurisdiction, our Governors and officers, may give them their protection. We hereby consent thereunto, upon supposition that they behave themselves, respectfully and suitably to the Rules of the place.]

17. Pg 194

18. Pg 194

கொண்ட ஜெர்மானியச் சமயப்பணியாளர்கள் ஜோன் சார்த்தோரியஸூம் 1732ஆம் ஆண்டு இணைந்துகொண்ட ஜோன் கைஸ்டரும் தங்கியிருந்தனர்.[19]

மெட்ராஸ் திருச்சபையை நிர்மாணித்துச் செயல்படுத்த ஆரம்பித்தவுடன் அவருக்கு SPCK அமைப்பு ஆண்டுச் சம்பளமாக 60 பவுண்ட் வழங்கத் தொடங்கியது. திருச்சபை யின் நடவடிக்கைகளில் SPCK அமைப்பு தலையிடாமல் சுதந்திரமாகச் செயல்பட அனுமதியளித்திருந்தது.[20] அடுத்த இரண்டு ஆண்டுகளில் மெட்ராஸில் சமயப்பணியாளர் சூல்ட்சே தலைமையிலான செயல்பாடுகள் மன நிறைவளிப்ப தாகக் கருதியது SPCK அமைப்பு. பெஞ்சமின் சூல்ட்சே மட்டுமன்றி அவரோடு இணைந்து பணியாற்றிய ஏனைய சமயப்பணியாளர்களின் நன்னடத்தைகளைப் பாராட்டி 1731ஆம் ஆண்டு ஜூன் 18ஆம் தேதியிட்ட ஒரு கடிதத்தை லண்டனைத் தலைமையிடமாகக் கொண்ட SPCK அமைப்பின் இயக்குநர் ஆங்கிலேய அரசுக்கு அனுப்பினார் என்பதையும் அறிய முடிகின்றது.[21]

பேராசிரியர் ஹெர்மான் ஃப்ராங்கெ

பொ.ஆ. 17ஆம் நூற்றாண்டின் இறுதியில் டேனிஷ் அரசு கிழக்கிந்திய நாடுகளில் சீர்திருத்தக் கிருத்துவ சமய நடவடிக்கைகளை ஆரம்பிக்க வேண்டும் என மேற்கொண்ட முயற்சிகளுக்கு முழு ஆதரவு தந்தது ஜெர்மனியின் ஹாலே நகரில் உள்ள ஃப்ராங்கன் கல்வி அமைப்பு. இந்தக் கல்வி நிறுவனத்தின் முதல் இயக்குநராகப் பொறுப்பேற்றிருந்தவர் பேராசிரியர் ஹெர்மான் ஃப்ராங்கெ (Prof. Francke). டேனிஷ் அரசிற்கும் ஜெர்மனி ஹாலே ஃப்ராங்கெ கல்வி நிறுவனத்திற்கும் இடையில் பாலமாகத் தொடர்பினை ஏற்படுத்தியவர் இவர்தான்.[22]

டென்மார்க் அரசின் நடவடிக்கைகளுக்கு ஒத்துழைப்பு வழங்கியது போலவே பிரித்தானிய அரசின் SPCK அமைப்பினரின் சமய நடவடிக்கைகளுக்கும் ஒத்துழைப்பு நல்கியது ஜெர்மனி

---

19. The Church in Madras being the History of the Ecclesiastical and Missionary action of the East India Company in the presidency of Madras in the seventh and eighteen century (Rev. Frank Penny, LL.M.) London Smith, Elder, & Co., 1904 Pg 196
20. A History of Christianity in India 1707-1858, Pg 42
21. Pg 195 [The behaviour of the Danish Missionaries Missionaries being so agreeable to their profession is pleasing to us; and we hope all in your several stations will give due countenance to their laudable undertaking.]
22. History of Tranquebar Mission, J.Ferd. Fenger, Pg 15

ஹாலே ஃப்ராங்கெ கல்வி நிறுவனம். இதன் வெளிப்பாடாகத்தான் ஹாலே கல்வி நிறுவனத்தில் கல்வி பயின்று தேர்ச்சி பெற்ற சமயப்பணியாளர் பெஞ்சமின் சூல்ட்சே மெட்ராஸில் தனது சமயப் பணிகளையும் சமூகப் பணிகளையும் தொடங்கும் முயற்சியில் ஈடுபட்டார். இவரது சேவை செயிண்ட் ஜோர்ஜ் கோட்டை பகுதியில் தேவைப்படுவதை உறுதிப்படுத்தும் நோக்கத்துடன் *SPCK* அமைப்பு பேராசிரியர் ஹெர்மான் ஃப்ராங்கெக்கு *1728*ஆம் ஆண்டு ஜூன் மாதம் *24*ஆம் தேதியிட்ட ஒரு கடிதத்தை அனுப்பியது. அக்கடிதத்தில் தங்களுக்குச் சமயப்பணியாளர் பெஞ்சமின் சூல்ட்சேவின் கடிதம் கிடைக்கப் பெற்றதாகவும், அவரைப்போலவே மெட்ராஸில் சேவை செய்ய மேலும் ஒன்று அல்லது இரண்டு சமயப்பணியாளர்கள் தேவைப்படுவதைத் தெரிவித்து அக்கடிதம் எழுதப்பட் டிருந்தது. கிழக்கிந்தியக் கம்பெனி அவர்களுக்குத் தேவையான உதவிகளையும் பாதுகாப்பையும் வழங்குவதை தாம் உறுதி செய்துகொள்வோம் என்பதையும் குறிப்பிட்டு இக்கடிதம் பேராசிரியர் ஹெர்மான் ஃப்ராங்கெக்கு அனுப்பப்பட்டது.

இவ்வகையான படிப்படியான செயல்பாடுகளினாலும் முயற்சிகளினாலும் மெட்ராஸ் சீர்திருத்தத் திருச்சபை *1728*ஆம் ஆண்டு ஆகஸ்ட் மாதம் *16*ஆம் தேதி அதிகாரப்பூர்வ உருவாக்கம் கண்டது. சமயப்பணியாளர் பெஞ்சமின் சூல்ட்சேவைத் திருச்சபைத் தலைவராகப் பணி நியமனம் செய்து *SPCK* அமைப்பு கடிதம் வழங்கியது.[23] இதற்கு முன்னர், அதாவது அவர் மெட்ராஸை வந்தடைந்த *1726*ஆம் ஆண்டு மே மாதம் *8*ஆம் தேதி முதல் மெட்ராஸிலே தங்கியிருந்து தனது சமய, கல்விப்பணிகளைத் அவர் தொடங்கியிருந்தாலும் கூட, அதுவரை சூல்ட்சே டேனிஷ் அரசின் அதிகாரப்பூர்வ சமயபோதகராகவே அடையாளம் காணப்பட்டார் என்பது குறிப்பிடத்தக்கது.

தனது செயல்பாடுகளுக்கு உதவியாக மேலும் ஒருவர் தேவைப்படுவதைக் குறிப்பிட்டு *1729*ஆம் ஆண்டு சூல்ட்சே, பேராசிரியர். ஃப்ராங்கெக்குக் கடிதம் அனுப்பினார். இதன் அடிப்படையில் ஹாலே நிறுவனத்திலிருந்து பிரித்தானிய அரசின் கிழக்கிந்தியக் கம்பெனியின் கீழ் மெட்ராஸில் பணி புரிய சர்த்தோரியஸ் *(J.A.Sartorius)* பேராசிரியர். ஃப்ராங்கெவால் தேர்ந்தெடுக்கப்பட்டார். சர்த்தோரியஸ் லண்டனிலிருந்து

---

23. Notices of Madras and Cuddalore in the last Century from the journals and letters of the earlier Missionaries of the Society for promoting Christian Knowledge, Pg 74

கடல்வழிப் பயணம் செய்து 1730ஆம் ஆண்டு ஜூலை 2ஆம் தேதி மெட்ராஸ் வந்தடைந்தார்.[24]

சர்த்தோரியஸ் பார்வையில் மெட்ராஸ்

தனது குடும்பத்தாருக்கு 1730ஆம் ஆண்டு அக்டோபர் மாதம் 9ஆம் தேதி தேதியிடப்பட்ட ஒரு கடிதத்தில் சமயப்பணியாளர் சர்த்தோரியஸ் வெள்ளை நகரையும் கருப்பு நகரையும் விவரிக்கும் பகுதி அன்றைய சூழலில் மெட்ராஸ் கருப்பு – வெள்ளை என இரண்டு பகுதிகளாகப் பிரிக்கப்பட்டிருந்தமை யைக் காட்சிப்படுத்தும் வகையில் அமைகின்றன.

மெட்ராஸ் நகரில் வெள்ளை நகரம் கருப்பு நகரம் என்று இரண்டு பகுதிகள் உள்ளன. கோட்டையும் ஐரோப்பியர்களது வீடுகளும் வெள்ளை நகரத்தில் இருக்கின்றன. அவர்களில் பெரும்பாலானோர் ஆங்கிலேயர்கள். ஒரு சில போர்த்துக்கீசியர் களும் வெள்ளை நகரில் இருக்கின்றார்கள். வெள்ளை நகரத்தைச் சுற்றி பிரம்மாண்டமான மதில் சுவர் எழுப்பப்பட்டுள்ளது. நிறைய தாவரங்கள் மதில் சுவரைச் சுற்றி நடப்பட்டிருக்கின்றன. ஆங்கிலேயர்களுக்கென்று தனியாக ஒரு தேவாலயம் உள்ளே இருக்கின்றது. பிரெஞ்சுக் கத்தோலிக்க மதத்தினரின் பெரிய தேவாலயம் ஒன்றும் உள்ளே இருக்கின்றது. இவர்களைச் சார்ந்தவர்கள் ஏறக்குறைய 1000 பேர் இங்கே இருக்கின்றார்கள். கருப்பு நகரத்தில் ஆர்மேனியக் கிருத்துவர்களும் அரேபியர் களும் இசுலாமியர்களும் ஆயிரக்கணக்கான உள்ளூர் மக்களும் வசிக்கின்றார்கள். இந்த வெள்ளை நகரம், கருப்பு நகரம் இரண்டுக்கும் இடையேதான் நாங்கள் வாழும் பகுதி இருக்கின்றது. எங்களது பணி பெரும்பாலும் உள்ளூர் மக்கள் சார்ந்த பணி என்பதால் நாங்கள் இப்பதியில் வசிப்பதுதான் பொருத்தமாக இருக்கும். கருப்பு நகரத்தைச் சுற்றியும் மதில்கள் இருக்கின்றன.[25]

---

24. Notices of Madras and Cuddalore in the last Century from the journals and letters of the earlier Missionaries of the Society for promoting Christian Knowledge, Pg 78.

25. Notices of Madras and Cuddalore in the last Century from the journals and letters of the earlier Missionaries of the Society for promoting Christian Knowledge, Pg 79

சூல்ட்சே ஜெர்மனிக்குத் திரும்புதல்

1742ஆம் ஆண்டு வாக்கில் சமயப் பணியாளர் சூல்ட்சேவின் உடல்நிலை தளர்வடைந்த நிலையில் மெட்ராஸ் திருச்சபையின் தலைமைப்பொறுப்பை ஏனைய சமயப்பணியாளர்களிடம் ஒப்படைத்து விட்டு ஜெர்மனிக்குத் திரும்பலாமா என அவர் யோசிக்கத் தொடங்கியிருந்தார். தனது விருப்பத்தை தெரிவித்து லண்டனில் உள்ள தலைமையகத்துக்கு அவர் கடிதம் அனுப்பினார். அதே ஆண்டு ஜூலை 20ஆம் தேதி இங்கிலாந்திலிருந்து மெட்ராஸ் வந்தடைந்த கப்பலில் செயலாளரின் கடிதம் வந்திருந்தது. அவரது சமயப்பணி தொடர்வதை அமைப்பு விரும்புவதாகவும், அப்படி அவரது உடல்நிலை மோசமடைவது தொடரும் நிலையில் அவர் ஜெர்மனிக்கு நாடு திரும்புவது பற்றி ஏற்பாடுகளைச் செய்யத் தொடங்கலாம் என்றும் அக்கடிதத்தில் குறிப்பிடப்பட்டிருந்தது. அக்காலகட்டத்தில் டேனியல்[1] நூலை அவர் இந்துஸ்தானி மொழிக்கு மொழிபெயர்த்து அப்பணியை நிறைவு செய்திருந்தார்.[2] அதுமட்டுமல்லாமல் தமிழ், தெலுங்கு மொழிகளில் குறிப்பிடத்தக்க எண்ணிக்கையில் வழிபாட்டு

1. The Book of Daniel – கி.மு2ஆம் நூற்றாண்டு எனக் குறிப்பிடப்படும் காலத்து யூதர்கள் எழுதிய பைபிளின் பழைய ஏற்பாடு நூல். ஹீப்ரூ மொழியில் அமைந்த நூல்.

2. Notices of Madras and Cuddalore in the last Century from the journals and letters of the earlier Missionaries of the Society for promoting Christian Knowledge, Pg 187

நூல்களையும் முக்கிய நூல்களின் மொழி பெயர்ப்புகளையும் முடித்திருந்தார்.

அப்போது பொறுப்பில் இருந்த ஆளுநர் பாங்க்குக்கும் *(Panck)* அவர்களுக்கும் தரங்கம்பாடியில் பொறுப்பில் இருந்த போன்சாக்குக்கும் *(Commandant Bonsack)* தான் 'சார்லட் அமெலியா இளவரசி' கப்பலில் ஐரோப்பாவிற்கான தனது பயணத்தைத் தொடங்கலாமா எனக் கேட்டு 1742ஆம் ஆண்டு அக்டோபர் மாதம் 3ஆம் தேதி பெஞ்சமின் சூல்ட்சே ஒரு கடிதம் எழுதியிருந்தார். தனது உடல் நிலையைப் பற்றி அவர் ஜெர்மனியில் உள்ள ஹாலே ஃப்ராங்கெ கல்வி நிறுவனத் திற்கும் தெரிவித்திருந்தமையால் அங்கிருந்து மெட்ராஸுக்கு ஒரு சமயப்பணியாளரை அனுப்பிவைக்கும் செயற்பாடுகளும் அப்போது தொடங்கியிருந்தன. டிசம்பர் 1742ஆம் ஆண்டு 4ஆம் தேதி சமயப்பணியாளர் ஃபேப்ரிக்குஸ் மெட்ராஸ் திருச்சபையின் தலைமைப் பொறுப்பை ஏற்றுக்கொள்ள ஹாலே ஃப்ராங்கெ கல்வி நிறுவனத்திலிருந்து வந்தடைந்தார். அடுத்த சில நாட்களில் கிழக்கிந்தியக் கம்பெனியின் அரசு அதிகாரிகள் சிலரைச் சந்தித்துச் சமயப்பணியாளர் ஃபேப்ரிக்குஸை அறிமுகப்படுத்தி வைக்கும் பணியை நிறைவேற்றிவிட்டு டிசம்பர் 18ஆம் தேதி திருச்சபையின் வங்கிக்கணக்குகளையும் முக்கிய ஆவணங்களையும் சமயப்பணியாளர் ஃபேப்ரிக்குஸிடம் ஒப்படைத்தார் என்ற செய்திகளையும் நாட்குறிப்பு ஆவணங்களின் வழியாக அறிகின்றோம்.

மேலும் நம்மை ஆச்சரியப்படுத்தும் செய்தி ஒன்றை இவரது நாட்குறிப்பிலிருந்து அறிய முடிகின்றது. 1743ஆம் ஆண்டில் கிறிஸ்மஸ் பண்டிகையை ஜனவரி 5ஆம் தேதி தான் கொண்டாடியதாகவும் இது பண்டைய காலண்டரை ஒத்த வழக்கம் என்றும் சூல்ட்சே குறிப்பிடுகின்றார்.[3] இந்த நாளில் மெட்ராஸ் திருச்சபையின் தலைமைக் குருவாகத் தனது இறுதி வழிபாட்டை அவர் நிறைவு செய்ததாகவும் குறிப்பிடுகின்றார். ஐரோப்பாவிற்குப் புறப்படுவதற்கு முன் கடலூருக்கு அதே சார்லட் அமெலியா இளவரசி கப்பலில் பயணித்துச் சென்று பின்னர் ஜனவரி 16ஆம் தேதி தங்கம்பாடிக்கும் பயணித்து அங்கு திருச்சபை ஊழியர்களைச் சந்தித்துக் கலந்துரையாடுகின்றார். தரங்கம்பாடியிலிருந்து ஐரோப்பாவிற்கான அவரது பயணம்

---

3. Epiphany எனக் குறிப்பிடப்படும் கிறித்துவ சமய விழாவைக் குறிப்பதாகக் கருதலாம். இந்த நாளில் கடவுள் ஏசு கிருத்துவாக உலகில் பிறந்ததாகக் கருதப்படுகின்றது. ஐரோப்பாவின் பல நாடுகளில் ஜூன் 6ஆம் தேதி 'மூன்று மன்னர்களின் வருகை விழா' என்றும் பிரம்மாண்டமாகக் கொண்டாடப்படும் விழா இன்றும் நிகழ்வதைக் காணலாம்.

தொடங்குகின்றது. இடையில் ஆப்பிரிக்காவின் நன்னம்பிக்கை முனையில் ஃபெப்ரவரி 21ஆம் தேதி கப்பல் நங்கூரமிட அங்கு சிலமாதங்கள் தங்கியிருந்து திருச்சபை ஊழியர்கள், ஆங்கிலேய அதிகாரிகள் அளித்த விருந்துபசாரங்களிலும் பங்கெடுத்துக் கொள்கின்றார் சூல்ட்சே. மே மாதம் 2ஆம் தேதி அவர்களது கப்பல் மீண்டும் பயணத்தைத் தொடர்கின்றது. ஆகஸ்ட் மாதம் 17ஆம் தேதி டென்மார்க் தலைநகரான கோப்பன்ஹாகன் வந்தடைகின்றார். அவரது உடல்நிலை சீராக இல்லாமையினால் மேலும் பயணம் செய்வதைத் தற்காலிகமாக நிறுத்திவிட்டுக் குளிர்காலத்தில் கோப்பன்ஹாகன் நகரிலேயே தங்கிவிடுகின்றார் சூல்ட்சே. கோப்பன்ஹாகன் நகரிலேயே தங்கியிருந்து தமது நண்பர்கள் பலரையும் சந்தித்து ஏறக்குறைய ஓராண்டு காலம் டென்மார்க்கிலேயே இருக்கின்றார்.

1744ஆம் ஆண்டு செப்டம்பர் மாதம் ஜெர்மனியின் ஹாலே நகருக்குப் புறப்படுகின்றார். மூச்சுத் திணறல், ஆஸ்துமா போன்ற நோய் அவரது உடலைத் தாக்கியிருந்தாலும் தன்னால் இயன்ற வகையில் மொழிபெயர்ப்புப் பணிகளையும், நூல் பதிப்புப் பணிகளையும் தொடர்ந்து செயல்படுத்தினார் சூல்ட்சே. ஹாலே நகருக்குத் திரும்பி வந்த பின்னர் அவர் பதிப்பித்து வெளியிட்ட நூல்களில் ஒன்றுதான் தெலுங்கு, ஜெர்மன் மொழிகளில் முதலில் வெளிவந்து அதன்பின்னர் ஆங்கில மொழியில் 1750ஆம் ஆண்டு அவரே மொழிபெயர்த்து பதிப்பித்த ‘மெட்ராஸ் ஸ்டாட்’ என்ற பெயர்கொண்ட நூல்.

சமயப்பணியாளர் சூல்ட்சே ஜெர்மனியில் ஹாலே நகருக்குத் திரும்பி 16 ஆண்டுகள் அங்கு தொடர்ந்து பணியாற்றிய பின்னர் 1760ஆம் ஆண்டு மார்ச் மாதம் 19ஆம் தேதி காலமானார். ஜெர்மனியின் ஹாலே நகரில் இருக்கும் ஃப்ராங்கெ கல்வி நிறுவனத்தின் நூலகத்திலும் கோப்பன்ஹாகன் அரச நூலகத்திலும் பெஞ்சமின் சூல்ட்சேவின் ஓலைச்சுவடிகளும், கையெழுத்து ஆவணங்களும் அறிக்கைகளும் நூல்களும் இன்று பாதுகாக்கப்படுகின்றன. இன்றைக்கு ஏறக்குறைய 250 ஆண்டுகாலத் தமிழக வரலாற்றை அறிந்துகொள்ள இவை குறிப்பிடத்தக்க செய்திகளை நமக்கு வழங்கிச் சென்றுள்ளன.

பகுதி 2 – உரையாடல்கள்

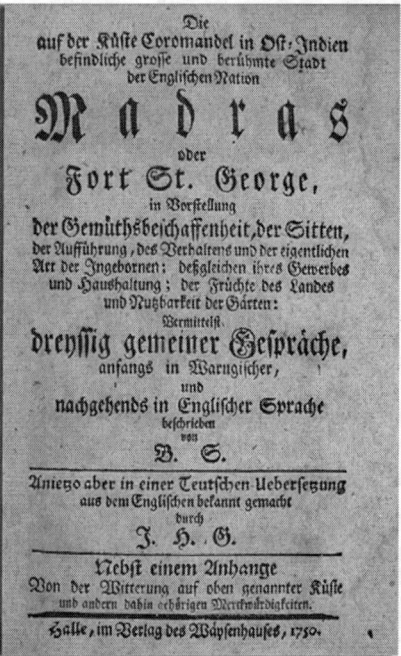

Die
auf der Küste Coromandel in Ost-Indien
befindliche grosse und berühmte Stadt
der Englischen Nation
Madras
oder
Fort St. George,
in Vorstellung
der Gemüthsbeschaffenheit, der Sitten,
der Aufführung, des Verhaltens und der eigentlichen
Art der Ingebornen: deßgleichen ihres Gewerbes
und Haushaltung; der Früchte des Landes
und Nutzbarkeit der Gärten:
Vermittelst
dreyssig gemeiner Gespräche,
anfangs in Warugischer,
und
nachgehends in Englischer Sprache
beschrieben
von
B. S.

Anietzo aber in einer Teutschen Uebersetzung
aus dem Englischen bekannt gemacht
durch
J. H. G.

Nebst einem Anhange
Von der Witterung auf oben genannter Küste
und andern dahin gehörigen Merckwürdigkeiten.

Halle, im Verlag des Wäysenhauses, 1750.

நூல்:

Die auf der Küste Coromandel in Ost-Indien befindliche grosse und berühmte Stadt der Englischen Nation Madras oder Fort* St. *George

மூல நூல்: ஜெர்மானிய மொழி

அச்சில் வெளியிடப்பட்ட ஆண்டு: 1750, ஹாலே, ஜெர்மனி

குறிப்பு: நூலில் இடம்பெறுகின்ற 30 உரையாடல்களும் இந்த 2ஆம் பகுதியில் தமிழில் மொழிபெயர்க்கப்பட்டு வழங்கப்படுகின்றன.

ஒவ்வொரு உரையாடலின் தொடக்கத்தில் இடம்பெறுகின்ற ‘சூழல்’ என்ற பகுதியும், இறுதியில் இடம்பெறுகின்ற ‘உரையாடல் கூறும் செய்திகள்’ எனும் பகுதியும் மூல நூலில் இல்லை. இது இந்த நூலின் ஆசிரியர் வாசகர்களின் புரிதலை எளிதாக்கும் வகையில் இணைத்திருக்கும் பகுதிகளாகும்.

1. கடல் பயணம்

சூழல்: *நீண்ட காலமாக மெட்ராஸ் நகரில் வசிக்கும் ஐரோப்பியர் ஒருவரும், புதிதாக மெட்ராஸ் நகருக்கு வந்திருக்கும் ஐரோப்பியர் ஒருவரும் பேசிக்கொள்வது போன்று அமைந்த உரையாடல்.*

சார்ல்ஸ்: நலமாக இருக்கிறீர்களா ஐயா[1]? உங்களை இந்த நாட்டில் சந்திப்பதில் மிகுந்த மகிழ்ச்சி அடைகிறேன்.

ஜேக்: தாங்கள் எப்படி இருக்கின்றீர்கள் ஐயா? உங்களை இங்கே சந்திப்பதில் நானும் மிகுந்த மகிழ்ச்சி அடைகின்றேன்.

சார்ல்ஸ்: ஐரோப்பாவிலிருந்து ஏதேனும் நல்ல செய்திகளைக் கொண்டுவந்திருக்கின்றீர்களா?

ஜேக்: இப்போது அங்கே ஏதும் பிரச்சினைகள் இல்லை. போர்கள் ஏதும் நிகழவில்லை. எல்லா இடங்களிலும் அமைதி நிலவுகிறது.

சார்ல்ஸ்: நீங்கள் கடல் பயணம் ஆரம்பித்து எத்தனை நாட்களுக்குப் பிறகு மெட்ராஸ் துறைமுகத்தை வந்தடைந்தீர்கள்?

ஜேக்: புறப்பட்ட தேதியிலிருந்து இப்போது நான்கு மாதங்கள் ஆறு நாட்கள் கடந்து இங்கே வந்திருக்கின்றேன்.

சார்ல்ஸ்: உங்கள் கடற்பயணம் எப்படி இருந்தது? மகிழ்ச்சியாக இருந்ததா?

---

1. நூலின் ஆங்கில மொழிபெயர்ப்பில் 'Sir' என அழைக்கப்படும் சொல் இங்கு `ஐயா` என வழங்கப்பட்டுள்ளது.

ஜேக்: கடவுளின் உதவியாலும் கருணையினாலும், பொதுவாகப் பயணம் எல்லா வகையிலும் சிறப்பாக இருந்தது. ஆனால் பயணத்தின்போது கப்பலில் ஆறு பேர் இறந்து போய்விட்டார்கள்.

சார்ல்ஸ்: நீங்கள் உங்களது கடல் பயணத்தின் போது கடுமையான புயலையும் கடல் கொந்தளிப்பையும் அனுபவித்தீர்களா?

ஜேக்: அடிக்கடி அப்படி நிகழவில்லை. மூன்று முறை மட்டுமே கடல் கொந்தளிப்பு இருந்தது.

சார்ல்ஸ்: நீங்கள் கடல் பயணத்தின்போது யாகோ[2] தீவில் நங்கூரமிட்டு நிறுத்தினீர்களா?

ஜேக்: ஆமாம் ஐயா. அங்கு மட்டுமல்ல. நாங்கள் மடேய்ரா[3] தீவிலும் நங்கூரமிட்டு நிறுத்தினோம். அங்கு நாங்கள் அதிகமாக ஒயின் வகை மதுபானங்களை ஜாடிகளில் வாங்கிக்கொண்டோம்.

சார்ல்ஸ்: நீங்கள் பயணித்து வந்த கப்பலின் பெயர் என்ன?

ஜேக்: நாங்கள் வந்த கப்பலின் பெயர் கிங் ஜார்ஜ் கப்பல் (ஜார்ஜ் மன்னர் என்று பெயர் கொண்ட கப்பல்).

சார்ல்ஸ்: உங்கள் கப்பலின் கேப்டன் யார்?

ஜேக்: எங்கள் கப்பலை வழிநடத்தியவர் கேப்டன் டவுன்லோர்ட் *(Captain Townlord)*.

சார்ல்ஸ்: உங்களுக்கு என்னுடன் என் இல்லத்திற்கு வர விருப்பம் உள்ளதா?

---

2. யாகோ தீவு (Island of S.Jago) என்பது இன்றைய Cape Verde என்றழைக்கப் படும் ஒரு தீவுக்கூட்டமாக அமைந்திருக்கும் நாடு. இது Republic of Cabo Verde என்றும் அழைக்கப்படுகிறது. எரிமலை வெடிப்புக்களால் உருவான 10 தீவுகள் கொண்டது இது. ஆப்பிரிக்கக் கண்டத்தின் மேற்குக் கோடியில் அமைந்துள்ளது. ஆப்பிரிக்க நாடான செனேகால் (Senegal) நாட்டின் தலைநகர் டகர் (Dakar) நகரிலிருந்து ஏறக்குறைய 850கிமீ தூரம் மேற்கே உள்ள தீவுக் கூட்டம் இது. அட்லாண்டிக் பெருங்கடலில் அமைந்துள்ளது.
3. மடேய்ரா தீவு (Madeira) போர்த்துக்கல் நாட்டிற்குச் சொந்தமான ஒரு தீவு. மிகப் பண்டைய காலத்திலிருந்து மனிதகுலம் வாழ்ந்த தீவுகளுள் ஒன்றாக அறியப்படும் தீவு இது. இத்தீவு அட்லாண்டிக் பெருங்கடலின் வடக்குப் பகுதியில் உள்ளது. ஆப்பிரிக்கக் கண்டத்தின் மொரோக்கோ நாட்டின் மேற்குக் கடற்கரையிலிருந்து 520கிமீ தூரத்தில் இத்தீவு உள்ளது. ஐரோப்பாவிவிலிருந்து புறப்படும் கப்பல்கள் பொதுவாக கோப்பன்ஹாகன், லண்டன், ஆம்ஸ்டர்டாம், லிஸ்பன் போன்ற தலைநகரங்களிலிருந்து புறப்பட்டு ஆப்பிரிக்க நிலப்பகுதியைச் சுற்றி வரும்போது அவை இத்தீவில் தங்கி ஓய்வெடுத்துக்கொண்டு வருவது வழக்கம் என்பது ஐரோப்பிய ஆவணங்களில் பதிவாகியுள்ளது.

ஜேக். நிச்சயமாக ஐயா. முழுமனதுடன் உங்கள் இல்லத்திற்கு வருகிறேன்.

சார்ல்ஸ்: இரவு உணவிற்குப் பின்னர் நாம் மெட்ராஸ் நகரத்தைப் பார்க்க வெளியே செல்வோமா?

ஜேக்: நிச்சயமாக. நீங்கள் என்னை அழைத்துச் செல்ல உதவுவதாக இருந்தால் மகிழ்ச்சியுடன் நான் உங்களுடன் மெட்ராஸ் நகரைப் பார்க்க வருகிறேன்.

சார்ல்ஸ்: முதலில் நீங்கள் தங்குவதற்கு ஒரு வீட்டை வாடகைக்கு எடுக்க வேண்டும்.

ஜேக்: எங்கே ஐயா? கருப்பு[4] நகரத்திலா அல்லது வெள்ளை நகரத்திலா[5]?

சார்ல்ஸ்: வெள்ளை நகரத்தில் வீடு வாடகைக்கு எடுக்கலாம் இல்லையென்றால் நீங்கள் கருப்பு நகரத்திலும் தங்கலாம். உங்கள் விருப்பத்தைப் பொறுத்தது.

ஜேக்: இங்கே ஒரு மாத வாடகை எவ்வளவு இருக்கும்?

சார்ல்ஸ்: நீங்கள் வெள்ளை நகரத்தில் வாடகைக்கு இருக்க விரும்பினால் ஒரு மாத வாடகை உங்களுக்கு 10 பகோடா (Pagoda) செலவாகும். அத்துடன் உணவுக்கு இறைச்சி வாங்க உங்களுக்கு 5 பகோடா பணம் தேவைப்படும்.

ஜேக்: கருப்பு நகரத்தில் எத்தனை வீடுகள் இருக்கின்றன?

சார்ல்ஸ்: கருப்பு நகரத்தில் 8700 வீடுகள் இருக்கின்றன ஐயா.

ஜேக்: வெள்ளை நகரத்தில் எத்தனை வீடுகள் இருக்கின்றன?

---

4. கருப்பு நகரம் (Black Town) - செயிண்ட் ஜோர்ஜ் கோட்டைக்கு வெளியே அமைந்த உள்ளூர் மக்கள் வாழ்ந்த பகுதி. இப்பகுதி கருப்பு நகரம் என்று கிழக்கிந்தியக் கம்பெனியால் அடையாளப்படுத்தப்பட்டது. இப்பகுதியில் மண் சுவற்றால் எழுப்பட்ட சுவர் வடக்கிலும் மேற்குப் பகுதியிலும் கட்டப்பட்டிருந்தன. கிழக்கில் கடற்கரை இருப்பதால் மதில்கள் எழுப்பப்படவில்லை. வெள்ளை நகரத்திலிருந்து கருப்பர் நகரத்திற்குள் நுழைய வாயிற்கதவு அமைக்கப்பட்டிருந்தது (History of the city of Madras, Pg 16).

5. வெள்ளை நகரம் (White Town) கிழக்கிந்தியக் கம்பெனியைச் சார்ந்த ஐரோப்பியர்கள் வீடுகள் கட்டித் தங்கியிருந்த பகுதி இது. இது செயிண்ட் ஜோர்ஜ் கோட்டைக்குள் மதில் சுவர்களால் அரண் அமைக்கப்பட்ட வகையில் அமைக்கப்பட்ட பகுதி. மெட்ராஸின் உள்ளூர் மக்கள் வாழ்ந்த பகுதி வடக்கில் கோட்டைக்கு வெளியே என அடையாளப்படுத்தப்பட்டது. இது கிறித்துவர்களின் நகரம் (Christian Town) என்றும் அழைக்கப்பட்டது. (History of the city of Madras, Pg 16)

சார்ல்ஸ்: வெள்ளை நகரத்தில் 85 வீடுகள் இருக்கின்றன ஐயா.

ஜேக்: கருப்பு நகரத்தில் எத்தனை சாலைகள் இருக்கின்றன?

சார்ல்ஸ்: கருப்பு நகரத்தில் உள்ள சாலைகளையும் சந்துகளையும் சேர்த்தால் 366 சாலைகள் எனக் கூறலாம்.

ஜேக்: இங்கே எத்தனை நாட்டைச் சேர்ந்தவர்கள் வாழ்கிறார்கள்?

சார்ல்ஸ்: ஐயா, உலகின் எல்லா நாட்டைச் சார்ந்தவர்களும் மெட்ராஸ் நகரில் வாழ்கிறார்கள். ஆங்கிலேயர்கள் மட்டு மல்லாது இங்கே போர்த்துகீசியர்கள், பிரெஞ்சுக்காரர்கள், ஸ்பெயின் நாட்டினர், இத்தாலியர்கள், ஹாலந்து நாட்டினர், ஜெர்மானியர், டேனிஷ்காரர்கள், ஸ்வீடிஷ்காரர்கள், ரஷ்யர்கள், கிரேக்கர்கள், அரேபியர்கள், ரஷியர்கள், துருக்கியர்கள், ஆர்மேனியர்கள் ஆகியோர் வாழ்கின்றார்கள்.

அதுமட்டுமன்றி மெட்ராஸில் தமிழர்கள் (மலபார் மக்கள் எனக் குறிப்பிடப்படுகின்றது), தெலுங்கர்கள், மராத்தியர்கள், குஜராத்தியர்கள், சீனர்கள், மலாய்க்காரர்கள், பிராமணர்கள், யூதர்கள், சிரியர்கள், கனெரி தீவு மக்கள் (இது ஸ்பெயின் நாட்டைச் சார்ந்த ஒரு தீவுக் கூட்டம்), அரேபியர்கள், பட்டாணியர்கள் எனப் பலரும் இங்கே வாழ்கிறார்கள்.

உரையாடல் கூறும் செய்திகள்

உலகின் பல நாடுகளைச் சார்ந்த மக்கள் மெட்ராஸ் நகரில் வணிகத்துக்காக வந்து தங்கியிருந்த சூழலை இந்த உரையாடல் நமக்கு வெளிப்படுத்துகிறது. மெட்ராஸ் அன்று 'கருப்பு நகரம் – வெள்ளை நகரம்' என இரண்டு பகுதிகளாகப் பிரித்தானிய கிழக்கிந்தியக் கம்பெனியால் பிரிக்கப்பட்டிருந்தது என்பதையும் இந்த உரையாடல் நமக்கு வெளிப்படுத்துகிறது. கருப்பு நகரத்தில் உள்ளூர்வாசிகளும் வெள்ளை நகரத்தில் அயல் நாட்டைச் சேர்ந்தவர்களும், குறிப்பாக ஆங்கிலேயர்களும் வாழ்ந்தார்கள் என்பதை இப்பகுதி விளக்குகிறது.

2. மெட்ராஸ் நகரில் ஒரு பயணம்

சூழல்: முதல் உரையாடலில் பங்கு கொண்ட அதே இரண்டு ஐரோப்பியர்களுக்குமிடையே நடை பெறும் கலந்துரையாடல். இருவரும் வெளியே நடக்கச் செல்கின்றனர். மெட்ராஸ் நகரின் பல இடங்களைப் பார்க்கின்றனர். அவர்கள் பார்க்கும் விசயங்களைப் பற்றிய கருத்துகளைப் பகிர்வது போன்ற உரையாடல்.

சார்ல்ஸ்: இப்போது மணி என்ன?

ஜேக்: இப்போது மணி மதியம் 4 ஆகின்றது.

சார்ல்ஸ்: (உணவகத்தில் அமர்ந்திருக்கின்றனர். அங்கு பணிவிடை செய்யும் ஊழியரைப் பார்த்து) எனக்கு பஞ்ச் பானம்[1] அருந்தத் தாருங்கள். ஜேக், நீங்களும் பஞ்ச் அருந்துங்கள். இது எனக்கு மிகவும் பிடிக்கும். உங்களுக்கும் வாங்கித் தருகிறேன்.

ஜேக்: என் மனமார்ந்த நன்றி

சார்ல்ஸ்: நாம் இன்று எங்கே செல்லலாம்?

ஜேக்: நீங்கள் எங்கே செல்ல நினைக்கின்றீர்களோ அங்கேயே செல்வோம்.

---

1. பஞ்ச் பானம் – பிரித்தானிய கிழக்கிந்தியக் கம்பெனியில் இங்கிலாந்திலிருந்து மெட்ராஸிற்கு வருகின்ற கப்பலில் பணிபுரிந்த ஊழியர்கள் பொ.ஆ. 17ஆம் நூற்றாண்டில் பியருக்கு மாற்றாக உருவாக்கிய பழச்சாறு பானம். https://www.history.com/news/the-surprising-history-of-punch

சார்ல்ஸ்: என்னிடம் நம் பயணத்திற்கு ஒரு பல்லக்கும் ஒரு குதிரையும் இருக்கிறது. நீங்கள் பல்லக்கில் செல்ல விரும்பினால் நான் குதிரையில் பயணம் செய்யலாம். நீங்கள் குதிரையில் வர விரும்பினால் நான் பல்லக்கில் பயணம் செய்யலாம்.

ஜேக்: மிக நல்லது. நான் பல்லக்கில் வருகிறேன். நீங்கள் குதிரைச் சவாரி செய்யுங்கள்.

சார்ல்ஸ்: நாம் கோட்டைக் (செயிண்ட் ஜோர்ஜ்) கதவுகளைத் தாண்டிச் செல்வோமா?

ஜேக்: பாலத்தின் நுழைவாயிலைக் (Bridge Gate)[2] கடந்து செல்வோம்.

சார்ல்ஸ்: பயணத்தின்போது பாலத்தின் நுழைவாயிலின் வழியாக செல்லும்போது நாம் முதலில் ஒரு இலவச பள்ளிக்கூடத்தைக்[3] காண்போம். அதற்கடுத்துக் கிழக்கிந்தியக் கம்பெனியின் தோட்டத்தைக்[4] காண்போம். அதற்கடுத்து நாம் பவுடர் ஹவுஸ்[5] (Powder House) கட்டிடத்தைக் கடந்துவருவோம்.

ஜேக்: இப்போது நாம் இரண்டு கற்பாலங்களைக்[6] கடந்து வந்திருக்கின்றோம். செல்லும் வழியில் மேலும் ஏதேனும் பாலங்கள் இருக்கின்றனவா?

சார்ல்ஸ்: ஆம் இன்னும் இரண்டு பாலங்கள் இருக்கின்றன. எக்மோர் அரண்மனையைக் கடந்து செல்லும்போது

2. ப்ரிட்ஜ் கேட் என்பது கருப்பு நகருக்கு மேற்கில் இருந்த ஆர்மேனியன் நுழைவாயில். ஆனால் இங்கே கூறப்படுவது வெள்ளை நகரின் வாட்டர் கேட் நுழைவாயில் (Bridge Gate was the customary designation of the Armenian Gate on the west side of Black Town, but in the text the water Gate of the White Town is evidently indicated) Vestiges of Old Madras 1640-1800, Vol 2 Pg 330.

3. இந்தப் பள்ளிக்கூடம் மெட்ராஸ் தீவுப்பாலம் பகுதியில் மேற்குப் பகுதியின் இறுதியில் அமைக்கப்பட்டிருந்தது. இந்தப் பள்ளிக்கூடம் 1746ஆம் ஆண்டு மூடப்பட்டது. Vestiges of Old Madras 1640-1800, Vol 2 Pg 330.

4. இது முன்னர் பெத்த நாயக்கன் பேட்டை பகுதியில் (இன்றைய பொது மருத்துவமனை) அமைந்திருந்த கிழக்கிந்தியக் கம்பெனியின் பூந்தோட்டம்.

5. பவுடர்ஹவுஸ் (Powder House) – பீரங்கிக் குண்டுகள், துப்பாக்கிக்கான வெடிமருந்து தயாரிக்கும் தொழிற்சாலை அமைந்திருக்கும் கட்டிடம். இந்தப் புதியபவுடர் ஹவுஸ் தொழிற்சாலை 1738ஆம் ஆண்டு கட்டப்பட்டது. இது தீவுத்திடல் பகுதியின் வடமேற்குப் பகுதியில் அமைக்கப்பட்டிருந்தது. Vestiges of Old Madras 1640-1800, Vol 2 Pg 330.

6. எக்மோர் பாலமும், திருவல்லிக்கேணி பாலமும், Vestiges of Old Madras 1640-1800, Vol 2 Pg 330.

ஒரு பாலத்தைக் காண்பீர்கள். மேலும் ஒரு பாலத்தைத் திருவல்லிக்கேணி செல்லும்போது காண்பீர்கள்.

ஜேக்: இந்தப் பெரிய தோட்டம் யாருக்குச் சொந்தமானது?

சார்ல்ஸ்: இந்தத் தோட்டம் ஒரு இசுலாமியருக்குச் (மூர் அராபியருக்கு) சொந்தமானது.

ஜேக்: இதில் இருக்கின்ற ஏராளமான கொக்கோ, பனை மரங்களினால் இந்தத் தோட்டத்தின் உரிமையாளருக்கு ஏதேனும் வருமானம் கிடைக்குமா?

சார்ல்ஸ்: ஆமாம். இந்தத் தோட்டத்தின் உரிமையாளருக்கு இவற்றினால் அதிக வருமானம் கிடைக்கிறது.

ஜேக்: எந்த வகையில்?

சார்ல்ஸ்: தோட்டத்தின் உரிமையாளர் இந்தத் தோட்டத்தில் இருக்கின்ற ஒவ்வொரு மரத்திற்கும் ஒரு பகோடா எனக் காசு சம்பாரிக்கின்றார்.

ஜேக்: அவருக்கு எப்படி இந்த வருமானம் கிடைக்கிறது?

சார்ல்ஸ்: இந்தப் பனைமரங்களிலிருந்து கள்ளு இறக்கும்போது மரங்கள் ஒவ்வொன்றிற்கும் தோட்ட உரிமையாளருக்கு நல்ல வருமானம் கிடைக்கும்.

ஜேக்: எவ்வகையான மக்கள் கள்ளு குடிப்பார்கள்?

சார்ல்ஸ்: போர் வீரர்கள், உள்நாட்டில் வசிக்கும் போர்த்துகீசியர்கள், பறையர்கள்[7], கடலோடிகள் கள்ளு குடிப்பார்கள்.

ஜேக்: அங்கே பாருங்கள். அங்கே ஒரு மிருகக்காட்சி சாலை இருக்கிறது. நாம் அங்கே செல்வோமா?

சார்ல்ஸ்: ஓ செல்லலாமே.

ஜேக்: அங்கே பாருங்கள் இரண்டு பெரிய யானைகள் இருக்கின்றன.

சார்ல்ஸ்: ஆமாம் ஆமாம் என்னால் பார்க்க முடிகிறது. அங்கே தெரியும் மலைக்குப் பின்னால் வடக்குப் பகுதியில் உங்களால் ஏதும் காண முடிகிறதா?

ஜேக்: அங்கே என்ன இருக்கிறது? என்னால் ஒன்றையும் காண முடியவில்லையே?.

---

7. மெட்ராஸ் நகரில் பெரும்பான்மைப் பகுதிகளில் பறையர் சமூகத்து மக்கள் வாழ்ந்த சேரிகள் இருந்தமையை 1733ஆம் ஆண்டு வரைபடம் காட்டுகின்றது. இக்குடியிருப்புப் பகுதிகள் 'பறைச்சேரி' எனவும் 'பறையர் கிராமம்' என்றும் வரைபடத்தில் குறிப்பிடப்படுகின்றன.

சார்ல்ஸ்: உங்கள் கண்களில் ஏதும் பிரச்சனையா? உங்களால் அங்கே இருக்கின்ற புலிகளைக் காண முடியவில்லையா.

ஜேக்: ஆமாம்... ஆமாம். சற்று அருகே சென்று பார்க்கும்போது அவற்றை இப்போது என்னால் பார்க்க முடிகின்றது.

சார்ல்ஸ்: அங்கே ஒரு உயர்ந்த மலைப்பாங்கான பகுதி இருக்கின்றது. அங்கே நாம் செல்வோமா?

ஜேக்: தாராளமாகச் செல்வோம். நான் உங்களுடன் வருகிறேன். ஜாக்கிரதை. நகருங்கள். அங்கு ஒரு பெரிய மலைப்பாம்பு இருக்கிறது பாருங்கள். இப்படி ஒரு பெரிய மலைப் பாம்பினை நான் என் வாழ்நாளில் பார்த்ததில்லை.

சார்ல்ஸ்: இந்தப் பாம்பு எவ்வளவு கெஜம்[8] நீளம்?

ஜேக்: ம்ம் (சற்று அச்சத்துடன்), இங்கே நீண்ட நேரம் நாம் இருப்பது நல்லதல்ல. வாருங்கள். நாம் துரிதமாகச் சென்று விடுவோம்.

சார்ல்ஸ்: சற்று தள்ளி தூரத்தில் அங்கே இருக்கும் ஓக்[9] மரத்தைப் பாருங்கள்.

ஜேக்: அது என்ன? ஏதும் விலங்கா? சிறகுகள் கொண்ட ஒரு பூனைபோலத் தெரிகிறதே.

சார்ல்ஸ்: இல்லை. அது பூனை அல்ல. இதன் பெயர் பெருச்சாளி. இது இந்த நாட்டில் இருக்கும் பெரிய வகை எலி.

ஜேக்: இவ்வகையான பெருச்சாளிகள் எதற்குப் பயன்படும்?

சார்ல்ஸ்: எனக்குத் தெரியவில்லை. சிலர் இதனை உணவாகச் சாப்பிடுகின்றனர்.

ஜேக்: நான் இங்கு அதிகமான கிளிகளைப் பார்க்கிறேன்.

சார்ல்ஸ்: அவற்றின் நிறம் என்ன?

ஜேக்: அவையெல்லாம் பச்சை நிறமாக இருக்கின்றன. இந்த இடத்தில் முதலைகள் இருக்கின்றனவா?

சார்ல்ஸ்: எனக்குத் தெரிந்தவரை இந்த ஊரில் முதலைகள் இல்லை என்றே நினைக்கிறேன். ஆனால் வங்காளத்தில் மிக அதிகமாக முதலைகள் இருக்கின்றன.

---

8. கெஜம் – மூன்று அடி நீளம் அல்லது இரண்டு முழ அளவு
9. கருவாலி மரம் - Oak

ஜேக்: சூரியன் மறையத் தொடங்கிவிட்டது. வாருங்கள் வீட்டுக்குச் செல்வோம்.

உரையாடல் கூறும் செய்திகள்

மெட்ராஸ் நகரில் பொதுப் பயணங்களுக்கு வசதி படைத்தவர்கள், குறிப்பாக ஐரோப்பியர்கள் குதிரைச் சவாரியையும் பல்லக்குகளையும் பயன்படுத்தியிருக்கின்றனர். வெள்ளை நகரின் கோட்டைக் கதவுகளைக் கடந்துசெல்லும்போது அங்கே போர்த்தளவாடங்கள் அமைக்கப்பட்ட பகுதிகள் இருப்பதையும் இந்த உரையாடல் பதிவு செய்கிறது. மெட்ராஸ் நகரில் அதிகமான பச்சைக்கிளிகள் இருந்ததையும், புலி போன்ற காட்டு விலங்குகள் தென்பட்டதையும் இப்பதிவு நமக்குக் காட்டுகிறது.

3. பல்லக்கு

சூழல்: ஒரு ஐரோப்பியர் தனது துபாஷியுடன்[1] (இரண்டு மொழிகளை அறிந்த மொழிபெயர்ப்பாளர்) ஒரு பல்லக்கு வாங்குவதைப் பற்றிப் பேசும் வகையில் அமைந்த உரையாடல்.

ஐரோப்பியர்: நீங்கள் எந்த ஊரிலிருந்து வருகிறீர்கள்? எந்த ஊரில் பிறந்தீர்கள்? உங்கள் சொந்த ஊர் என்ன?

மொழிபெயர்ப்பாளர்: ஐயா நான் இந்த ஊரில்தான் பிறந்தேன். என் தாயும் தந்தையும் கூட இந்த ஊரில்தான் பிறந்தார்கள்.

ஐரோப்பியர்: எனக்கு உதவியாக இங்கே நீங்கள் தங்க முடியுமா?

மொழிபெயர்ப்பாளர்: முடியும் ஐயா. என் முழு சம்மதத்துடன் உங்களிடம் பணியாற்றத் தயாராக இருக்கிறேன்.

ஐரோப்பியர்: நீங்கள் மாத சம்பளமாக எவ்வளவு எதிர்பார்க்கின்றீர்கள்?

மொழிபெயர்ப்பாளர்: இங்கு, பொதுவாக மாதச் சம்பளம் ஒரு பகோடா வழங்குகின்றார்கள் ஐயா.

ஐரோப்பியர்: மிக நன்று. நானும் உங்களுக்கு அதே மாதச்சம்பளத்தைத் தருகிறேன்.

---

1. துபாஷி என்பது தோபாஷி என்பதைக் குறிக்கும். அதாவது, இரண்டு மொழிகளை அறிந்தவர்கள், மதராசபட்டினம் (சென்னை பெருநகரத்தின் கதை 1600-1947), பக் 77

மொழிபெயர்ப்பாளர்: ஐயா இப்போது உங்களுக்கு ஏதும் நான் செய்ய வேண்டுமா?

ஐரோப்பியர்: நான் ஒரு பல்லக்கு பற்றி அறிந்துகொள்ள வேண்டும். அதோடு பல்லக்குத் தூக்கிச்செல்லும் சிறுவர்களைப் பற்றியும் பல்லக்கின் பக்கத்தில் நிழற்குடை தூக்கிவருபவர் பற்றியும் தெரிந்துகொள்ள வேண்டும்.

மொழிபெயர்ப்பாளர்: மிக நல்லது. அந்த விசயத்தை நான் கவனித்துக்கொள்கிறேன்.

ஐரோப்பியர்: உங்களின் இந்த ஊர் (மெட்ராஸ்)மிக அதிக வெப்பமாக இருக்கிறது. கால்நடையாகப் பயணம் செய்வது இங்கு இயலாத காரியமாக இருக்கிறது. இந்த ஊரில் சௌகரியமாகப் பயணம் செய்ய வேண்டுமென்றால் எந்த வகையில் பயணம் செய்யலாம்?

மொழிபெயர்ப்பாளர்: ஐயா இங்கு உள்ளவர்கள் வெளி நகருக்குச் செல்லும்போது குதிரைச் சவாரி செல்வார்கள். அல்லது குதிரை வண்டியில் செல்வார்கள். அல்லது ஒரு பல்லக்கை ஏற்பாடு செய்து செல்வார்கள்.

ஐரோப்பியர்: இங்கு உள்ளவர்கள் பொதுவாக வண்டி வைத்திருந்தால் அவர்கள் அதில் குதிரைகளைப் பூட்டி வண்டி ஓட்டிச் செல்லப் பயன்படுத்துவார்களா அல்லது கழுதைகளைப் பயன்படுத்துவார்களா அல்லது எருதுகளைப் பயன்படுத்துவார்களா?

மொழிபெயர்ப்பாளர்: ஐயா ஒவ்வொருவரும் தங்களது தேவை, வசதிக்கேற்ற வகையில் ஏற்பாடு செய்துகொள்வார்கள்.

ஐரோப்பியர்: ஆனால் எருதுகளை வண்டியில் பூட்டி ஓட்டிச் செல்வது பொதுவாக வழக்கத்தில் இல்லைதானே?

மொழிபெயர்ப்பாளர்: அப்படியில்லை ஐயா. மூர்களும் (இஸ்லாமியர்கள்) தெலுங்கர்களும் ஒவ்வொரு நாளும் தங்கள் எருமை மாடுகளைக் கட்டித்தான் வண்டி ஓட்டிச் செல்கிறார்கள்.

ஐரோப்பியர்: ஓ. அப்படி என்றால் அவர்கள் எருமை மாடுகளின் மேலும் சவாரி செய்வார்களா?

மொழிபெயர்ப்பாளர்: ஆமாம் ஐயா. ஆனால் சிலர் எருமை மாட்டின் மேல் சேணத்தை[2] வைத்து அதன்மேல் ஏறிப் பயணம் செல்வார்கள்.

2. சேணம் - குதிரை மேல் அமர்வதற்காகப் போடப்படும் இருக்கை. இது பொதுவாக தோலினால் செய்யப்பட்டது.

மெட்ராஸ் 1726

ஐரோப்பியர்: நான் என் வாழ்க்கையில் எந்தக் காலத்திலும் இப்படி ஒரு பயணம் செய்யமாட்டேன்.

மொழிபெயர்ப்பாளர்: நீங்கள் அப்படி செய்ய வேண்டியதில்லை. நீங்கள் உங்கள் தேவைகளுக்காக ஒரு பல்லக்கு வாங்கிக் கொள்ளலாம்.

ஐரோப்பியர்: நான் ஏன் எனக்காகத் தனியாக ஒரு பல்லக்கு வைத்திருக்க வேண்டும்? நான் வாடகைக்கு ஒரு பல்லக்கு வைத்துக் கொள்ளலாம் அல்லவா?

மொழிபெயர்ப்பாளர்: ஐயா நீங்கள் ஒரு பல்லக்கை ஏற்பாடு செய்தால் நீங்கள் ஒவ்வொரு நாளும் சவாரிக்கு 4 ஃபணம்[3] தொகை கட்டணமாகக் கட்ட வேண்டியிருக்கும்.

ஐரோப்பியர்: அப்படியென்றால் நான் வாடகைக்கு எடுக்கப் போவதில்லை. எனது சொந்த உபயோகத்திற்கென்று ஒரு பல்லக்கு வாங்கிவிடுகிறேன்.

மொழிபெயர்ப்பாளர்: ஆமாம் ஐயா. இதுதான் சிறந்த முடிவு. அதுமட்டுமல்ல எல்லா முக்கியஸ்தர்களும் இங்கே தங்களது சொந்தப் பல்லக்கை வைத்திருக்கின்றார்கள்.

ஐரோப்பியர்: ஒரு புதிய பல்லக்கைச் செய்வதற்கு எவ்வளவு பொருள் செலவாகும்?

மொழிபெயர்ப்பாளர்: ஒரு பல்லக்கு உருவாக்குவதற்கு 6 பகோடா[4] பணம் தேவைப்படும்.

ஐரோப்பியர்: பல்லக்கை உருவாக்கத் தேவைப்படும் மூங்கிலுக்கு எவ்வளவு பகோடா காசு தேவைப்படும்?

---

3. ஃபணம் - **Fanam :** பிரித்தானிய கிழக்கிந்திய அரசு மெட்ராஸ் மாகாணத்தின் காசுகளாக வெளியிட்ட ஒருவகை காசு. ஒரு ஃபணம் என்பது சிறிய வெள்ளிக் காசு. இது 80 செப்புக்காசுகளாகப் பிரிக்கப்படும். 1 தங்க பகோடா காசு = 42 ஃபணம். அன்றைய ஒரு ரூபாய் = 12 ஃபணம்; இது 1815ம் ஆண்டு வரை புழக்கத்தில் இருந்தது. **(A journey from Madras through the countries of Mysore, Canara, and Malabar)**

4. பகோடா - **Pagoda** இந்திய அரசுகளால் மட்டுமன்றி காலனித்துவ ஆட்சி காலத்தில் பிரித்தானிய கிழக்கிந்திய அரசினாலும் வெளியிடப்பட்ட வகை காசு. ஒரு பவுன் அல்லது அரை பவுன் தங்கக்காசு என்ற வகையில் அச்சிடப்பட்டன. விஜயநகர பேரரசு, கடம்பா அரசுகள் ஆகியவையும் இக்காசுகளை வெளியிட்டன. **("Southern India Coins" - http://www.med.unc.edu/~nupam/postg1.html)** பிரித்தானியர்கள் மட்டுமன்றி பிரெஞ்சுக்காரர்களும் டச்சுக்காரர்களும் இதனை பயன்படுத்தினர். விஜயநகர பேரரசு அச்சிட்டு வெளியிட்ட காசு. ஐரோப்பி யவணிகர்களின் புழக்கத்திற்காக பிரித்தானிய கிழக்கிந்திய கம்பெனியும் பகோடாக்களை அச்சிட்டு வெளியிட்டது . . . உதாரணமாக 1 பகோடா = 42 ஃபணம். 100 நட்சத்திர பகோடாக்கள் **(Star Pagoda)** இன்றைய 350 இந்திய ரூபாய்க்கு சமம்.

மொழிபெயர்ப்பாளர்: சில சமயங்களில் நல்ல வளையக்கூடிய தன்மை உள்ள, சிறந்த தரம் வாய்ந்த மூங்கில்கள் 30 பகோடா வரை செலவாகும்.

ஐரோப்பியர்: (ஆச்சரியத்துடன்) இவ்வளவு அதிக தொகை மூங்கில்களுக்குத் தேவைப்படுமா?

மொழிபெயர்ப்பாளர்: இல்லை ஐயா. சில மூங்கில்கள் 20 பகோடாவிற்கும் வாங்கிவிடலாம். சில மூங்கில்களை 10 பகோடாவிற்கும்கூட வாங்கலாம். சிலவகை மூங்கில்களை 5 பக்கோடாவிற்குக்கூட வாங்கலாம். மூங்கில்களின் விலை எப்போதும் ஒரே மாதிரி இருப்பதில்லை.

ஐரோப்பியர்: சரி பல்லக்கில் வைப்பதற்குத் தேவையான ஏனைய பொருட்களான மெத்தை, படுக்கை தலையணை, துண்டு ஆகியவற்றை வாங்குவதற்கு எவ்வளவு செலவாகும்?

மொழிபெயர்ப்பாளர்: ஒவ்வொருவரும் தங்களுக்குப் பிடித்த வகையில் அதனை உருவாக்குவார்கள் ஐயா.

ஐரோப்பியர்: சரி நான் என்ன செய்ய?

மொழிபெயர்ப்பாளர்: ஐயா இதற்கு ஒரு நல்ல வழி சொல்கிறேன். நீங்கள் கருஞ்சிவப்பு துணி ஒன்றையும் பருத்தி லினென் துணியையும் வாங்கிவிடுங்கள். அதன் பின்னர் தையற்காரரை அழைத்து, அவரை இவற்றை தைத்துத் தரச் சொல்லிவிடலாம்.

ஐரோப்பியர்: இதனை தைத்து ஒரு பல்லக்கை முழுமையாகத் தயாரிப்பதற்கு எவ்வளவு செலவாகும்?

மொழிபெயர்ப்பாளர்: ஐயா... நாமே ஏற்பாடு செய்து முழுமை யாக ஒரு பல்லக்கைத் தயாரிப்பது என்றால் அதற்கு நமக்கு 40 பகோடா காசு தேவைப்படும்.

ஐரோப்பியர்: நான் எத்தனை சிறுவர்களைப் பல்லக்குத் தூக்குவதற்காகப் பணியில் அமர்த்த வேண்டும்?

மொழிபெயர்ப்பாளர்: ஐயா நீங்கள் ஆறு பல்லக்குத் தூக்கும் சிறுவர்களை இந்த வேலைக்கு வைத்திருக்க வேண்டும்.

ஐரோப்பியர்: அவர்களுக்கு மாதச் சம்பளம் எவ்வளவு தேவைப்படும்?

மொழிபெயர்ப்பாளர்: கிழக்கிந்தியக் கம்பெனியின் ஆணையின்படி நீங்கள் ஒரு சிறுவனுக்கு 5 பகோடா மாதச் சம்பளமாக வழங்க வேண்டும்.

மெட்ராஸ் 1726

ஐரோப்பியர்: பல்லக்கு நிழற்குடையைத் தூக்கிவரும் சிறுவனுக்கு நான் எவ்வளவு மாதச் சம்பளம் தரவேண்டும்? (ஆறு சிறுவர்கள் பல்லக்குத் தூக்கிச் செல்லும்போது ஒரு சிறுவன் குடையைத் தூக்கிக்கொண்டு அவர்களோடு நடந்துவருவான்.)

மொழிபெயர்ப்பாளர்: தலைக்கு மேல் நிழற்குடையைத் தூக்கிவருகின்ற சிறுவனுக்கு மாதச் சம்பளமாக 24 ஃபணம் ஊதியம் தர வேண்டும்.

ஐரோப்பியர்: அப்படி நான் ஒரு வேளை தூரமான இடங்களுக்கு, அதாவது, உதாரணமாக செயின்ட் டேவிட் கோட்டைக்கு அல்லது வேறு ஒரு இடத்திற்குச் செல்ல வேண்டும் என்றால் ஆறு சிறுவர்கள் மட்டும் போதுமா அல்லது நான் கூடுதலாக வேறு சிலரையும் பல்லக்குத் தூக்கும்பணிக்கு அமர்த்த வேண்டுமா?

மொழிபெயர்ப்பாளர்: ஐயா இந்த ஆறு பேருக்கு மேல் நீங்கள் கூடுதலாக நான்கு பேரை வைத்திருக்க வேண்டும். அதுமட்டு மில்லாமல் அப்படி நீங்கள் செல்கின்ற இடத்தில் கூடுதலாகத் தங்க வேண்டிய தேவை ஏற்பட்டால், அதாவது, உங்கள் பயணம் மூன்று நாட்களுக்கு மேலாகும் என்றால், நீங்கள் அவர்கள் ஒவ்வொருவருக்கும் கூடுதலாகச் சம்பளம் வழங்க வேண்டும்.

ஐரோப்பியர்: மிக நல்லது. பல்லக்குத் தூக்கும் சிறுவர்களை அழையுங்கள். ஒரு பல்லக்கு உருவாக்கும் பணியைத் தொடங்குங்கள். நான் வெளிநாடு (மற்றொரு நகரம்) செல்ல வேண்டும்.

மொழிபெயர்ப்பாளர்: உடனே... சற்று நேரத்தில் அனைத்தையும் தயார் செய்துவிடுகிறேன் ஐயா.

ஐரோப்பியர்: சரி விரைவாக ஏற்பாடு செய்யுங்கள்.

(பல்லக்கு தயாராகிவிடுகிறது)

மொழிபெயர்ப்பாளர்: ஐயா நானும் உங்களுடன் வர வேண்டுமா?

ஐரோப்பியர்: ஆம் என் பின்னால் வாருங்கள். நான் அந்த வீட்டின் அருகில் செல்கிறேன். (இப்போது அந்த ஐரோப்பியர் பல்லக்கில் அமர்ந்திருக்கின்றார். பல்லக்குத் தூக்கி வருகின்ற சிறுவர்களைப் பார்த்துக் கட்டளையிடுகின்றார்.) சிறுவர்களே இங்கே நிறுத்துங்கள். பல்லக்கைக் கீழே இறக்குங்கள்.

உரையாடல் கூறும் செய்திகள்

கிழக்கிந்தியக் கம்பெனியின் ஆணையின்படி ஓர் ஊழியருக்கான மாத ஊதியம் நிர்ணயிக்கப்பட்டிருந்தது. அதோடு அன்றைய மெட்ராஸில் வசித்த ஐரோப்பியர்களும் பொருளாதார வசதி படைத்தவர்களும் தங்களுக்குச் சொந்த மாகப் பல்லக்குகளை வைத்திருந்தார்கள் என்பதையும் அதனைச் தூக்கிச் செல்லச் சிறுவர்களைப் பணிக்கு அமர்த்தியிருந்தார்கள்; என்பதையும் மாடு, எருது, குதிரை கழுதை ஆகிய விலங்குகளையும் தங்கள் பயணங்களுக்குப் பயன்படுத்தினார்கள் என்பதையும் இப்பகுதி வெளிப்படுத்துகிறது.

4. விருந்துக்கு ஏற்பாடு

சூழல்: ஒரு ஐரோப்பியர் தனது மொழிபெயர்ப்பாளருடன் (அவரது பெயர் முத்து என்பதாக உரையாடலில் குறிப்பிடப்பட்டுள்ளது) விருந்து, உணவு பற்றிப் பேசும் வகையில் அமைந்த உரையாடல்.

ஐரோப்பியர்: முத்து ...

முத்து: இதோ வருகிறேன் ஐயா.

ஐரோப்பியர்: இங்கே வா.

முத்து: என்ன வேண்டும் ஐயா? என்ன வேண்டும் ஐயா?

ஐரோப்பியர்: இன்று ஒரு கேளிக்கை விருந்து ஏற்பாடு செய்ய விரும்புகிறேன்.

முத்து: மிக அருமையான யோசனை. என்ன வகையான விருந்து ஐயா?

ஐரோப்பியர்: ஒரு விருந்துக்கு எத்தனை விதமான சமையல் வகைகள் அல்லது இறைச்சி வகைகளை நாம் ஏற்பாடு செய்ய வேண்டும்?

முத்து: தாங்கள் என்ன விரும்புகின்றீர்களோ அதனைத் தயாரித்துவிடலாம்.

ஐரோப்பியர்: இரண்டு கோழிகளைச் சமைத்தால் போதுமா?

முத்து: அது போதும். ஆனால் அதோடு கூடுதலாக ஓரளவு ஆட்டிறைச்சி உணவும் தயாரிக்க வேண்டும்.

ஐரோப்பியர்: இப்போது மீன்கள் கிடைக்க வாய்ப்பிருக்கிறதா?

முத்து: எனக்குத் தெரியவில்லை. தற்சமயம் மீன்கள் சந்தையில் கிடைக்க வாய்ப்பு இருக்கின்றதா என்று கேட்டுப் பார்க்கிறேன்.

ஐரோப்பியர்: அப்படி கிடைக்க வாய்ப்பிருந்தால் நான்கு அல்லது ஐந்து மீன்களை வாங்கிக் கொள்ளுங்கள்.

முத்து: அவற்றை என்ன செய்ய வேண்டும்?

ஐரோப்பியர்: அவற்றில் இரண்டு மீன்களை அவித்துச் சமையல் செய்துவிடுங்கள். மூன்று மீன்களை வறுவலாகச் செய்து விடுங்கள்?

முத்து: வேறு என்ன செய்ய வேண்டும்? காய்கறிகளைக் கொண்டு சாலட் தயாரிக்க வேண்டுமா?

ஐரோப்பியர்: ஆமாம்... ஆமாம்! அவற்றோடு கொஞ்சம் முள்ளங்கிகளையும் சேர்த்துச் செய்துவிடுங்கள்.

முத்து: வாழைப்பழங்கள் தேவையா?

ஐரோப்பியர்: ஆமாம் கண்டிப்பாக வேண்டும். எனக்கு அவை மிகப் படிக்கும்.

முத்து: எத்தனை விருந்தினர்கள் இந்த விருந்தில் கலந்து கொள்கின்றார்கள்?

ஐரோப்பியர்: நான் உட்பட என் மனைவி, குழந்தை ஆகியோரோடு மேலும் ஐந்து பேர்.

முத்து: அப்படியா? இத்தனை பேருக்கு இந்த இறைச்சி வகைகள் போதாதே.

ஐரோப்பியர்: அப்படி என்றால் வேறு எந்த உணவைச் சேர்க்கலாம். மாட்டிறைச்சி கிடைக்க வாய்ப்பிருக்கிறதா?

முத்து: வாய்ப்பிருக்கிறது. அண்மையில் அருகாமையில் சந்தையில் சமையலுக்காக மாடுகளை வெட்டியிருக்கின்றார்கள். ஆகையால் சந்தையில் மாட்டிறைச்சி கிடைக்க வாய்ப்புள்ளது.

ஐரோப்பியர்: சந்தைக்குச் சென்று மூன்று அல்லது நான்கு ஃபணத்திற்கு மாட்டு இறைச்சி வாங்கிக்கொள்ளுங்கள்.

முத்து: சிறிய பன்றிகளின் இறைச்சி இந்த விருந்துக்குத் தேவைப்படுமா?

ஐரோப்பியர்: வேண்டாம். ஏறக்குறைய ஒவ்வொரு நாளும் நாம் பன்றி இறைச்சி தானே சாப்பிடுகிறோம்.

மெட்ராஸ் 1726

முத்து: அப்படி நீங்கள் விரும்பினால்... நாம் புறாக்களின் இறைச்சிகளை இந்த விருந்தில் சேர்த்துக்கொள்வோமா?

ஐரோப்பியர்: ஆமாம் நீங்கள் நான்கு அல்லது ஐந்து புறாக்களின் இறைச்சியை வாங்கிக்கொள்ளுங்கள்.

முத்து: இந்தப் புறாக்களை எப்படி சமைக்க வேண்டும்?

ஐரோப்பியர்: அவற்றை மாவோடு சேர்த்து ரொட்டிபோலத் *(pye)* தயாரித்துவிடுங்கள்.

முத்து: இந்த விருந்தில் சோறு தேவைப்படுமா?

ஐரோப்பியர்: ஆம் ஒரு தட்டு நிறையச் சோறு ஏற்பாடு செய்து விடுங்கள்.

முத்து: மதிய விருந்தின்போது என்ன பானம் அருந்த விரும்புகின்றீர்கள்?

ஐரோப்பியர்: என்ன வகை மதுபான பாட்டில்கள் மதுபானப் பெட்டியில் இருக்கிறன?

முத்து: நான்கு போத்தல்கள் பியர் *(Beer)*, 12 போத்தல்கள் கிளாரட் ஒயின் *(Claret-Wine)*, ஒன்பது போத்தல்கள் சாக் *(Sack)*, மடேய்ரா ஒயின் *(Madera)* 100 போத்தல்கள்.

ஐரோப்பியர்: மதிய உணவு[1] எப்போது தயாராகும்?

முத்து: வழக்கம்போல மதியம் 12 மணிக்கு உணவு தயாராகிவிடும்.

ஐரோப்பியர்: மிக நன்று. அப்படியே செய்துவிடுங்கள்.

உரையாடல் கூறும் செய்திகள்

இக்காலகட்டத்தில் மெட்ராஸில் வாழ்ந்த ஐரோப்பியர்கள் பொதுவாக பன்றி இறைச்சியை அடிக்கடி மதிய உணவாக எடுத்துக்கொண்டதையும் ஏனைய வகை இறைச்சிகள், மாட்டிறைச்சி, கோழி, புறா, மீன்கள் ஆகியவையும் அவர்களது உணவுப் பழக்கத்தில் இருந்தன என்பதையும் அறிகின்றோம். சோறு சாப்பிடும் வழக்கத்தையும் மெட்ராஸுக்கு வந்து தங்கிய ஐரோப்பியர்கள் உணவுப் பழக்கத்தில் சேர்த்துக்கொண்ட செய்தியையும் இந்த உரையாடல் வெளிப்படுத்துகின்றது.

---

1. ஷூல்ட்சேவின் ஆங்கில மொழிபெயர்ப்பில் 'Dinner' எனவும் அவரது ஜெர்மானிய மூல நூலில் 'Mittagsessen,' அதாவது மதிய உணவு என்றும் குறிப்பிடப்படுகின்றது.

5. உணவு மேசை

சூழல்: மெட்ராஸ் நகரில் வசிக்கும் ஒரு ஐரோப்பியர் தனது வீட்டில் பணிபுரியும் ஒரு சிறுவன் ஒருவனிடம் ஒரு நாள் தன் வீட்டில் நடை பெறவேண்டிய பணிகளைக் கூறி அச்சிறுவனை வேலை செய்யவைப்பது போன்ற வகையில் அமைந்த உரையாடல்.

ஐரோப்பியர்: இங்கே யாராவது இருக்கின்றீர்களா?

சிறுவன்: யாரை அழைக்கின்றீர்கள் ஐயா?

ஐரோப்பியர்: வீட்டில் பணிபுரியும் ஆட்கள் எல்லாம் எங்கே?

சிறுவன்: உங்கள் உதவியாளர் முத்து சந்தைக்கு இறைச்சி வாங்கச் சென்றிருக்கின்றார்.

ஐரோப்பியர்: சமையற்காரர் எங்கே?

சிறுவன்: அவர் சமையலறையில் மீன்களைச் சுத்தம் செய்துகொண்டிருக்கின்றார்.

ஐரோப்பியர்: வேலைக்காரச் சிறுமி எங்கே?

சிறுவன்: அவர் சாப்பிடுவதற்கான தட்டுகளை எடுத்துவரச் சென்றிருக்கின்றார்.

ஐரோப்பியர்: பல்லக்குத் தூக்கும் சிறுவர்கள் ஒருவர்கூட இங்கே இல்லையா?

சிறுவன்: இல்லை ஐயா. அவர்கள் முதலாளி அம்மாவுடன் வெளியே சென்றிருக்கின்றார்கள்.

ஐரோப்பியர்: அப்படி என்றால் நீ மட்டும்தான் இப்போது வீட்டில் இருக்கிறாயா?

சிறுவன்: ஆமாம் ஐயா. நான் மட்டும்தான் இங்கே இருக்கிறேன்.

ஐரோப்பியர்: நீ கூட்டுமாறு எடுத்து இந்த அறையின் தரையைச் சுத்தமாக கூட்டித் தூய்மைப்படுத்து.

(சிறுவன் தரையைத் தூய்மைப்படுத்தி விடுகிறான்)

சிறுவன்: செய்து முடித்துவிட்டேன் ஐயா. வேறு ஏதேனும் நான் உங்களுக்குச் செய்ய வேண்டுமா?

ஐரோப்பியர்: (உணவு மேசையைத் தயார் செய்தல்) சமயலறையிலிருந்து சாப்பிடுவதற்கு ஒன்பது கத்திகள் எடுத்துக்கொண்டு வா. அத்துடன் ஒன்பது முள்கரண்டி களையும் எடுத்துக்கொண்டு வா. அவையெல்லாம் தூய்மையாகவும் கூர்மையாகவும் இருக்கின்றனவா என்று பார்த்துக்கொள். அத்துடன் குடிப்பதற்குக் கண்ணாடி கிளாஸ்கள் எடுத்து அனைத்தையும் சுத்தமாகக் கழுவி விடு.

(சிறுவன் முதலாளி கூறிய வேலையை முடித்துவிடுகிறான்)

சிறுவன்: ஐயா எல்லா வேலைகளையும் முடித்துவிட்டேன்.

ஐரோப்பியர்: அந்த மேசையை அறையின் நடுப்பகுதிக்குக் கொண்டு வா. மேசை விரிப்பை அந்த மேசையின்மீது பரவலாக விரித்து வை. சாப்பிடும் தட்டுகளை ஒவ்வொன்றாக வைத்துவிட்டுக் கத்தியையும் முட்கரண்டிகளையும் கரண்டிகளையும் வலது கை புறத்தில் மேசையில் வை.

சிறுவன்: சாலட்டுக்கான[1] கோப்பையை மேசையில் வைக்க வேண்டுமா ஐயா?

ஐரோப்பியர்: ஆமாம் வைக்க வேண்டும். நீ ஏன் என்னை இந்த வகையான கேள்விகளைக் கேட்கிறாய்? உனக்கு இது ஏற்கெனவே தெரியாதா?

சிறுவன்: எத்தனை நாற்காலிகளை வைக்க வேண்டும், ஐயா?

ஐரோப்பியர்: ஒன்பது என்று நான் முதலிலேயே சொன்னேன் அல்லவா?

சிறுவன்: எத்தனை ரொட்டிகளை வைக்க வேண்டும்?

---

1. சாலட் - பச்சைக்காய்கறி உணவு ஐரோப்பியர் உணவில் கட்டாயம் இடம்பெறுகின்ற ஒன்று. சமைக்காத தக்காளி, கீரை, வெள்ளரிக்காய்கள், முள்ளங்கி கொண்டு தயாரிக்கப்படுவது. உணவின்போது பக்க உணவாக வைக்கப்படுவது.

மெட்ராஸ் 1726

ஐரோப்பியர்: இரண்டு ரொட்டிகள் வைத்தால் போதும்.

சிறுவன்: பட்டரும் சீசும் தேவைப்படாதா?

ஐரோப்பியர்: கண்டிப்பாகத் தேவைப்படும். இப்போது மணி என்ன?

சிறுவன்: இப்போது காலைமணி 11:30 எனக் காட்டுகிறது.

ஐரோப்பியர்: சமையலறைக்குச் சென்று அங்கே உணவுகள் அனைத்தும் தயாராகிவிட்டதா என்று பார்.

(சிறுவன் சமயலறைக்குச் சென்று பார்த்துவிட்டு வருகின்றான்)

சிறுவன்: எல்லாம் தயாராகிவிட்டது ஐயா.

ஐரோப்பியர்: அனைத்தையும் கொண்டுவந்து மேசையின் மேல் சரியாக வை.

சிறுவன்: விருந்தினர்களை அழைக்க வேண்டாமா?

ஐரோப்பியர்: ஆமாம். அவர்களைப் போய் அழைத்து வா.

சிறுவன்: நீங்கள் என்ன பானம் அருந்த விரும்புகின்றீர்கள்?

ஐரோப்பியர்: நான் தண்ணீர் கேட்டால் எனக்குத் தண்ணீர் கொடு; யாரேனும் ஒயின் கேட்டால் அவர்களுக்கு ஒயின் வழங்கு; பியர் கேட்பவர்களுக்குப் பியர் கொடு.

சிறுவன்: ஐயா, இந்தாருங்கள் தண்ணீர்.

ஐரோப்பியர்: இந்தத் தண்ணீர் நன்றாக இல்லை. இதனை மாற்றிவிட்டு வேறு தண்ணீர் கொண்டுவா?

சிறுவன்: எத்தனை கிளாஸ் ஒயின் ஒவ்வொருவருக்கும் வழங்க வேண்டும்?

ஐரோப்பியர்: எத்தனைமுறை கேட்கின்றார்களோ அத்தனை முறை அவர்களுக்கு ஒயின் வழங்கு.

சிறுவன்: விருந்தினர்கள் உணவருந்தி விட்டார்கள். மீதமிருக்கும் உணவைச் சமையல்காரருக்குக் கொடுக்கவா? அல்லது உணவு நிலவறையில்[2] எடுத்துவைக்கவா?

ஐரோப்பியர்: மீதமிருக்கும் எல்லா உணவையும் சமையல்காரருக்குக் கொடுத்துவிடு.

---

2. நிலத்தின்அடியில் இருக்கும் அறை. பொதுவாக ஐரோப்பிய நாடுகளில் நிலத்தின் மேல் கட்டப்படுகின்றன என்றாலும் நிலத்துக்குக் கீழே முழுமையாக அறைகளை உருவாக்குவது வழக்கம். இது குளிர்ச்சியாக இருப்பதால் பொருட்களைப் பாதுகாத்து வைப்பதற்கு ஏதுவாக அமையும்.

சிறுவன்: ஐயா நான் இப்போது வீட்டிற்குச் செல்லலாமா?

ஐரோப்பியர்: மிக நல்லது. நீ செல்லலாம்.

உரையாடல் கூறும் செய்திகள்

மெட்ராஸ் நகரில் 1740 காலகட்டத்தில் வாழ்ந்த ஐரோப்பியர்கள் தங்கள் இல்லங்களில் பல ஊழியர்களைப் பணிக்கு அமர்த்தியிருந்தனர். மதிய உணவுக்கு அவர்களது ஐரோப்பிய உணவுப் பழக்கமான ஒயின், பியர் அருந்தும் பழக்கத்தையும் தொடர்ந்து வழக்கில் வைத்திருந்தனர். அதனைக் காணும்போது அன்று ஐரோப்பாவிலிருந்து வந்த கப்பல்கள் ஏராளமாக ஒயின், பியர் மற்றும் பல வகை மதுபானங்களைக் கொண்டுவந்தன என்பதை அறிய முடிகின்றது. ஐரோப்பிய உணவு, மேசை கலாச்சாரம், உணவு தயாரிப்பு பற்றியும் இந்த உரையாடல் தெரிவிக்கின்றது.

6. குடி நீர்

சூழல்: மெட்ராஸ் நகரில் வசிக்கும் ஒரு ஐரோப்பியர் தனது வீட்டில் பணிபுரியும் தனது சமையற்காரரிடம் தண்ணீர் வாங்குவது பற்றி அறிந்துகொள்ளும் வகையில் அமைந்த உரையாடல்.

ஐரோப்பியர்: இங்கே எவ்விதமான தண்ணீர் சிறந்தது?

சமையற்காரர்: இங்கே இரண்டு விதமான தண்ணீர் கிடைக்கின்றது ஐயா. சிலர் மலையில் இருந்து வருகின்ற நீரை அருந்துகின்றனர். சிலர் பாதிரியாரின்[1] தோட்டத்திலிருந்து எடுத்து வரப்படுகின்ற நீரை அருந்துகின்றனர்.

ஐரோப்பியர்: இந்த இரண்டிலும் எது நல்ல நீர்?

சமையற்காரர்: மலையிலிருந்து பெறப்படுகின்ற நீர் நிச்சயமாகச் சிறந்தது. ஆனால் ஒரு பானை தண்ணீர் நான்கு டூடாஸ்[2] விலைக்கு விற்கின்றார்கள்.

ஐரோப்பியர்: பாதிரியார் தோட்டத்திலிருந்து எடுக்கப்படும் ஒரு குடம் தண்ணீரின் விலை என்ன?

1. ரோமன் கத்தோலிக்கப் பாதிரியார் என ஜெர்மானிய மூல நூலில் குறிப்பிடப்படுகின்றது. அவரது தோட்டக் கிணற்றிலிருந்து எடுக்கப்படும் நீர்.
2. Duddas, doodoes, copper coins of ten cash, Vestiges of Old Madras 1640-1800, Vol 2 Pg 331.

சமையற்காரர்: ஒரு குடம் தண்ணீர் இரண்டு டூடாஸ் விலை.

ஐரோப்பியர்: நல்லது. நாம் அதை மாதத்திற்கு ஒருமுறை வாங்க வேண்டுமா அல்லது ஒவ்வொரு நாளும் வாங்க வேண்டுமா?

சமையற்காரர்: நாம் ஒவ்வொரு நாளும் வாங்கத் தேவையில்லை. ஆனால் மாதம் ஒருமுறை என வாங்கிவிடுவது நல்லது.

ஐரோப்பியர்: அது எப்படி சாத்தியமாகும்?

சமையற்காரர்: நாம் இங்கு ஏதாவது ஒரு மூலையில் பெரிய மண்பாண்டங்களில் 20 குடம் தண்ணீரைச் சேகரித்து வைத்து விடலாம். அது ஒரு மாதத் தேவைக்குப் போதுமானதாக இருக்கும்.

ஐரோப்பியர்: நமக்காக யார் தண்ணீர்க் குடங்களைக் கொண்டு வருவார்கள்?

சமையற்காரர்: குடங்களில் தண்ணீர்க் கொண்டுவரும் பெண்கள் இருக்கின்றார்கள். அவர்களைக் கொண்டுவரச் சொல்லி விடலாம்.

ஐரோப்பியர்: இடையில் ஏதேனும் ஏமாற்றங்கள் நிகழாமல் இருக்க அவர்களுடன் நமது பணியாட்களையும் அனுப்பி வைக்க வேண்டுமா?

சமையற்காரர்: ஆமாம். நீங்கள் நமது பணியாட்களையும் உடன் அனுப்பி வைக்க வேண்டும்.

ஐரோப்பியர்: ஆனால் எப்போதும் இப்படி ஒரு ஆளை கூடவே அனுப்புவது என்றால் அது பெரிய பிரச்சனையாகத் தான் இருக்கும்.

சமையற்காரர்: நீங்கள் நினைப்பதுபோல அவ்வளவு பிரச்சனை ஏற்படுத்தக்கூடிய ஒன்று அல்ல. நாம் 20 பெண்களைத் தண்ணீர்க் குடத்தை தூக்கிவர கேட்டுக் கொள்ளும்போது நமது வேலையாள் ஒருவரை அனுப்பினால் போதும். வேலை முடிந்துவிடும்.

ஐரோப்பியர்: உண்மைதான். அப்படியே செய்துவிடுங்கள்.

(20 பெண்கள் தண்ணீர் குடத்தைக் கொண்டுவந்து தருகின்றார்கள்.)

சமையற்காரர்: ஐயா 20 குடம் தண்ணீரைக் கொண்டுவந்து விட்டார்கள்.

ஐரோப்பியர்: அவர்களுக்கு ஐந்து ஃபணம் காசு கொடுத்து விடுங்கள்.

உரையாடல் கூறும் செய்திகள்

மெட்ராஸ் நகரில் தங்கியிருந்த ஐரோப்பியர்கள் தங்களின் குடிநீர்த் தேவைகளை எவ்வகையில் ஏற்பாடு செய்துகொண்டனர் என்பதை இந்த உரையாடல் வெளிப்படுத்து கின்றது. சிலர் தங்கள் வீட்டுத் தோட்டத்தில் கிணறு இருந்தால் அதிலிருந்து நீரை எடுத்து விற்றனர் என்ற செய்தியும் இதன் வழி பதிவாகியுள்ளது. மெட்ராஸ் நகரில் சூல்ட்சே தங்கியிருந்தபோது கத்தோலிக்கக் கிருத்துவ மதம் பரப்பும் பணியாளர்களும் மெட்ராஸ் நகரில் இருந்தனர் என்பதையும் இவ்வுரையாடல் காட்டுகின்றது. சீர்திருத்தக் கிருத்துவம் மெட்ராஸ் நகரில் காலூன்றுவதற்கு 200 ஆண்டுகளுக்கு முன்னராகவே போர்த்துக்கீசியர்கள் மெட்ராஸில் சாந்தோம் தேவாலயத்தை அமைத்துக் கத்தோலிக்கக் கிருத்துவம் பரவ முயற்சி மேற்கொண்டிருந்தனர். அதன் பின்னனியில் மேலும் பல கத்தோலிக்கக் கிருத்துவ தேவாலயங்கள் மெட்ராஸ் நகரில் கட்டப்பட்டிருந்தன. இந்த உரையாடல் மேலும் குடத்தில் தண்ணீர் பிடித்துக் கொண்டுவரும் பணியை உள்ளூர்ப் பெண்கள் செய்தார்கள் என்பதையும் தெரிவிக்கின்றது.

7. சமையலுக்கு எரிபொருள்

சூழல்: மெட்ராஸ் நகரில் வசிக்கும் ஒரு ஐரோப்பியப் பெண்மணி தனது வீட்டில் பணிபுரியும் சமையற்காரரிடம் சமையல் அடுப்பு மூட்ட எவ்வகை எரிபொருளைப் பயன்படுத்த லாம் என அறிந்துகொள்ளும் வகையில் அமைந்த உரையாடல்.

ஐரோப்பியப் பெண்மணி (ஐ.பெ): நாம் சமையலுக்கு நெருப்பு மூட்ட விறகுகள் தேவையில்லையா?

சமையற்காரர்: ஆமாம் அம்மா. நாம் கட்டாயமாக விறகு வாங்க வேண்டும்.

ஐ.பெ: எவ்வகையான விறகுகள் நமக்கு இங்கு கிடைக்கின்றன?

சமையற்காரர்: இங்கே சமையல் செய்ய, அடுப்புக்கு நெருப்பு மூட்டக் காய்ந்த மாட்டுச்சாண வறட்டி, சிறிய குச்சிகள், பெரிய விறகுகள் ஆகியவற்றை விற்கின்றார்கள்.

ஐ.பெ: நீ மாட்டுச்சாண வறட்டி என்று ஏதோ சொன்னாய். அது என்ன?

சமையற்காரர்: அது அடிப்படையில் மாட்டுச் சாணம். அதனைப் பறையர் சமூகத்துப் பெண்கள் கைகளால் எடுத்துத் தட்டையாகத் தட்டி இப்படி காயவைப்பார்கள். (கைகளால் சாணி தட்டுவதைக் காட்டுகின்றார்)

மெட்ராஸ் 1726

அவற்றைக் கைகளால் தட்டையான வடிவில் வட்டவடிவ மாகத் தட்டி வெயிலில் காய வைப்பார்கள். அவை நன்றாகக் காய்ந்த பின்னர் அவற்றை விற்பார்கள்.

ஐ.பெ: ஓ அப்படியா ஆச்சரியமாக இருக்கின்றதே. இதுதான் இங்கு நீங்கள் பயன்படுத்தும் எரிபொருளா?

சமையற்காரர்: ஆமாம் அம்மா.

இவை மட்டுமல்ல இங்கே உடைந்த கிளைகளையும் சருகுகளையும்கூடச் சமையலுக்கு நெருப்பு மூட்டப் பயன்படுத்தப்படுகின்றார்கள்.

ஐ.பெ: அவை என்ன?

சமையற்காரர்: ஒரு மரத்தின் உடைந்த கிளைகள், மரங்களின் கீழ் வளர்ந்திருக்கும் புதர்கள். காய்ந்த சருகுகள் போன்றவை. எளிய மக்கள் இந்தக் கிளைகளை வெட்டிச் சிறிய கட்டுகளாகக் கட்டிவைப்பார்கள். அந்த விறகுக் கட்டை அவர்கள் தூக்கித் தங்கள் தலைமேல் வைத்து நகரங்களுக்கு விற்பதற்காகக் கொண்டு வருவார்கள்.

ஐ.பெ: சரி இந்த விறகுக் கட்டுகளை நல்ல எரிபொருளாகப் பயன்படுத்த முடியுமா?

சமையற்காரர்: ஆமாம் ஆமாம் நிச்சயமாக. ஆனால் இவை தவிர்த்து மேலும் நல்ல வகையான விறகுகளும் இங்கே கிடைக்கின்றன.

ஐ.பெ: எந்த வகையான விறகுகள் அவை?

சமையற்காரர்: விறகுக் குச்சிகள். சிறிய அளவிலான குச்சிகளும் பெரிய குச்சிகளும்.

ஐ.பெ: இந்த விறகுக் குச்சிகளை அவர்கள் எங்கிருந்து கொண்டு வருகின்றார்கள்?

சமையற்காரர்: இந்த விறகுக் குச்சிகளைக் கன்னிமாராவி லிருந்தும் சியாகோலாவிலிருந்தும்[1] கொண்டு வருகிறார்கள்.

ஐ.பெ: ஒரு ஃபணம் காசுக்கு எவ்வளவு மாட்டுச்சாண வறட்டி கிடைக்கும்?

சமையற்காரர்: இங்கே அதற்கு ஏதும் வரைமுறை இல்லை. ஆனால் காலநிலைக்கு ஏற்ற வகையில் அவர்கள் தங்கள்

---

1. Ciacola - அன்றைய மெட்ராஸில் இருந்த ஊர்களில் ஒன்று.

வருமானத்தில் லாபம் பார்க்கும் வகையில் அவற்றின் விலையை ஏற்றி இறக்கி விற்பார்கள்.

ஐ.பெ: என்ன சொல்லவருகிறாய்? இது சட்டத்திற்குப் புறம்பானதாயிற்றே.

சமையற்காரர்: இங்கே இதுதான் வழக்கம். சிலவேளைகளில் 100 ஃபணத்துக்கு விற்பார்கள். சிலவேளைகளில் 150 ஃபணத்துக்கு விற்பார்கள். சிலவேளைகளில் 200 ஃபணத்துக்கு விற்பார்கள்... அவரவர் விருப்பம் போல. ஆனால் மழைக் காலத்தில் தான் பற்றாக்குறை ஏற்பட்டுவிடும்.

ஐ.பெ: அப்படியென்றால் விலை குறைவாக இருக்கும்போது நாம் அதிகமாக வாங்கி வைத்துக்கொள்வோம். அவற்றை நமது நிலவறையில் வைத்துவிடுவோம்.

சமையற்காரர்: ஆமாம் அம்மா. இப்படித்தான் செய்ய வேண்டும்.

ஐ.பெ: ஒரு கட்டு சுள்ளிக்கு எவ்வளவு ஃபணம் காசு தேவைப்படும்?

சமையற்காரர்: இதனை விற்பவர்கள் அவர்கள் விருப்பத்திற்கு ஏற்ற வகையில் காசு நிர்ணயிப்பார்கள். சிலவேளைகளில் இரண்டு ஃபணம்... சிலவளைகளில் ஒரு ஃபணம்... சில வேளைகளில் ஆறு டூடாஸ்... சிலவேளைகளில் நாலு டூடாஸ்.

ஐ.பெ: 100 குச்சிகள் கொண்ட கட்டு ஒன்றை என்ன விலைக்கு விற்கிறார்கள்?

சமையற்காரர்: அதுவும் அப்படித்தான். அவர்கள் விருப்பத்திற் கேற்ற விலையில் விற்பார்கள். சிலவேளைகளில் 100 சுள்ளிகள் கொண்ட கட்டு இரண்டு ஃபணம். சிலவேளைகளில் இரண்டு ஃபணம் மூன்று டூடாஸ்.

ஐ.பெ: ஆயிரம் கட்டு விறகுகள் என்ன விலைக்கு விற்பார்கள்?

சமையற்காரர்: ஆயிரம் குச்சிகள் கொண்ட ஒரு கட்டு சிலவேளைகளில் இரண்டு பகோடாவிற்கு விற்பார்கள். சிலவேளைகளில் இரண்டரை பக்கோடாவிற்கு விற்பார்கள். சில வேளைகளில் மூன்று பகோடா விலை வைத்து விற்பார்கள். ஒவ்வொரு இடத்திலும் அவர்கள் விருப்பத்திற்கு ஏற்றவாறு விலை மாறுபடும்.

ஐ.பெ: நமது வீட்டுச் சமையலுக்கு ஒரு மாதத்திற்கு எவ்வளவு விறகு தேவைப்படும்?

சமையற்காரர்: அம்மா நமது ஒரு மாத வீட்டுச் சமையல் தேவைகளுக்கு ஆயிரம் விறகுக் குச்சிகள் தேவைப்படும்.

அதோடு ஐந்து ஃபணத்திற்குக் காய்ந்த மாட்டுச் சாண வறட்டி தேவைப்படும்.

ஐ.பெ: ஐயோ. இவ்வளவு அதிக விலையா?

உரையாடல் கூறும் செய்திகள்

மெட்ராஸ் நகருக்கு வந்து தங்கி வாழ்ந்த ஐரோப்பியர்கள் தங்கள் சமையல் தயாரிப்புகளுக்கான தேவைகளுக்கு விறகு களையும் சுள்ளிகளையும் மாட்டுச் சாணத்தினால் எளிதாகத் தயாரிக்கப்படும் வறட்டிகளையும் பயன்படுத்தினார்கள். அத்தோடு அவற்றின் விலை முறையாக நிர்ணயம் செய்யப்பட வில்லை என்பதையும், விறகு அல்லது மாட்டுச் சாண வறட்டி விற்பவர்கள் விருப்பத்திற்கு ஏற்றவாறு விலை நிர்ணயம் செய்து விற்றார்கள் என்பதையும் இந்த உரையாடல் தெரிவிக்கின்றது.

8. சமையலுக்கான மளிகைப் பொருட்கள்

சூழல்: மெட்ராஸ் நகரில் வசிக்கும் ஒரு ஐரோப்பியப் பெண்மணி தனது வீட்டில் பணிபுரியும் வேலைக்காரப் பெண்ணிடம் வீட்டு மளிகைப் பொருட்களைப் பற்றியும், குறிப்பாக எண்ணெய் வகைகளைப் பற்றியும் அறிந்துகொள்ளும் உரையாடல்.

ஐரோப்பியப் பெண்மணி (ஐ.பெ): நமக்கு வீட்டிற்கு என்னென்ன பொருட்கள் தேவைப்படும்?

வேலைக்காரப் பெண் (வே.பெ): நமக்கு எண்ணெய், வெண்ணை, மெழுகுவர்த்தி, கைவிளக்கு, நான்கு மெழுகுவர்த்தி ஏற்றிவைக்கும் தண்டு, ஆறு படுக்கைகள், ஆறு மெத்தைகள், 12 தலையணைகள் ஆகியவை தேவைப்படும்.

ஐ.பெ: ஐயோ... உண்மையிலேயே நமக்கு இத்தனை பொருட்கள் தேவைப்படுமா?

வே.பெ: ஆமாம் அம்மா. கட்டாயமாக இவை யெல்லாம் நமக்குத் தேவை.

ஐ.பெ: எந்த வகை எண்ணெய் இங்கே கிடைக்கின்றன?

வே.பெ: இலுப்பை எண்ணெய், அமிர்தம் எண்ணெய், சம்பங்கி எண்ணெய், ஆவா எண்ணெய், அத்திரு எண்ணெய், தைலம் எண்ணெய் (மருந்து எண்ணெய்) ஆகியவை இங்கே கிடைக்கின்றன.

ஐ.பெ: எந்த வகையான எண்ணெயை நாம் விளக்கு ஏற்ற இங்கே பயன்படுத்தலாம்?

மெட்ராஸ் 1726

வே.பெ: விளக்கேற்ற இங்கே நாம் அமிர்தம் எண்ணெயைப் பயன்படுத்தலாம்.

ஐ.பெ: நமக்குத் தேவைப்படும் அளவுக்கு எண்ணெய் என்ன விலைக்கு வாங்கலாம்?

வே.பெ: நமக்குத் தேவைப்படும் அளவு எண்ணெயின் விலை இங்கு மாறுபடும். சில வேளைகளில் நான்கு ஃபணம்; சில வேளைகளில் மூன்றரை ஃபணம்; சில வேளைகளில் மூன்று ஃபணம்; சில வேளைகளில் இரண்டு ஃபணம்.

ஐ.பெ: ஒரு மாதத்திற்கு நமக்கு எவ்வளவு தேவைப்படும்?

வே.பெ: நமக்கு ஒரு மாதத்திற்கு ஐந்து அளவு எண்ணெய் தேவைப்படும்.

ஐ.பெ: இலுப்பை எண்ணெய் என்று சொன்னாய். அதனை எதற்குப் பயன்படுத்துகின்றார்கள்?

வே.பெ: இந்த இலுப்பை எண்ணெயைக் கொண்டு நாம் பொருட்களைத் தேய்த்து சுத்தப்படுத்தலாம்.

ஐ.பெ: சம்பங்கி எண்ணெயை எதற்குப் பயன்படுத்துகின்றார்கள்?

வே.பெ: சமூகத்தில் பெரியவர்களும், பணம் படைத்தவர்களும் இந்த எண்ணெயைத் தங்கள் தலை முடிக்குத் தடவுவதற்குப் பயன்படுத்துவார்கள்.

ஐ.பெ: ஆவா எண்ணெயை எதற்குப் பயன்படுத்துகிறார்கள்?

வே.பெ: வறுமையான எளிய மக்கள் இந்த எண்ணெயை விளக்கு எரிப்பதற்காகப் பயன்படுத்துவார்கள்.

ஐ.பெ: அத்தர் எண்ணெயை எதற்குப் பயன்படுத்துகின்றார்கள்?

வே.பெ: பணக்காரர்களும் சமூகத்தில் பெரியவர்களும் இதனை வாசனைத் திரவியமாகப் பயன்படுத்துவார்கள்.

ஐ.பெ: தைலம் எண்ணெய் எதற்குப் பயன்படுத்துவார்கள்.

வே.பெ: தைலம் எண்ணெயை எல்லாவிதமான வலிகளுக்கும் நோய் தீர்ப்பதற்கும் மருந்தாகப் பயன்படுத்துவார்கள்.

ஐ.பெ: எத்தனை விதமான மெழுகுவர்த்திகள் இங்கே கிடைக்கின்றன?

வே.பெ: இங்கே இரண்டு வகை மெழுகுவர்த்திகள் மட்டும்தான் கிடைக்கின்றன. ஒன்று வெள்ளை நிறத்தில் இருக்கும். மற்றொன்று ஒரு வகையான கருப்பு நிறத்தில் இருக்கும்.

மெட்ராஸ் 1726

ஐ.பெ: வெள்ளை நிறத்தில் இருக்கும் மெழுகுவர்த்தியின் விலை என்ன?

வே.பெ: ஒரு வீசம் வெள்ளை நிற மெழுகுவர்த்தி ஆறரை ஃபணம்.

ஐ.பெ: கருப்பு நிற மெழுகுவர்த்தியின் விலை என்ன?

வே.பெ: ஒரு வீசம் கருப்பு நிற மெழுகுவர்த்தி ஐந்து ஃபணம்.

ஐ.பெ: நல்லது. இந்த முப்பது ஃபணம் காசை எடுத்துக்கொள். சந்தைக்குச் சென்று இரண்டு வீசம் வெள்ளைநிற மெழுகுவர்த்தி வாங்கிக்கொள். அது சரி... நமக்கு வீட்டுச் சமையலுக்கு வெண்ணெய் வாங்க வேண்டுமா?

வே.பெ: ஆமாம். தேவைதான்.

ஐ.பெ: இறைச்சி வகை உணவு தயாரிக்க நாம் எந்த வகையான வெண்ணெயைப் பயன்படுத்த வேண்டும்?

வே.பெ: நாம் வெண்ணெயைப் பயன்படுத்த வேண்டியதில்லை. ஆனால் உருக்கிய நெய்யைப் பயன்படுத்தலாம்.

ஐ.பெ: வெண்ணெக்கும் நெய்க்கும் உள்ள வேறுபாடு என்ன?

வே.பெ: : வெண்ணெ இயற்கையாக இருக்கும். வெண்ணெயை உருக்கினால் நெய் கிடைக்கும்.

ஐ.பெ: நாம் எங்கே கைவிளக்கை வாங்க முடியும்?

வே.பெ: கிழக்கிந்தியக் கம்பெனிக் கடையில் நாம் அதனை வாங்கலாம்.

ஐ.பெ: கட்டிலை எங்கே வாங்கலாம்?

வே.பெ: ஒரு தச்சு வேலை செய்பவரை அழைப்போம். அவருக்கு மரப் பலகைகளை வாங்கிக் கொடுக்கலாம். அவரிடம் பேசி எவ்வகையான கட்டில் தேவை என்று உறுதி செய்த பின்னர் அவரை நாம் கட்டில் செய்யச் சொல்லலாம்.

ஐ.பெ: கட்டில் செய்பவரிடம் என்ன பேசி உறுதி செய்ய வேண்டும்?

வே.பெ: நாம் முதலிலேயே அவர்களிடம் கட்டில் செய்ய எவ்வளவு பணம் தேவைப்படும் என்று பேசி ஒரு முடிவுக்கு வந்துவிட வேண்டும். அப்படி இல்லையென்றால் பிறகு அவர்கள் காரணமற்ற வகையில் நம்மிடம் செலவுக்குப் பணத்தைக் கேட்பார்கள்.

ஐ.பெ: கட்டிலுக்குத் தேவையான மெத்தையும் தலையணையும் நாம் எங்கு வாங்குவது?

வே.பெ: நாம் பருத்தியும் பஞ்சும் வாங்கிவிட வேண்டும். அதோடு லினன் துணியையும் வாங்க வேண்டும். அதன் பின்னர் ஒரு தையற்காரரை அழைத்து அவரிடம் பேசி எப்படி மெத்தையும் தலையணையும் இருக்க வேண்டும் என்று முடிவு செய்ய வேண்டும்.

ஐ.பெ: பருத்திப் பஞ்சில் எத்தனை வகை இருக்கின்றன?

வே.பெ: பருத்திப் பஞ்சில் மூன்று வகை இருக்கின்றன. முதல் தரம், சற்றுத் தடிப்பானது. இரண்டாவது தரம், மென்மையானது மூன்றாவது தரம், மிக மென்மையானது, சிறப்பானதும்கூட.

ஐ.பெ: அப்படியென்றால் இதில் எந்த வகைப் பருத்தியை நமது கட்டிலுக்குப் பயன்படுத்தலாம்.

வே.பெ: இங்கே பொதுவாக இரண்டாவது தரம் கொண்ட பருத்திப் பஞ்சையும் முதல் வகை பருத்திப் பஞ்சையும் பயன்படுத்துவார்கள் அம்மா.

ஐ.பெ: இங்கு உள்ளூர் மக்கள் கட்டிலில் படுப்பார்களா? அல்லது தரையில் மெத்தை போட்டுப் படுப்பார்களா?

வே.பெ: இல்லை அம்மா. பணக்காரர்கள் மட்டும்தான் கட்டிலில் மெத்தை உள்ள படுக்கையில் படுப்பார்கள். ஏனையோர் தரையில் பாயை விரித்துப் போட்டு அதில் படுப்பார்கள.

ஐ.பெ: நல்லது. நாளை நாம் நமது வேலையைக் கவனிப்போம். இப்போது கதவுகளைத் தாழ்ப்பாள் போட்டு மூடு. மெழுகுவர்த்தியை ஏற்றி வைத்துவிட்டு நீ படுக்கச் செல்.

உரையாடல் கூறும் செய்திகள்

மெட்ராஸ் நகருக்கு வந்து தங்கிய ஐரோப்பியர்கள் உள்ளூரில் இருந்த பொருட்களை வாங்கி அன்றாடப் பயன்பாட்டிற்கு உபயோகப்படுத்தினர். எவ்வகையான எண்ணெய் வகைகள், ஏழைமக்கள் அன்றாடத் தேவைகளுக்குப் பயன்படுத்தும் எண்ணெய்கள் எவை, ஐரோப்பியர்கள் சமையலுக்கும் குறிப்பாக இறைச்சி வகைச் சமையலுக்கு எவ்வகையான எண்ணெய் பயன்படுத்தினர், விளக்கு ஏற்ற எவ்வகை எண்ணெய் பயன்படுத்தினர் என்பது போன்ற செய்திகளையும்; மின்சாரம் இல்லாத அக்காலச் சூழலில் எண்ணெய் விளக்குகளும், மெழுகுவர்த்திப் பயன்பாடுகளும் முக்கியத்துவம் பெற்றிருந்தமையை இந்த உரையாடல் தெளிவுபடுத்துவதாகவும் அமைகின்றது.

9. தையற்காரரும் துணி தைப்பதும்

சூழல்: மெட்ராஸ் நகரில் வசிக்கும் ஒரு ஐரோப்பியப் பெண்மணி சந்தைக்குச் செல்கின்றார். சந்தையில் ஒரு தையற்காரரைப் பார்த்துத் தனது வீட்டிற்குத் தேவையான துணிகள் தைப்பதுபற்றிப் பேசும் உரையாடல்.

ஐரோப்பியப் பெண்மணி (ஐ.பெ): ஓ தையற்காரரே ... எங்கள் வீட்டுக் கட்டிலுக்கு மெத்தை, தலையணை, போர்வைகள் போன்றவை தைத்து தருவீர்களா?

தையற்காரர்: நிச்சயமாக அம்மா. மகிழ்ச்சியுடன் உங்களுக்கு அவற்றைத் தயாரித்து தருகிறேன். அவை தயாரிப்பதற்குத் தேவைப்படும் துணிகளை எனக்குக் கொடுத்துவிடுங்கள்.

ஐ.பெ: இப்போது என்னிடம் அவற்றிற்குத் தேவைப்படும் லினன் துணிகள் இல்லை. நான் முதலில் அவற்றை வாங்க வேண்டும்.

தையற்காரர்: பரவாயில்லை அம்மா. நீங்கள் லினன் துணியை வாங்கிய பிறகு என்னை அழையுங்கள். நான் வந்து அவற்றைத் தயாரித்துக் கொடுத்துவிடுகிறேன்.

ஐ.பெ: ஒரு மெத்தையை உருவாக்க எவ்வகையான லினன் துணிகள் தேவைப்படும்?

தையற்காரர்: முதலில் உங்களுக்கு ஒரு சாக்குத் துணி தேவைப்படும். அதன் பின்னர் கித்தான்

மெட்ராஸ் 1726

(கேன்வாஸ்). அதோடு வெள்ளை நிற லினன் துணி. அதோடு வர்ணத்தாலான துணிகள். கொசு கடிக்காமல் இருப்பதற்காகப் பாதுகாப்புத் துணி உருவாக்க வேண்டும். அதற்கு நமக்குக் குஞ்சங்கள் தேவைப்படும். ஆனால் அவற்றை நாம் செய்ய வேண்டும்.

ஐ.பெ: தையற்காரரே ஒரு தலையணை செய்வதற்கு உங்களுக்கு எவ்வளவு கட்டணம் நான் வழங்க வேண்டும்?

தையற்காரர்: மிக நேர்த்தியான உயர்தரமான வேலைக்கு நீங்கள் மூன்று ஃபணம் தர வேண்டும். அப்படி இல்லையென்றால் சாதாரண தரத்தோடு இருந்தால் போதும் என நீங்கள் நினைத்தால் நீங்கள் இரண்டு ஃபணம் கொடுக்கலாம்.

ஐ.பெ: தையற்காரரே... ஒரு மேல் அங்கி தைப்பதற்கு நீங்கள் எவ்வளவு பணம் கேட்பீர்கள்?

தையற்காரர்: மிக நேர்த்தியான, அழகான, உயர்தரமான வேலைப்பாடாக இருக்க வேண்டுமென்றால் ஆறு ஃபணம் தேவைப்படும். இல்லையென்றால் மிகச் சாதாரணமான வேலைப்பாடு போதுமானதென்றால் நீங்கள் நான்கு ஃபணம் கொடுத்தால் போதும்.

ஐ.பெ: மேலே சுற்றிக்கொள்ளும் ஒரு ஆடை (Pinner) உருவாக்குவதற்கு எவ்வளவு ஃபணம் தேவைப்படும்?

தையற்காரர்: அம்மா வேலைப்பாடு நுணுக்கமாகவும் நேர்த்தி யாகவும் இருக்க வேண்டுமென்றால் நீங்கள் ஒன்பது ஃபணம் காசு தர வேண்டும். சாதாரண வேலைப்பாடு போதும் என்றால் நீங்கள் நான்கு ஃபணம் கொடுத்தால் போதும்.

ஐ.பெ: தையற்காரரே... என் கணவருக்கு 12 தொப்பிகள் தேவைப்படுகின்றன. அவற்றைத் தயாரிப்பதற்கு எவ்வளவு கட்டணம் செலுத்த வேண்டும்?

தையற்காரர்: ஒரு தொப்பி தயாரிக்க நீங்கள் நான்கு டூடாஸ் தர வேண்டும் அம்மா.

ஐ.பெ: 12 தொப்பிகள் தயாரிப்பதற்கு நான் உங்களுக்கு ஒரு தொப்பிக்கு மூன்று ஃபணம் காசு தருகிறேன்.

உரையாடல் கூறும் செய்திகள்

மெட்ராஸ் நகரில் தங்கியிருந்த ஐரோப்பியர்களுக்கு ஆடைகள் உருவாக்குவதில் உள்ளூர் தையற்காரர்களே ஈடுபட்டனர். உள்ளூர் மக்கள் ஐரோப்பியரின் ஆடைத்

தேவைகளை அறிந்து அவற்றை தைத்துக் கொடுக்கும் கலையைப் பயின்றிருக்கின்றார்கள் என்பதை இதன்வழி ஊகிக்க முடிகின்றது. அக்காலகட்டத்தில் வீட்டிற்குத் தேவைப்படும் கட்டில்களையும் அவற்றிற்கான மெத்தை, தலையணைகளையும் துணிகள் வாங்கிக்கொடுத்து உருவாக்கும் வகையில் பல தையற்காரர்கள் மெட்ராஸ் நகரில் இருந்ததை இந்த உரையாடல் வெளிப்படுத்துகின்றது. இன்று பெருவாரியாக மொத்தமாக வணிக நிறுவனங்கள் உருவாக்கி விற்பனை செய்வது போலன்றி அக்காலத்தில் பலர் தொழிற் திறமைகளோடு சிறு கடைகள் வைத்து இயங்கினர் என்பதையும் ஊகித்து அறிய முடிகின்றது.

10. சந்தையில் துணி வாங்குதல்

சூழல்: மெட்ராஸ் நகரில் வசிக்கும் ஒரு ஐரோப்பியப் பெண்மணி சந்தைக்குச் செல்கின்றார். சந்தையில் துணிகள் விற்கும் ஒரு துணிக்கடைக்காரரைப் பார்த்து தனது வீட்டுத் தேவைக்கான துணிகள் வாங்குவது பற்றிய உரையாடல்.

ஐரோப்பியப் பெண்மணி (ஐ.பெ): ஓ செட்டியாரே[1]... நீங்கள் ஒரு வியாபாரியா?

வியாபாரி: ஆமாம் அம்மா.

ஐ.பெ: நீங்கள் எவ்வகையான லினன் வகைத் துணிகளை வைத்திருக்கின்றீர்கள்?

வியாபாரி: நான் இங்கே எல்லா விதமான லினன் பருத்தித் துணிகளையும் வைத்திருக்கின்றேன் அம்மா. அதோடு சீனாவில் இருந்து தருவிக்கப்பட்ட பட்டுத் துணிகளும் என்னிடம் இருக்கின்றன.

ஐ.பெ: உங்களிடம் இருக்கும் லினன் துணிகளின் வகைகள் என்ன?

வியாபாரி: வெள்ளை நிற லினன் துணி வகைகளில் என்னிடம் அகலமான துணி வகைகள் உண்டு.

---

1. மூல நூலில் Shetty என்றே குறிப்பிடப்படுகின்றது. மெட்ராஸ் நகரில் துணிக்கடைகள் வைத்திருந்தவர்களில் செட்டியார் சமூகத்தினர் கணிசமான எண்ணிக்கையில் இருந்திருக்கலாம் என்ற அனுமானத்தை இது உருவாக்குகின்றது.

அரேபிய மூர்கள் பயன்படுத்தும் வகை வடிவமைப்புடன் கொண்ட துணிகளும் உண்டு. கிங்கான் (Ginghan), பெட்டிலிஸ் (Betillis), மூன்று சிவப்புக் கோடுகளுடன் அமைந்த துணிகளும் உண்டு. ஓரத்தில் பட்டு நூலால் கோடுகள் போடப்பட்ட வகை துணிகளும் உண்டு. சிவப்பு நிறக் கோடுகள் போட்ட இரண்டு அங்குலம் அகலம் உள்ள சிவப்பு நிறக் கோடுகள் போட்ட லினன் வகை துணிகளும் உண்டு. சிவப்பு நிற நூல் பின்னப்பட்ட வகையிலான லினன் துணிகளும் உண்டு. பூனையின் கால்பாதம் போடப்பட்ட வகையிலான அச்சுக்களுடன் கூடிய வகை துணிகளும் உண்டு. பல வர்ணங்களிலான மலர்கள் நிறைந்த துணி வகைகளும் உண்டு. விளிம்புகள் உள்ள துணிகளும் உண்டு. தலைப்பாகைத் தயாரிக்க தேவைப்படும் வகைகளும் உண்டு.

சிவப்புக் கோடுகள் போட்ட துணிகள், பாலங்களின் படங்கள் போடப்பட்ட துணிகள், யானைகளின் படத்துடன் கூடிய துணிகள், சிவப்பும் வெள்ளையுமான கோடுகள் போட்ட துணிகள், நீளமான துணிகள், கைக்குட்டைக்குத் தேவையான துணிகள், வெள்ளைக் கோடுகள் போட்ட துணிகள், இப்படி இன்னும் பல வகை துணிகள் உள்ளன. இவை மட்டுமல்ல... என்னிடம் கரடுமுரடான துணி வகைகளும், மிக மென்மையான துணிகளும், மிருதுவான துணிகளும் உள்ளன. அவை மட்டுமன்றி என்னிடம் வர்ணத்தாலான தலைப்பாகைகளும், மரக்கிளைகளின் படங்கள் போடப்பட்ட எலுமிச்சை நிறத்திலான துணிகளும், மனிதர்களின் உருவங்கள் போடப்பட்ட வகையிலான துணிகளும், அரக்கர்களின் வடிவங்கள் போடப்பட்ட துணிகளும், இலைகளின் படங்கள் போடப்பட்ட துணிகளும், மிக வெண்மையான துணிகளும், நீல வர்ணத்தில் அமைந்த வகையிலான துணிகளும், வெள்ளையும் மஞ்சள் நிறக் கோடுகளும் உள்ள துணிகளும், கருஞ்சிவப்புத் தலைப்பாகையும், கருஞ்சிவப்புநிறத் துணிகளும், பழுப்புநிறத் துணிகளும், சிவப்பு நிறக் கோடுகள் போடப்பட்ட துணிகளும் உள்ளன. இவை தவிர்த்துப் பட்டுத் துணி வகைகளில் என்னிடம் சிவப்பு, தங்க நிற குஞ்சம் வைத்த வகை துணிகள், இரண்டு மடிப்புக் கொண்ட பட்டு வகைகள், பெண்கள் போட்டுக்கொள்ளும் தங்கநிறப் பூக்கள் நிறைந்த துணிகள், வெள்ளையும் சிவப்புமான நிறங்களில் அமைந்த துணிகளும் உள்ளன.

ஐ.பெ: எத்தனை ஏலா துணி ஒரு சலாம்பூரி[2]?

---

2. Shalampooris - கையால் பின்னல் போன்று நூலால் இழைக்கப்பட்ட வர்ணப் பூக்கள் கொண்ட வகை துணிகள்.

வியாபாரி: இந்த பீஸ் 32 ஏலா அம்மா.

ஐ.பெ: இதன் விலை என்ன?

வியாபாரி: இந்த முதல் வகை ஒரு பகோடா ஒன்பது ஃபணம். இந்த இரண்டாம் வகை ஒரு பகோடா. மூன்றாம் வகை 29 ஃபணம்.

ஐ.பெ: கூட்டிக் குறைக்காமல் ஒரே விலையைச் சொல்லி விடுங்கள். இவற்றின் விலை என்ன?

வியாபாரி: நான் ஏமாற்றி விற்பவன் அல்லன். மாற்றி விலைகள் கூறுபவன் அல்லன். இவற்றிற்கு ஒரே விலைதான்

ஐ.பெ: ஒரு துண்டு (piece) இந்த யானை உருவம் போட்ட துணி வகை எத்தனை ஏலா தேவைப்படும்?

வியாபாரி: அம்மா சில கட்டுகள் 40 அல்லது 39 ஏலா கொண்டிருக்கும்.

ஐ.பெ: அதன் விலை என்ன?

வியாபாரி: ஒரு கட்டு மூன்று பகோடா விலையாகிறது அம்மா.

ஐ.பெ: ஒரு பீஸ் பச்சை நிற சீனாபட்டு வகைத்துணி எவ்வளவு விலை?

வியாபாரி: இதற்கு எப்போதும் ஒரே விலை இருக்காது அம்மா. சில நேரங்களில் ஆறு, சில நேரங்களில் ஐந்து, சில நேரங்களில் ஒன்பது, சிலவேளைகளில் 10 பகோடாவிற்கும் என விற்கின்றோம்.

ஐ.பெ: இவற்றில் இணைப்பதற்கு ரிப்பன் உள்ளதா?

வியாபாரி: உள்ளது அம்மா. பல்வேறு வகையான ரிப்பன்கள் இங்கு உள்ளன.

ஐ.பெ: நாளை சிலவற்றை வீட்டிற்குக் கொண்டுவாருங்கள். அதோடு பேப்பர், ஊசி, பின் ஊசிகள் ஆகியவற்றையும் கொண்டு வாருங்கள்.

உரையாடல் கூறும் செய்திகள்

உள்ளூரில் தயாரிக்கப்படும் பல்வேறு வகை பருத்தித் துணிகள் பற்றி இந்த உரையாடல் வழி அறிய முடிகின்றது. நெசவுத் தொழில் பண்டைய காலம் தொட்டுத் தமிழகத்தின் பல்வேறு பகுதிகளில் மிக முக்கியத் தொழிலாக இருக்கின்றது. பருத்தியை விளைவித்து அதிலிருந்து பஞ்செடுத்து நூலாக்கி,

அதனைத் துணியாகச் செய்யும் கலையைப் பண்டைய காலம் தொட்டுத் தமிழக நெசவாளர்கள் கற்றிருந்தனர். தமிழகத்தில் உருவாக்கப்பட்ட பருத்தித் துணிகள் பண்டைய காலம் தொட்டே ரோமானியப் பேரரசின் ஆட்சிக்குட்பட்ட எல்லா பகுதிகளிலும் விற்கப்பட்ட செய்தியையும் கிழக்காசிய நாடுகளில் சீனா வரை விற்கப்பட்டன என்ற செய்திகளையும் வணிகர்களின் போக்கு வரத்துகளையும் வரலாறு காட்டுகின்றது. தமிழகத்தின் மிக முக்கிய வணிகப்பொருட்களில் பருத்தித் துணிகளும் முக்கிய இடம் வகிக்கின்றன. இந்தச் செய்திகளோடு சீனாவிலிருந்து பட்டுத் துணிகள் தருவிக்கப்பட்டு அவையும் மெட்ராஸ் நகரில் விற்கப்பட்டன என்ற செய்திகளையும் இப்பகுதி தெரியப்படுத்துகிறது.

11. துணி துவைத்துக் கொடுத்தல்

சூழல்: மெட்ராஸ் நகரில் வசிக்கும் ஒரு ஐரோப்பியப் பெண்மணிக்கும் துணி துவைக்கும் வண்ணார் வீட்டுப் பெண்ணுக்கும் இடையே நடக்கும் உரையாடல்.

ஐரோப்பியப் பெண்மணி (ஐ.பெ): நீங்கள்தான் துணி துவைக்கும் பெண்மணியா?

வண்ணாத்தி: ஆமாம் அம்மா.

ஐ.பெ: என்னுடைய துணிகளை நீங்கள் துவைத்துத் தர முடியுமா?

வண்ணாத்தி: ஓ . . . தாராளமாக. நான் அவற்றை துவைத்துத் தருகிறேன்.

ஐ.பெ: நீங்கள் துணி துவைத்துக் கொடுப்பதற்கு ஒரு மாதத்திற்கு எவ்வளவு கட்டணம் நான் செலுத்த வேண்டும்?

வண்ணாத்தி: அம்மா. உங்களுக்கு அதிகமாகத் துணிகள் இருந்தால் நீங்கள் ஒரு மாதத்திற்கு ஒன்பது ஃபணம் கட்டணம் செலுத்தினால் போதும்.

ஐ.பெ: என்னிடம் அதிகமான துணிகள் இல்லை. சில அத்தியாவசிய துணிகள்தான். அதனால் நான் உங்களுக்கு ஒரு மாதத்திற்குக் கட்டணமாக ஆறு ஃபணம் காசு தருகிறேன்.

வண்ணாத்தி: உங்கள் விருப்பம்போல அம்மா. நீங்கள் எவ்வளவு துணி துவைக்கக் கொடுத்தாலும் நான் எடுத்துக்கொள்கிறேன்.

ஐ.பெ: உங்களுக்குத் துணிகளை நேர்த்தியாகத் துவைக்கத் தெரியுமா?

வண்ணாத்தி: எனக்குத் துணிகளை மிக நேர்த்தியாகத் துவைக்கத் தெரியும் அம்மா.

ஐ.பெ: உங்களிடம் துணியை மடித்துப் பெட்டி போடும் (ironing) கருவி இருக்கிறதா?

வண்ணாத்தி: அம்மா என்னிடம் அந்த வகையான அழுத்திப் பெட்டி போடும் கருவி இல்லை. ஆனால் என்னிடம் சிப்பிகள் (Cockle-Shell) இருக்கிறது.

ஐ.பெ: அது சரி. உங்களுடைய சிப்பிகள் பயன்படுத்தினால் எனது துணிகளை மென்மையாக அழுத்திப் பெறமுடியுமா?

வண்ணாத்தி: முடியும் அம்மா. ஒரு முறை நீங்கள் பார்த்தீர்கள் என்றால் எவ்வளவு நேர்த்தியாக இருக்கின்றது என்று புரிந்துகொள்வீர்கள்.

ஐ.பெ: அப்படி என்றால் சரி. எனது எல்லாத் துணிகளையும் எடுத்துக்கொள்ளுங்கள். எத்தனை இருக்கின்றது என்று எண்ணித் தவறில்லாமல் கூறுங்கள்.

வண்ணாத்தி: அம்மா உங்களது துணிகளின் மொத்த எண்ணிக்கையைக் குறித்துக்கொண்டேன்.

ஐ.பெ: நீங்கள் எனது எல்லாத் துணிகளையும் சரியாகக் கணக்கு வைத்துக்கொண்டீர்களா?

வண்ணாத்தி: ஆமாம். ஐந்து சட்டைகள் இருக்கின்றன. ஐந்து பாவாடைகள் (இடுப்பைச் சுற்றிக் கட்டுபவை), நான்கு ஜோடி காலுறைகள், நான்கு கைத் துண்டுகள், இரண்டு மெத்தை விரிப்புகள், இரண்டு மேசை விரிப்புகள், 12 துண்டுகள். ஆக மொத்தம் 36 துணிகள் இருக்கின்றன.

ஐ.பெ: இன்று என்ன கிழமை?

வண்ணாத்தி: இன்று திங்கட்கிழமை அம்மா.

ஐ.பெ: எப்போது நீங்கள் இவற்றைத் துவைத்துக் கொண்டு வருவீர்கள்?

வண்ணாத்தி: வருகின்ற சனிக்கிழமை இரவு இவை அனைத்தையும் துவைத்துக் கொண்டுவருகிறேன் அம்மா.

ஐ.பெ: நல்லது. அனைத்தையும் எடுத்துக்கொள்ளுங்கள். ஒரு துணியையும் தொலைத்துவிடாமல் அனைத்தையும் துவைத்துப் பத்திரமாகக் கொண்டு வந்துவிடுங்கள். கவனமாக இருக்கவும். எனது துணிகளை வேறு யாருக்கும் கடனுக்குக் கொடுத்துவிட வேண்டாம்.

வண்ணாத்தி: அம்மா அப்படிப்பட்ட காரியத்தை நான் ஒரு நாளும் செய்வதில்லை.

ஐ.பெ: உங்களைப்போல துணித் துவைப்பவர்கள் துணிகளைப் பிறருக்குக் கடனுக்குக் கொடுத்துவிடுவார்கள் என்று கேள்விப்பட்டிருக்கின்றேன்

வண்ணாத்தி: சொல்லுபவர்கள் சொல்லட்டும் அம்மா. உங்களுக்கு உறுதியாகச் சொல்கிறேன். உங்களது துணிகளை வேறு யாருக்கும் கடனுக்காகப் பயன்படுத்தக் கொடுக்க மாட்டேன். சிலவேளைகளில் ஆண்களின் மேற்சட்டைகள் இப்படி தவறுதலாகப் போர்த்துகீசியர்களுக்குக் கடனாகக் கொடுக்கப்படுவது உண்டு.

ஐ.பெ: என்னுடைய துணிகள் மட்டுமன்றி ஏனைய பிறரது துணிகளையும் நீங்கள் துவைக்கின்றீர்கள்தானே. ஆகையால் என்னுடைய துணிகளை வேறு துணிகளோடு கலந்துவிடாமல் இருக்கும் வகையில் பத்திரமாகப் பார்த்துக் கொள்ளுங்கள்.

வண்ணாத்தி: அம்மா அதை நினைத்து நீங்கள் கவலைப் படாதீர்கள். உங்கள் துணிகளுக்கு நான் ஒரு குறியீடு[1] வைத்து விடுவேன். ஆகையால் எந்தத் தவறும் நடந்துவிடாது.

உரையாடல் கூறும் செய்திகள்

உள்ளூரில் தங்கியிருந்த ஐரோப்பியர்களது வீட்டுப் பெண்மணிகள் உள்ளூர் வண்ணார்கள் அல்லது வண்ணாத்தி களிடம் பேசி தங்கள் துணிகளை அவர்கள் துவைத்துச் சுத்தம் செய்யக் கொடுப்பதை வழக்கமாக ஏற்றுக்கொண்டதும்

1. வண்ணார்கள் ஒவ்வொரு குடும்பத்தினரின் துணிகளுக்கும் ஒரு குறியீடு ஒன்றைத் துணியில் போட்டுவிடுவார்கள். அந்தக் குறியீட்டைப் பார்த்து எந்த வீட்டுத் துணிகள் என்பதைச் சரியாகப் பிரித்துக் கையாள்வார்கள்.

துணிகளைச் சலவை செய்து பெட்டி போட்டு கொடுக்கும் கருவிகள் புழக்கத்தில் இல்லாத காலத்தில் சிப்பிகளை வைத்துத் துணிகளை நேர்த்தியாக்கும் ஒரு கலை தமிழகத்தில் இருந்திருக்கின்றது என்பதும் தெரிகின்றது. ஒவ்வொரு வீட்டுத் துணிகளையும் வேறுபடுத்திக் காட்டும் வகையில் குறியீடுகள் போடப்படும் செய்தியும் கூறப்பட்டுள்ளது. அதோடு சில வண்ணார்கள் நல்ல சட்டைகளைப் போர்த்துக்கீசியர்களுக்கு வாடகைக்கு விட்ட செய்தி பற்றியும் அக்காலத்தில் ஏனைய ஐரோப்பியர்கள் சூழலில் பேசப்பட்ட செய்தியும் இந்த உரையாடலின் வழி பதிவாகியிருக்கின்றது.

12. தானியங்கள் வாங்குதல்

சூழல்: மெட்ராஸ் நகரில் வசிக்கும் ஒரு ஐரோப்பியர் தனது மொழிபெயர்ப்பாளருடன் (உதவியாளர்) தானியங்கள் வாங்குவது பற்றிய ஓர் உரையாடல்.

ஐரோப்பியர்: இன்று எந்தக் கப்பல் வந்திருக்கிறது?

மொழி பெயர்ப்பாளர் (மொ.பெ): ஒரு கப்பல் வங்காளத்தில் இருந்தும் இரண்டு கப்பல்கள் பெகோவில் (Pegou)[1] இருந்தும் வந்திருக்கின்றன ஐயா.

ஐரோப்பியர்: இந்தக் கப்பல்கள் என்ன பொருட்களைக் கொண்டுவந்திருக்கின்றன?

மொ.பெ: ஐயா வங்காளத்தில் இருந்து வந்திருக்கின்ற கப்பலில் கோதுமைத் தானியங்கள் அதிகமாக வந்திருக்கின்றன. பெகோவிலிருந்து வந்திருக்கின்ற கப்பல்களில் ஒன்றில் அரிசி வந்திருக்கின்றது. மற்றொரு கப்பலில் யானைப் தந்தங்கள், தகரம், மெர்க்குரி, வெர்மிலியன் (Vermillion[2] – ஒரு வகை சிவப்புநிறத் தாதுப்பொருள்) மெழுகு, தாமிரம், கஸ்தூரி ஆகியவை வந்திருக்கின்றன.

ஐரோப்பியர்: இது தானியங்கள் வாங்க நல்ல காலம் தானே?

---

1. மியன்மார் – போர்த்துக்கீசிய மொழியில் Pegou என்று குறிப்பிடப்படுகின்றது.
2. Vermilion is both a brilliant red or scarlet pigment, originally made from the powdered mineral cinnabar, and the corresponding color.

மெட்ராஸ் 1726

மொ.பெ: இல்லை. தானியங்கள் வாங்க இது சரியான நேரம் இல்லை.

ஐரோப்பியர்: ஏன்? ஏன் இது சரியான காலம் இல்லை?

மொ.பெ: இப்போது வந்திருப்பவை ஓரளவுதான். இன்னும் சில நாட்களில் மிக அதிகமாகத் தானியங்கள் கொண்டு வரப்படும். அப்போது தானியங்களின் விலை மிகக் குறைவாக இருக்கும். குறிப்பாக கோதுமை, அரிசி, வெட்ஜ் (Vetches[3]) ஆகியவை குறைவாக இருக்கும்.

ஐரோப்பியர்: ஒரு பகோடாவிற்கு எத்தனை மரக்கால் அரிசி கிடைக்கும்?

மொ.பெ: இன்றைய நிலைப்படி இந்த வியாபாரிகள் ஒரு பகோடாவிற்கு எட்டு மரக்கால் அரிசி தருகிறார்கள்.

ஐரோப்பியர்: ஒரு பை நிறையக் கோதுமை எவ்வளவு விலை?

மொ.பெ: ஒரு பையில் 10 மரக்கால் கோதுமை இருக்கும். சிலவேளைகளில் ஏழு மரக்கால் கோதுமை அல்லது சில வேளைகளில் எட்டு மரக்கால் அரிசி ஒரு பகோடாவிற்கு என்று விற்பார்கள்.

ஐரோப்பியர்: சரி வெட்ஜ் தானியங்களை ஒரு பகோடாவிற்கு எத்தனை மரக்கால் தருகின்றனர்?

மொ.பெ: ஒரு பகோடாவிற்கு அவர்கள் பத்து மரக்கால் என விற்கின்றார்கள்.

ஐரோப்பியர்: இவற்றை அவர்கள் சந்தையில் எப்படி விற்கிறார்கள்?

மொ.பெ: அவர்கள் சந்தையில் எப்படி விற்கிறார்கள் என்று கேட்கின்றீர்கள். அதனைச் சுலபமாகச் சொல்லிவிட முடியாது. ஏனென்றால் அதற்கு எந்த வரையறையும் கிடையாது. ஒவ்வொருவரும் தங்கள் மனதிற்கு ஏற்றவகையில் இந்தத் தானியங்களை விற்பார்கள்.

ஐரோப்பியர்: என் வீட்டுத் தேவைக்கு நான் எவ்வளவு நெல் அல்லது அரிசி ஒரு ஆண்டிற்கு வாங்க வேண்டி இருக்கும்.

மொ.பெ: ஐயா... இரண்டு கார்வ்ஸ் அளவு (Garfs) அரிசி போதுமானதாக இருக்கும்.

---

3. Vetches - a widely distributed scrambling herbaceous plant of the pea family, which is cultivated as a silage or fodder crop.

மெட்ராஸ் 1726

ஐரோப்பியர்: எனது மூன்று குதிரைகளுக்கு எவ்வளவு தானியங்கள் தேவையாக இருக்கும்?

மொ.பெ: ஒரு குதிரைக்கு ஒரு மாதத்திற்கு ஒரு பகோடா செலவிட வேண்டியிருக்கும்; ஆகையால் மூன்று குதிரை களுக்கு ஒரு மாதத்திற்கு மூன்று பகோடாவீதம் ஓராண்டிற்கு 36 பகோடா தேவைப்படும்.

ஐரோப்பியர்: ஒவ்வொரு நாள் தேவைக்கும் வாங்க நாம் வேண்டிய அவசியம் இருக்காது. ஆனால் அப்படி வாங்கினால் அவற்றை எங்கே வைப்பது?

மொ.பெ: அவற்றைத் தானிய கிடங்கில் வைக்கலாம்.

ஐரோப்பியர்: நமக்குத் தானியக்கிடங்கு இருக்கிறதா?

மொ.பெ: பறவைகள் வீடு இருக்கின்ற பழைய வீட்டின் பின் பகுதியில் உள்ள வீடு காலியாகத்தான் இருக்கிறது. கொத்தனாரைக் கூப்பிட்டு அந்த வீட்டைப் பழுது பார்க்கச் சொல்லலாம். அதற்குப் பின்னர் அதனைத் தானியக்கிடங்காகப் பயன்படுத்திக்கொள்ளலாம்.

ஐரோப்பியர்: உண்மைதான். அப்படியே செய்வோம். நமது குதிரைகளுக்குக் கொள்ளு தேவைப்படாதா?

மொ.பெ: நிச்சயம் தேவைப்படும் ஐயா. ஆனால் அதனை நாம் எல்லாக் காலத்திலேயும் வாங்கிக்கொள்ளலாம்.

ஐரோப்பியர்: தானியக் கிடங்கில் எலிகளால் நமக்குப் பிரச்சினை ஏற்படாதா?

மொ.பெ: அப்படி ஏற்பட வாய்ப்பு இருக்கிறது ஐயா. ஆனால் எல்லா இடங்களிலும் எலிப் பொந்துகளை நாம் அடைத்துவிட வேண்டும்.

ஐரோப்பியர்: குதிரைகளுக்குத் தேவைப்படும் பொருட்களுக்கு நாம் எவ்வளவு செலவிட வேண்டியிருக்கும்?

மொ.பெ: மூன்று பேரை இந்த வேலைக்காகப் பணிக்கு வைத்துக்கொண்டால் அவர்கள் புல் அறுத்துக்கொண்டு வந்துவிடுவார்கள். அவர்கள் ஒவ்வொருவருக்கும் 20 ஃபணம் சம்பளம் கொடுத்துவிடலாம். மொத்தமாகக் கணக்கிட்டால் ஒரு பகோடா 24 பணம் எனக் கணக்கு வரும். இந்த மூன்று பேரும் புற்களை வெட்டி அவற்றைக் கட்டிக் குதிரை லாயத்தில் கொண்டு வந்து சேர்த்துவிடுவார்கள்.

மெட்ராஸ் 1726

ஐரோப்பியர்: குதிரைகளைப் பார்த்துக்கொள்ள யாரையாவது நாம் வேலைக்கு வைக்க வேண்டுமா?

மொ.பெ: ஆமாம் ஐயா நீங்கள் மூன்று பேரை இதற்கு வேலைக்கு அமர்த்த வேண்டும்.

ஐரோப்பியர்: என்ன ... மூன்று பேரா? மூன்று குதிரைகளையும் பார்த்துக்கொள்ள ஒருவர் போதாதா?

மொ.பெ: இல்லை ஐயா. அது வேலைக்கு ஆகாது. நீங்கள் எத்தனை குதிரைகள் வைத்திருக்கிறார்களோ அதற்கேற்றவாறு ஊழியர்கள் தேவை.

உரையாடல் கூறும் செய்திகள்

மெட்ராஸ் துறைமுகத்துக்குப் பல்வேறு நாடுகளிலிருந்து கப்பல்கள் வந்த செய்தியையும், குறிப்பாக வங்காளத்திலிருந்தும் மியன்மாரிலிருந்து வந்த தானியங்களைப் பற்றியும் இந்த உரையாடல் தெரிவிக்கின்றது. மனிதர்களுக்கு வாங்குகின்ற தானியங்கள் எந்தக் காலத்தில் வாங்கினால் குறைந்த விலைக்கு வாங்கலாம், குதிரைகளுக்குத் தேவைப்படும் தானியங்கள், எத்தனை பணியாட்கள் குதிரைகளைப் பார்த்துக் கொள்ளத் தேவைப்படுவார்கள் என்ற விசயங்களை இந்த உரையாடல் காட்டுகின்றது. அத்தோடு வீடுகளில் தானியக் கிடங்கை உருவாக்கித் தானியங்களைச் சேகரித்துவைத்திருந்தனர் என்ற செய்தியையும் இந்த உரையாடல் வழி அறிய முடிகின்றது.

13. பூந்தோட்டம்

சூழல்: மெட்ராஸ் நகரில் வசிக்கும் ஒரு ஐரோப்பியப் பெண்மணிக்கும் தோட்ட வேலைக் காரருக்கும் இடையே நடக்கும் உரையாடல்.

ஐரோப்பியப் பெண்மணி (ஐ.பெ).: நீங்கள் தோட்டவேலை செய்பவரா?

தோட்டவேலைக்காரர் (தோ.வே): என்ன வேண்டும் அம்மா?

ஐ.பெ: நீங்கள் தோட்டவேலை செய்பவரா?

தோ.வே: ஆமாம் அம்மா. என்னோடு மேலும் இருவரும் இருக்கின்றார்கள்.

ஐ.பெ: உங்கள் முதலாளி யார்?

தோ.வே: திரு. சதிவாரு எங்களது முதலாளி.

ஐ.பெ: உங்கள் ஒவ்வொருவருக்கும் மாதச் சம்பளம் எவ்வளவு?

தோ.வே: எங்களது மாதச் சம்பளம் 24 ஃபணம்.

ஐ.பெ: இது மிகப்பெரிய தோட்டமாக இருக்கிறது.

தோ.வே: ஆமாம் அம்மா. இந்தத் தோட்டத்தில் நீங்கள் எல்லாவகையான மரங்களையும் காணலாம்.

ஐ.பெ: எவ்வகையான மரங்கள் இந்தத் தோட்டத்தில் இருக்கின்றன?

தோ.வே: இங்கே கூகேவ் (Googave) மரங்கள், மாதுளை மரங்கள், அத்தி மரங்கள், எலுமிச்சை

மரங்கள், ஆரஞ்சுப்பழ மரங்கள், ஓசுரக் மரங்கள், மா மரங்கள், வாழை மரங்கள், பலா மரங்கள், முருங்கை மரங்கள், *Aaweesa* மரங்கள், நட் ஆப்பிள் மரங்கள், ரோஸ்வாட்டர் மரங்கள், நாட்டு மரங்கள், ரகு *(Ragou)* மரங்கள், பெரிய ஆரஞ்சு பாருங்கள், டுடி ஆரஞ்சு பழங்கள் *(Doodee orange)*, யானைக்கால் மரங்கள் *(Elephant lowse trees)*, கொக்கோ மரங்கள், பருப்பு மரங்கள், நார்த்தங்காய் மரங்கள், காட்டு அத்தி மரங்கள், நோட்ஷாலி மரங்கள், புங்கை மரங்கள், புளிய மரங்கள் ஆகியவை இருக்கின்றன. இந்த மரங்கள் மட்டுமன்றி இங்கே விதம்விதமான மலர்ச் செடிகளும் இருக்கின்றன. அவற்றின் பெயர்களைக் கூறுகிறேன். நாகமல்லி, துளசி, வாட்பகநாறு *(waatbaganaroo)**, சான்னகான்நாறு*, தாசானி*, மல்லி, வாடாமல்லி, போந்தமல்லி, சநாஸ்பாட்பூ*, வீராட்ஸ்பாட்பூ*, தவனம்*, மாருவாம்பூ*, கூறி வேறு*, சண்பகப்பூ, மகிழம்பூ, கேதாங்கி*, சாங்ககவ்வா*, பச்ச சாமந்தி, தள்ளாசாமந்தி, நந்தியாவட்டைபூ, ருத்ரட்சப்பூ, தாமரைப்பூ, காலவாம்பூ, போன்ற மலர்ச் செடிகளும் இங்கு இருக்கின்றன.

ஐ.பெ: இந்தத் தோட்டத்தில் மூலிகைச் செடிகளும் வேறு வகையான வேர்களும் இருக்கின்றனவா?

தோ.வே: ஆமாம் அம்மா. நான் நினைக்கிறேன் இங்கே அனைத்து வகையான மூலிகைகளும் இருக்கின்றன.

ஐ.பெ: அவற்றின் பெயர்களைக் கூறுங்கள்.

தோ.வே: இங்கே நம்மிடம் தோட்டத்தில் வெள்ளரிக்காய், நாட்டு பீன்ஸ், பச்சை பட்டாணி, காலிப்ளவர் *(Colewort)*, முட்டைக்கோஸ், மல்லித்தழை, சாலட், புதினா, முள்ளங்கி, பூண்டு, வெங்காயம், மெலன், லிக், பன்றிக்குடல் போன்ற ஒரு வேர் *(chitterlings stuffing horn)* அதைப் போன்ற ஏனைய பல இருக்கின்றன.

ஐ.பெ: இங்கே இந்தத் தோட்டத்தில் எவ்வகையான கருவிகள் உங்களிடம் இருக்கின்றன?

தோ.வே: இங்கே ஒரு மண்வெட்டி வைத்திருக்கிறேன். மண்ணைக் கலந்து விடும், மண்ணைக் கிளறி விடும் கருவிகள், இவை போன்ற ஏனைய கருவிகளையும் வைத்திருக்கிறேன்.

ஐ.பெ: எத்தனை முறை உங்கள் முதலாளி இந்தத் தோட்டத்திற்கு வருவார்?

---

* ஜெர்மானிய மூலநூலில் இப்பூக்களும் சுட்டப்பட்டுள்ளன.

தோ.வே: எங்கள் முதலாளி ஒரு வாரத்தில் இரண்டு அல்லது மூன்று முறை வருவார்.

ஐ.பெ: உண்மையில் இந்தத் தோட்டம் மிக அழகாகவும் நேர்த்தியாகவும் இருக்கிறது. நான் அவ்வப்போது வந்து பார்க்கிறேன்.

தோ.வே: உங்கள் விருப்பம் போலவே அம்மா. உங்களை வரவேற்கிறோம்.

உரையாடல் கூறும் செய்திகள்

அன்றைய மெட்ராஸ் நகரில் ஒரு வீட்டுத் தோட்டத்தில் இருந்த மரங்களைப் பற்றியும், காய்கறிச் செடிகள் பற்றியும் பூச்செடிகளைப் பற்றியும் இந்த உரையாடல் தெரிவிக்கிறது. அன்றைய சூழலில் மரங்கள் நிறைந்த பசுமை குறையாத வகையில் மெட்ராஸ் நகரம் இருந்திருக்க வேண்டும். ஐரோப்பியர்கள் மட்டுமன்றி உள்ளூர் மக்களிலும் வசதியானவர்கள் தங்கள் தோட்டங்களைப் பராமரிக்க பணியாட்களை வேலைக்கு வைத்திருந்தனர் என்பதை அறிய முடிகிறது.

14. வீட்டு வேலைகள்

சூழல்: மெட்ராஸ் நகரில் வசிக்கும் ஒரு ஐரோப்பியப் பெண்மணி தன் வீட்டில் பணிபுரியும் பெண்ணிடம் பணிகளை விளக்கிக் கூறும் வகையிலான உரையாடல்

ஐரோப்பியப் பெண்மணி (ஐ.பெ): பெண்ணே...

வேலைக்காரப் பெண் (வே.பெ): என்ன வேண்டும் அம்மா?

ஐ.பெ. : தேநீர் இன்னமும் தயாராக வில்லையா?

வே.பெ: தேநீர் இன்னமும் தயாராகவில்லை அம்மா. இப்போதுதான் தண்ணீர் அடுப்பில் வைத்திருக்கிறேன்.

ஐ.பெ: ஏன் தண்ணீரை இன்னமும் கொதிக்க வைக்கவில்லை?

வே.பெ: சமையற்காரர் இன்னும் வந்து சேரவில்லை. அதனால்தான் தாமதம் ஆகிவிட்டது அம்மா.

ஐ.பெ: அவர் வரவில்லை என்றால் நீ தேநீர் தயாரிக்கப் பாத்திரத்தை அடுப்பில் வைத்து இருக்கலாமே?

வே.பெ: மன்னித்துவிடுங்கள் அம்மா. இன்று ஒருநாள் தவறு நேர்ந்துவிட்டது. இனி இப்படி ஒரு தவறு நிகழாமல் பார்த்துக்கொள்கிறேன்.

ஐ.பெ: தேநீர் வைப்பதற்கான மேசை எங்கே?

வே.பெ: அது அறையில் இருக்கிறது.

ஐ.பெ: அதை இங்கே கொண்டு வா.

வே.பெ: அம்மா நீங்கள் என்ன அருந்த விரும்புகிறீர்கள்?

ஐ.பெ: வீட்டில் நம்மிடம் சாக்லேட் இருக்கிறதா?

வே.பெ: நம்மிடம் வீட்டில் ஐந்து கிண்ணம் நிறைய சாக்லேட் இருக்கின்றன?

ஐ.பெ: வீட்டில் பால் இருக்கிறதா?

வே.பெ: நான் கேட்டுப் பார்த்துவிட்டுச் சொல்கிறேன் அம்மா.

ஐ.பெ: வீட்டில் அப்படி பால் இருந்தால் மூன்று கிண்ணங்களை எடுத்து அவற்றில் சாக்லெட் தயார் செய்துவிடு.

வே.பெ: முட்டையை அதில் சேர்க்க வேண்டுமா?

ஐ.பெ: இல்லை அப்படி செய்துவிடாதே. நான் எவ்வாறு சாக்லேட் அருந்துவேன் என்று உனக்குத் தெரியாதா?

வே.பெ: நன்றாகத் தெரியும் அம்மா.

ஐ.பெ: உனக்கு நன்றாக தெரியும் என்றால் நீ எப்படி அதனைத் தயார்படுத்த போகிறாய் என்பதைக் கூறு.

வே.பெ: பால் நன்றாகக் கொதித்ததும் அதில் தண்ணீர் சேர்க்காமல் சாக்லேட் சேர்த்து மரக்குச்சியால் கிளறி விடுவேன்.

ஐ.பெ: நல்லது அப்படியே செய். எவ்வளவு தேநீர்க் கோப்பைகள் தேநீர்மேசையில் இருக்கின்றன?

வே.பெ: 10 தேநீர்க் கோப்பைகள் இருக்கின்றன.

ஐ.பெ: 3 தேநீர் கோப்பைகளை எடுத்துக்கொள். அவற்றைச் சுத்தமாகக் கழுவித் தூய்மைப் படுத்து. உடைந்துவிடாமல் பத்திரமாகப் பார்த்துக்கொள்.

வே.பெ: அம்மா சிறிய தேநீர் பானையைக் கொண்டு வரவா?

ஐ.பெ: ஆமாம். இங்கே கொண்டு வா.

வே.பெ: நான் தேயிலைத் தூளைத் தண்ணீரில் போடவா?

ஐ.பெ: க்ரீன் டீ போடாதே அது எனக்குப் பிடிக்காது. ஆனால் சிவப்புத் தேநீர் போடு. அதனைக் கொண்டு வா.

வே.பெ: அம்மா உங்களுக்குச் சீனிக் கட்டி வேண்டுமா?

ஐ.பெ: ஆமாம் எனக்கு வேண்டும்.

வே.பெ: எந்த வகையான சீனிக் கட்டி உங்களுக்குப் பிடிக்கும் அம்மா?

ஐ.பெ: வெள்ளைச் சீனிக் கட்டிகள் முடிந்துவிட்டன. நம்மிடம் வெல்லக் கட்டிகள் இருக்கின்றன. அவற்றைக் கொண்டு வா?

வே.பெ: எத்தனை தேநீர்க் கரண்டிகள் தேவைப்படும் அம்மா?

ஐ.பெ: நாங்கள் மூன்று பேர்தான்.

வே.பெ: நான் அவற்றைக் கொண்டுவருகிறேன் அம்மா.

ஐ.பெ: எவ்வளவு பவுண்டு காபி கொட்டைகள் நம்மிடம் மீதம் இருக்கின்றன?

வே.பெ: நம்மிடம் ஏறக்குறைய இரண்டு பவுண்டு காப்பிக் கொட்டைகள் மீதம் இருக்கலாம் என்று நினைக்கிறேன்.

ஐ.பெ: இது எப்படி சாத்தியமாகும்? அதற்குள் இவ்வளவு முடித்துவிட்டோமா?

வே.பெ: மழைக்காலங்களில் நீங்கள் ஒவ்வொரு நாளும் அதிகமாக காப்பிதான் அருந்தினீர்கள் அம்மா. அதனால்தான் அதற்குள் முடிந்துவிட்டது.

ஐ.பெ: ஆமாம் ஆமாம் உண்மைதான்.

வே.பெ: இவை தவிர உங்களுக்குக் காலை உணவிற்கு வேறு எதுவும் வேண்டாமா?

ஐ.பெ: வேண்டும். ரொட்டி, பட்டர், கருவாடு, மூன்று கத்திகள், மூன்று கரண்டி அதோடு மூன்று மேசைத்துண்டுகளைக் கொண்டு வா.

வே.பெ: வேறு ஏதும் வேண்டுமா?

ஐ.பெ: இப்போதைக்கு எனக்கு வேறு ஏதும் வேண்டாம்.

உரையாடல் கூறும் செய்திகள்

அன்றைய மெட்ராஸ் நகரில் ஒரு வீட்டில் ஐரோப்பியப் பெண்மணி ஒருவர் அருந்தும் பானங்களைப் பற்றி இந்த உரையாடல் விவரிக்கின்றது. பாலில் கலந்த சாக்லெட் பானம், தேநீர், காபி ஆகியவை ஐரோப்பியருக்கு விருப்பமான பானங்களாக இருந்திருக்கின்றன. அத்துடன் தேநீருக்காக மேசையை அலங்கரிக்கும் முறையை விளக்குவதையும் இவ்வுரையாடல் வழி அறியமுடிகின்றது.

மெட்ராஸ் 1726

15. அன்றாட உணவு

சூழல்: மெட்ராஸ் நகரில் வசிக்கும் ஒரு ஐரோப்பியர் வீட்டில் பணிபுரியும் தனது சமையற்காரரிடம் தான் அந்த வாரத்தில் ஒவ்வொரு நாளும் என்னென்ன சாப்பிட விரும்புகிறார் என்பதைப் பற்றிப் பேசும் வகையில் அமைந்த உரையாடல்.

ஐரோப்பியர்: நீங்கள்தான் புதிய சமையற்காரரா?

சமையற்காரர்: ஆமாம் ஐயா

ஐரோப்பியர்: உங்களுக்குத் திருட்டுக் குணம் இருக்கிறதா?

சமையற்காரர்: கடவுளே. அப்படி எல்லாம் இல்லை. நான் அப்படிப்பட்ட நபர் இல்லை.

ஐரோப்பியர்: எனக்குத் தெரிந்தவரை இந்த நாட்டில் இருக்கின்ற எல்லாச் சமையற்காரர்களும் திருடர்கள்.

சமையற்காரர்: இருக்கட்டும். என்னளவில் நான் திருடன் இல்லை.

ஐரோப்பியர்: நான் ஏன் உங்களிடம் இப்படி கேட்டேன் என்றால் கடந்த ஒரு மாதத்தில் நான் மூன்று சமையற்காரர்களைப் பணிக்கு அமர்த்தி இருந்தேன். அவர்கள் மூவருமே திருட்டுக் குணம் படைத்தவர்கள். அவர்களை நான் வேலையிலிருந்து நிறுத்திவிட்டேன்.

சமையற்காரர்: ஆமாம் அய்யா. சிலருக்குத் திருட்டுக் குணம் இருக்கிறது. ஆனால் அவர்களைப் போல் என்னை நினைத்துவிடாதீர்கள்.

ஐரோப்பியர்: நல்லது. நான் உன்னைக் கண்காணிப்பேன். இங்கு வேலைக்கு வருவதற்கு முன் வேறு எங்கு நீங்கள் வேலை செய்தீர்கள்?

சமையற்காரர்: முதலில் நான் ஒரு சமையற்காரராக ஒரு கப்பலில் பணியாற்றினேன். அதன் பின்னர் சமையற்காரராகப் பணக்காரர் ஒருவர் வீட்டில் பணியாற்றினேன்.

ஐரோப்பியர்: உங்களுக்கு எவ்விதமான சமையல் வகைகள் செய்யத் தெரியும்?

சமையற்காரர்: நான் எல்லா வகையான சமையலும் செய்வேன். இறைச்சி வகை சமையலும் செய்வேன்.

ஐரோப்பியர்: மிக்க மகிழ்ச்சி. ஆனால் நீங்கள் எனக்கு ஒவ்வொரு நாளும் வெவ்வேறு வகையான உணவு வகைகளைச் சமைத்து அளிக்க வேண்டும்.

சமையற்காரர்: மிக நல்லது. தாங்கள் எனக்கு அனுமதி அளித்தால் நான் சமையலுக்குத் தேவையான தயாரிப்பு வேலைகளைத் தொடங்கிவிடுவேன்.

ஐரோப்பியர்: ஞாயிற்றுக்கிழமை இரவு உணவிற்கு என்ன உணவு திட்டமிடலாம்?

சமையற்காரர்: கொஞ்சம் மாட்டு இறைச்சி, கோழி, வான்கோழி போன்ற இறைச்சிகளைக் கொண்டு தயாரிக்கப்பட்ட உணவு.

ஐரோப்பியர்: அது சிறப்பு. ஞாயிற்றுக்கிழமை காலை உணவிற்கு நாம் என்ன திட்டமிடலாம்?

சமையற்காரர்: ரொட்டி, பட்டர், சீஸ், வகைகளோடு சாக்லெட் பானமும் தயாரிக்கிறேன்.

ஐரோப்பியர்: நல்லது. இரவு உணவுக்கு[1] என்ன சாப்பிடலாம்?

சமையற்காரர்: மதிய உணவுக்கு[2] சாப்பிட்டது போக மீதமிருக்கும் உணவையும் கூடுதலாகக் கொஞ்சம் மீன் உணவையும் தயாரித்துவிடுகிறேன்.

---

1. ஆங்கில மொழிபெயர்ப்பில் 'Supper' என அவர் குறிப்பிடப்பட்டிருந்தாலும் ஜெர்மானிய மொழி மூல நூலில் 'Abend Essen' அதாவது இரவு உணவு என்றே எழுதியிருக்கின்றார்.

2. ஆங்கில மொழிபெயர்ப்பில் 'dinner' என அவர் குறிப்பிட்டிருந்தாலும் ஜெர்மானிய மொழி மூல நூலில் 'Mittags Essen', அதாவது மதிய உணவு என்றே எழுதியிருக்கின்றார்.

ஐரோப்பியர்: திங்கட்கிழமை இரவு உணவிற்கு என்ன திட்டமிடலாம்?

சமையற்காரர்: நான் திங்கட்கிழமை இரவு உணவுக்கு வாத்து, அன்னம் ஆகியவை கொண்டு இரவு உணவு தயாரித்து விடுகிறேன்.

ஐரோப்பியர்: திங்கட்கிழமை காலை உணவிற்கு என்ன திட்டமிடலாம்?

சமையற்காரர்: ரொட்டி, பட்டர், சீஸ் ஆகியவற்றோடு காபி தயாரித்துவிடுகிறேன்.

ஐரோப்பியர்: நல்லது திங்கட்கிழமை இரவு உணவுக்கு என்ன உணவு?

சமையற்காரர்: மதிய உணவில் மிஞ்சுகின்ற உணவோடு கூடுதலாகச் சோறு சமைத்து, கருவாடும் தயாரித்துவிடுகிறேன்.

ஐரோப்பியர்: செவ்வாய்க்கிழமை நான் இரவு உணவாக என்ன சாப்பிடலாம்?

சமையற்காரர்: கொஞ்சம் பன்றி இறைச்சியும் இனிப்பு வகையும் (Pudding) செய்துவிடுகிறேன்.

ஐரோப்பியர்: செவ்வாய்க்கிழமை காலை உணவிற்கு என்ன சாப்பிடலாம்?

சமையற்காரர்: நீங்கள் வழக்கமாகச் சாப்பிடும் உணவோடு பால் சேர்த்த தேநீர் அருந்தலாம்.

ஐரோப்பியர்: அன்று நான் இரவு உணவிற்கு என்ன சாப்பிடலாம்?

சமையற்காரர்: மதிய உணவில் மீதமாகும் உணவோடு ஒரு கப் அரிசியும் சீனி கலந்த பாலும் நீங்கள் சாப்பிடலாம்.

ஐரோப்பியர்: புதன்கிழமை நான் இரவு உணவுக்கு என்ன சாப்பிடலாம்?

சமையற்காரர்: நீங்கள் முயல் கறி சமையலும், செர்ரிப்பழங்கள் சேர்த்த சாலட்டும் சாப்பிடலாம்.

ஐரோப்பியர்: காலை உணவிற்கு நான் என்ன சாப்பிடலாம்?

சமையற்காரர்: ரொட்டி, பட்டர், சீஸ் ஆகியவற்றோடு நீங்கள் மூங்கில் அரிசிச் சாறு அருந்தலாம்.

ஐரோப்பியர்: அப்படி என்றால் அன்றைக்கு இரவு உணவுக்கு நான் என்ன சாப்பிடலாம்.

சமையற்காரர்: மதிய உணவில் மீதமாகும் உணவுடன் நீங்கள் ஜவ்வரிசிக் கஞ்சி சாப்பிடலாம்.

ஐரோப்பியர்: அடுத்து வியாழக்கிழமை வந்துவிடும். அன்று நான் இரவு உணவுக்கு என்ன சாப்பிடலாம்?

சமையல்காரர்: நான் கொஞ்சம் கோழிகளை வறுத்துவிடுகிறேன். அதோடு முட்டைக்கோஸ் சமையல் ஒன்றும் தயாரித்து விடுகிறேன்.

ஐரோப்பியர்: அன்றைக்குக் காலை உணவு என்னவாக இருக்கும்?

சமையற்காரர்: ரொட்டி, பட்டர், சீஸ் அவற்றுடன் அரிசிக்கஞ்சி[3] நீங்கள் அருந்தலாம்.

ஐரோப்பியர்: அன்று இரவு உணவு என்னவாக இருக்கும்?

சமையற்காரர்: மதிய உணவில் மீதமாகும் உணவோடு நான் உங்களுக்கு அரிசி புடிங்[4] தயாரித்து விடுகிறேன்.

ஐரோப்பியர்: வெள்ளிக்கிழமை இரவு உணவு என்னவாக இருக்கும்?

சமையற்காரர்: வருத்த ஆட்டிறைச்சி அல்லது ஆட்டிறைச்சி சமையல், அத்துடன் ஆட்டு எலும்பு சமையல் செய்துவிடலாம்.

ஐரோப்பியர்: காலை உணவிற்கு என்ன சாப்பிடலாம்?

சமையற்காரர்: ரொட்டி, பட்டர், சீஸ் ஆகியவற்றோடு அன்று நீங்கள் தேநீர் அருந்தலாம்.

ஐரோப்பியர்: அன்று இரவு உணவுக்கு என்ன சாப்பிடலாம்?

சமையற்காரர்: மதிய உணவில் மீதமாகும் உணவோடு நான் உங்களுக்கு ப்ளம் புடிங் செய்துவிடுகிறேன்.

ஐரோப்பியர்: சனிக்கிழமை என்ன இரவு உணவு நான் சாப்பிடலாம்?

சமையற்காரர்: நான் உங்களுக்கு மாட்டிறைச்சியும் புறாவும் சமையல் செய்துவிடுகிறேன்.

ஐரோப்பியர்: சரி காலை உணவிற்கு நான் என்ன சாப்பிடலாம்?

சமையற்காரர்: ரொட்டி, பட்டர், சீஸ் ஆகியவற்றோடு நீங்கள் பால் சேர்க்காத காபி அருந்தலாம்.

---

3. ஜெர்மானிய மொழியில் **'Reisbrueh'** என்று அரிக்கஞ்சி குறிப்பிடப்படுகிறது.
4. ஜெர்மானிய மொழியில் **'Reis Pudding'** என்று இது குறிப்பிடப்படுகிறது.

ஐரோப்பியர்: நான் ஏன் பால் அருந்தக் கூடாது?

சமையற்காரர்: ஏனென்றால் அன்று நீங்கள் தலைமுடிக்கும் சேர்த்துக் குளிப்பதால் பால் அருந்தாமல் இருப்பது நலம்.

ஐரோப்பியர்: நல்லது. ஆனால் அன்றைக்கு இரவு உணவுக்கு நான் என்ன சாப்பிடலாம்?

சமையற்காரர்: மதிய உணவில் மிஞ்சும் உணவோடு நான் உங்களுக்கு கூடுதலாக முட்டைகளை வாழைப்பழத்துடன் சேர்த்து உங்களுக்கு வாழைப்பழக் கேக் தயாரித்துவிடுகிறேன்.

ஐரோப்பியர்: நீங்கள் எவ்வகையில் புடிங் செய்வீர்கள்?

சமையற்காரர்: கொஞ்சம் மாவு எடுத்துக்கொள்வேன். அதில் பாலைச் சேர்த்து அதனை நன்றாகப் பிசைந்து பன்றி இறைச்சிகளைச் சிறிய துண்டுகளாக வெட்டி மாவு உருண்டைகளாகத் தயாரித்து அவற்றை இறுக்கி ஒரு துண்டில் கட்டிவிடுவேன். பிறகு கொதிக்கின்ற பாத்திரத்தில் வைத்து அதனை அவித்துவிடுவேன்.

உரையாடல் கூறும் செய்திகள்

மெட்ராஸ் நகருக்கு வந்து தங்கிய ஐரோப்பியர்கள் மெட்ராஸில் கிடைக்கக்கூடிய உணவு வகைகளைச் சாப்பிடப் பழகிக்கொண்டாலும் அவர்களது ஐரோப்பிய உணவு தயாரிப்பு, உணவுப் பழக்க வழக்கங்களைக் கைவிடவில்லை என்பதை இந்த உரையாடல் நன்கு வெளிப்படுத்துகின்றது.

16. மசாலா பொருட்கள்

சூழல்: ஒரு அயல் நாட்டுப் பெண்மணி ஒரு கடைக்காரரிடம் மெட்ராஸில் கிடைக்கின்ற மசாலா பொருட்கள் பற்றிப் பேசுவது போன்ற உரையாடல்.

ஐ.பெ: செட்டியாரே. உங்களிடம் மசாலா பொருட்கள் இருக்கின்றனவா?

கடைக்காரர்: இருக்கின்றது அம்மா. உங்களுக்குத் தேவையானதைத் தருகிறேன்.

ஐ.பெ: ஒரு வீசம் மிளகு எவ்வளவு?

கடைக்காரர்: ஒரு வீசம் ஐந்து பணம் அம்மா.

ஐ.பெ: நல்லது... நான் மூன்று வீசம் எடுத்துக் கொண்டால் அது ஒரு ஆண்டுக்குப் போதுமான தாக இருக்குமா?

கடைக்காரர்: இல்லை அம்மா. அது போதாது. ஆனால் ஒரு மான் மிளகு நீங்கள் வாங்கிக் கொண்டால் அது உங்களுக்கு ஓராண்டுத் தேவைக்குச் சரியாக இருக்கும்.

ஐ.பெ: வேறு என்ன பொருட்கள் எனக்குத் தேவை யாக இருக்கும்?

கடைக்காரர்: உங்களுக்குப் புதினா, கடுகு, சோம்பு, சீரகம், மல்லி, இஞ்சி, சிவப்பு மிளகாய், புளி, சீனி ஆகியவை தேவைப்படும்.

ஐ.பெ: நீங்கள் சொல்லுகின்ற பட்டியலில் இஞ்சி எனக்குத் தேவைப்படாது.

கடைக்காரர்: உங்களுக்கு இனிப்பு பார்க் தேவைப்படுமா?

ஐ.பெ: ஆமாம் கட்டாயமாகத் தேவைப்படும். ஒரு வீசம் எவ்வளவு?

கடைக்காரர்: அம்மா ஒரு வீசம் – போதை 12 ஃபணம்.

ஐ.பெ: நல்லது. அப்படி என்றால் எத்தனை வீசம் எனக்கு ஓர் ஆண்டிற்குத் தேவைப்படும்?

கடைக்காரர்: அம்மா உங்களுக்கு நான்கு வீசம் ஓர் ஆண்டிற்குத் தேவைப்படும்.

ஐ.பெ: சரி நான்கு வீசம் அளவு போட்டுவிடுங்கள். அதோடு ஒரு வீசம் ஜாதிக்காய் எவ்வளவு?

கடைக்காரர்: அம்மா ஒரு வீசம் ஜாதிக்காய் அரை பகோடா காசாகும். சிலவேளைகளில் 27 ஃபணம் காசு ஆகும்.

ஐ.பெ: ஒரு வீசம் பேஸ் எவ்வளவு காசு?

கடைக்காரர்: அம்மா ஒரு வீசம் 12 ஃபணம்.

ஐ.பெ: ஒரு வீசம் பட்டை எவ்வளவு காசு?

கடைக்காரர்: ஒரு வீசம் பட்டை 16 ஃபணம்.

ஐ.பெ: ஒரு வீசம் சீனி என்ன விலை?

கடைக்காரர்: ஒரு வீசம் சீனி இரண்டரை ஃபணம்.

ஐ.பெ: எனக்கு எத்தனை வீசம் சீனி ஒரு ஆண்டிற்குத் தேவைப்படும்?

கடைக்காரர்: உங்களுக்கு ஒரு ஆண்டிற்கு ஐந்து மான் சீனி தேவைப்படும்.

ஐ.பெ: அப்படி என்றால் அந்த அளவு சீனி வைத்துவிடுங்கள்.

கடைக்காரர்: உங்களுக்கு வெல்லம் தேவைப்படாதா?

ஐ.பெ: கொஞ்சம் போதும்.

கடைக்காரர்: அம்மா உங்களுக்குச் சீனிக் கட்டிகள் தேவைப்படுமா?

ஐ.பெ: ஆமாம். வெள்ளை சீனிக் கட்டிகள். நீங்கள் எனக்கு அரை மான் அளந்து போட்டுவிடுங்கள்.

கடைக்காரர்: உங்களுக்கு உலர்ந்த திராட்சைகள், பாதாம் பருப்பு, பாதாம் கொட்டைகள் ஆகியவை தேவைப்படாதா?

ஐ.பெ: ஆமாம் எனக்கு எல்லாவற்றிலும் கொஞ்சம் தேவைப்படும்.

மெட்ராஸ் 1726

கடைக்காரர்: அம்மா உங்களுக்குப் புளி தேவைப்படுமா?

ஐ.பெ: தேவைப்படும்தான். கொஞ்சம் போதும். ஆனால் நான் சீனியை எப்படி எறும்புகளிடமிருந்து பாதுகாப்பது?

கடைக்காரர்: நீங்கள் சீனியை ஒரு பெரிய மண்பாண்டத்தில் வைத்து மூடிவிடுங்கள். அதனைச் சுற்றி ஒரு பாத்திரத்தை வைத்து அதில் நீரை நிரப்பிவிடுங்கள். அப்படி செய்தால் எறும்புகளால் ஒன்றும் செய்ய முடியாது.

ஐ.பெ: எங்கள் ஊரில் இங்கு இருப்பது போல் எறும்பு தொல்லை இல்லை. ஆனால் ஒரே ஒரு வகை எறும்பு மட்டும்தான் அங்கு இருக்கிறது. மரங்களில் ஊர்ந்துசெல்லும் ஒருவகையான எறும்புகள் அவை. ஆனால் அவை வீட்டிற்குள் வருவதில்லை.

கடைக்காரர்: ஆனால் அம்மா ... எங்கள் நாட்டில் பல்வேறு வகையான எறும்புகள் இருக்கின்றன.

ஐ.பெ: கடவுளே அப்படியா. அவற்றின் பெயர்களைக் கூறுங்கள்.

கடைக்காரர்: கறுப்பு எறும்புகள், சிவப்பு எறும்புகள், மழை எறும்புகள், மர எறும்புகள், சிறகு எறும்புகள், இனிப்பு எறும்புகள், வெள்ளை எறும்புகள், நாற்றம் வீசும் எறும்புகள் இன்னும் ... மொத்தம் எத்தனை வகை இருக்கின்றன என்பது எனக்குத் தெரியாது.

ஐ.பெ: எனது வீட்டு உபயோகத்திற்குக் கொஞ்சம் உப்பு தேவைப் படும் அல்லவா?

கடைக்காரர்: அம்மா என்னிடம் கடையில் உப்பு இல்லை. ஆனால் நீங்கள் வேறு எல்லா இடங்களிலும் அதனை வாங்கிக் கொள்ளலாம்.

ஐ.பெ: இந்தாருங்கள். பணத்தைப் பெற்றுக்கொள்ளுங்கள்.

கடைக்காரர்: மிக நல்லது அம்மா. உங்களுக்கு மேலும் ஏதேனும் வீட்டுச் சமையல் பொருட்கள் தேவைப்பட்டால் எனக்கு ஒரு வார்த்தை சொல்லி அனுப்புங்கள். நான் உங்களுக்குக் காத்திருப்பேன்.

உரையாடல் கூறும் செய்திகள்

மெட்ராஸ் நகருக்கு வந்து தங்கிய ஐரோப்பியர்கள் உள்ளூரில் கிடைக்கின்ற காய்கறிகளையும் இறைச்சி, மீன் வகைகளையும், ஐரோப்பிய உணவு தயாரிப்பு முறையில்

தயாரிக்கப் பழகிக்கொண்டனர். ஐரோப்பியர்கள் வீட்டில் பணிபுரிந்த உள்ளூர் மக்களும் ஐரோப்பியர்களது உணவுக் கலாச்சாரத்தை அறிந்திருந்தனர். ஐரோப்பியர்களது உணவு வகைகளைச் சமைக்கத் தெரிந்திருந்தனர் என்பது போன்ற தகவல்களை இந்த உரையாடல் நமக்குக் காட்டுகிறது. அது மட்டுமன்றி ஐரோப்பியர்களது இல்லங்களில் சமையல் பணி செய்தவர்கள் அங்கே ஏதாவது ஒரு வகையில் திருட்டுத்தனத்தில் ஈடுபட்டார்கள் என்ற குறிப்பையும் காணும்போது இது ஒருவகையில் சூல்ட்சேவின் சொந்த அனுபவ வெளிப்பாடாக இருக்குமோ என யோசிக்க வைக்கின்றது.

17. நகை வாங்குதல்

சூழல்: ஐரோப்பியர் ஒருவர் மெட்ராஸ் நகரில் இருக்கும் நகைக்கடைக்காரரிடம் வைரக்கற்கள் பற்றிப் பேசும் ஓர் உரையாடல்.

ஐரோப்பியர்: முத்து! (ஐரோப்பியரின் பணியாள்) ஒரு நகைக்கடைக்காரரை இங்கே அழைத்து வாருங்கள்.

முத்து: நான் யாரை இங்கே அழைத்துவர வேண்டும் ஐயா?

ஐரோப்பியர்: இந்த ஊரில் எத்தனை நகைக் கடைக்காரர்கள் இருக்கின்றார்கள்?

முத்து: இந்த நகரில் மூன்று பேர் இருக்கின்றார்கள் ஐயா.

ஐரோப்பியர்: அந்த மூன்று பேரில் யார் மிகச்சிறந்த நகைகள் செய்பவர்?

முத்து: அவர்கள் மூன்று பேருமே அவர்கள் தொழிலில் மிகச் சிறந்தவர்கள் ஐயா.

ஐரோப்பியர்: அப்படியானால் நீங்கள் யார் மிகச்சிறப்பாக நகைகள் செய்யக்கூடியவர் என்று நினைக்கின்றீர்களோ அவரை அழைத்து வாருங்கள்.

முத்து: ஐயா இவர் ஒரு சிறந்த பத்தர். இவருடைய பெயர் திரு. சரபக (Sarabaga).

ஐரோப்பியர்: நல்லது திரு. சரபக. தங்களிடம் தரம் வாய்ந்த வைரக் கற்கள் இருக்கின்றனவா?

மெட்ராஸ் 1726

சரபக: உங்களுக்கு எவ்வளவு தேவையோ அவ்வளவு என்னிடம் இருக்கின்றன.

ஐரோப்பியர்: நீங்கள் கையோடு சிலவற்றை இங்கே கொண்டு வந்திருக்கின்றீர்களா?

(தான் கொண்டுவந்துள்ள விலையுயர்ந்த கற்கள் உள்ள பெட்டியைத் திறந்து காட்டுகின்றார் வியாபாரி)

சரபக: என்னிடம் ஒவ்வொரு வகையிலும் ஒன்று இருக்கின்றது.

ஐரோப்பியர்: நல்லது நான் அவற்றைப் பார்க்கிறேன்.

சரபக: ஐயா, இங்கே நீங்கள் பார்ப்பது ரூபி கற்கள். இவை வைரங்கள் எமரல்ட், முத்து, பவளம், Gasper, Chryfolites, Iacints, நீலமாணிக்கம் இன்னும் பலவகை.

ஐரோப்பியர்: எனக்கு ஒரு ரூபி கல் தேவைப்படுகிறது.

சரபக: நல்லது. நீங்கள் உங்கள் மனதிற்குப் பிடித்த வகையில் ஒன்றைத் தேர்ந்தெடுக்கலாம். ரூபி கற்களிலும் பல வகை உண்டு.

ஐரோப்பியர்: ஆமாம் அது எனக்குத் தெரியும். வெவ்வேறு வகையான ரூபி கற்களைக் கொஞ்சம் காட்டுங்கள்.

சரபக: இந்த ரூபி கற்களில் ஒரு வகை மிக அழுத்தமான நிறத்தில் இருக்கும். மற்றொரு வகை வெளிர் நிறத்தில் இருக்கும். மேலும் சில வகை சற்று விலை குறைந்தவை; தரத்திலும் குறைவானதாக இருக்கும். ஒரு சில கற்கள் மிக நுணுக்கமாக, மிகச் சிறப்பாக இருக்கும் . . . அவை விலை அதிகம் இல்லை.

ஐரோப்பியர்: அது பரவாயில்லை. எனக்குச் சிறிய, ஆனால், நுணுக்கமான, நல்ல தரம் வாய்ந்த ஒன்று தேவை. அதன் விலை எவ்வளவாக இருக்கும்?

சரபக: நீங்கள் கேட்கும் வகை 700 பகோடா.

ஐரோப்பியர்: இது மிக அதிக விலையாக இருக்கிறது. இதற்கு முன்னர் நான் இதே போன்ற ரூபி கல் ஒன்றை 550 பகோடா விற்கு வாங்கியிருக்கிறேன்.

சரபக: அது சரி. நீங்கள் முன்னர் 550 பகோடாவிற்கு வாங்கி இருக்கலாம். அல்லது அதற்குக் குறைந்தும்கூட வாங்கி இருக்கலாம். ஆனால் கற்களின் விலை அதன் தரத்தைப் பொறுத்தது.

ஐரோப்பியர்: நாம் அதிகம் பேச வேண்டாம். எனது முடிவைச் சொல்கிறேன். நான் உங்களுக்கு 600 பகோடா பணம் தருகிறேன்.

சரபக: நீங்கள் இதற்குப் பிறகு மீண்டும் என்னிடம் வாங்குவீர்கள் என்ற நம்பிக்கையில் நான் 600 பகோடா காசிற்கு உங்களுக்குச் சம்மதம் தெரிவிக்கிறேன்.

ஐரோப்பியர்: எமரல்ட் கற்களில் உங்களிடம் எத்தனை வகைகள் இருக்கின்றன?

சரபக: சற்றுக் குறைந்த வகையில் ஒருவகை இருக்கின்றது; மற்றொன்று மிகத் தரம் வாய்ந்தது.

ஐரோப்பியர்: விலை குறைந்த வகை எமரல்ட் கற்களின் விலை என்ன?

சரபக: இந்த எமரல்ட் ஒரு பவுண்டு 20 பகோடா.

ஐரோப்பியர்: இப்போது எனக்கு அவ்வளவு தேவை இல்லை. ஆனால் நீங்கள் எனக்கு ஒரு பவுண்டு 15 பகோடாவிற்கு வழங்க முடியும் என்றால் எடுத்துக்கொள்கிறேன்.

சரபக: அது எனக்குக் கட்டுப்படியாகாது. என்னுடைய அடிப்படை விலைக்கு மேல் செல்கிறது.

உரையாடல் கூறும் செய்திகள்

ஐரோப்பியர்கள் உள்ளூர் நகைவியாபாரிகளிடம் நகைகளை வாங்குவது போன்ற செய்திகளை வெளிப்படுத்தும் உரையாடல் இது. மெட்ராஸ் நகரில் இருந்த உள்ளூர் நகை வியாபாரிகள் வீடுகளுக்கு அவர்களது அழைப்பின் பேரில் கொண்டுவந்து உயர்ந்த விலைமதிப்புக் கொண்ட கற்களை ஐரோப்பியர்களுக்கு விற்பனை செய்திருக்கின்றார்கள். இந்த உரையாடலின் வழி வைரம் போன்ற ஏனைய விலையுயர்ந்த கற்களின் அக்காலத்தைய விலைகயையும் அறிந்துகொள்ள முடிகிறது.

18. காசு – பணம்

சூழல்: *ஐரோப்பியர் ஒருவர் மெட்ராஸில் புழக்கத்தில் இருக்கின்ற பல்வேறு வகையான காசுகளின் பயன்பாடுபற்றி தனது ஊழியரிடம் பேசும் வகையிலான ஓர் உரையாடல்.*

ஐரோப்பியர்: முத்து இங்கே வாருங்கள். இந்த ரிக்ஸ் டாலர்களை எடுத்துக் கொண்டுசென்று மாற்றிவிட்டு வாருங்கள்.

முத்து: நல்லது ஐயா. உங்களுக்கு பகோடாக்களாக *(Pagodas)* வேண்டுமா அல்லது ஃபணமாக *(Fannams)* வேண்டுமா? டூடாஸும் *(Douddas)* காசுமா *(Kass)*? எந்த வகைக்கு மாற்ற வேண்டும்?

ஐரோப்பியர்: இந்த ரிக்ஸ் டாலர்களை விற்றுவிட்டு எனக்கு 15 பகோடாக்களும் மூன்று ரூப்பீஸ்களும் 30 ஃபணமும் கொண்டு வாருங்கள்.

அதில் நான்கு ஃபணத்திற்கு டூடாஸும், இரண்டு ஃபணத்திற்குக் காசும் மாற்றிக்கொள்ளுங்கள்.

முத்து: அனைத்தையும் கணக்கு வைத்துக் கொண்டேன் ஐயா.

ஐரோப்பியர்: பகோடா வகை காசு நல்லதுதானே.

முத்து: பகோடா நல்லதுதான். நான் அவற்றைக் காசு மாற்றித்தருபவரிடம் *(Money Changer)* காட்டினேன்.

ஐரோப்பியர்: இந்த நாட்டில் எந்த நகரத்தில் பகோடாக்கள் உருவாக்கப்படுகின்றன?

முத்து: பகோடாக்கள் நாகப்பட்டினம், பழவேற்காடு, செஞ்சி, ஆற்காடு, ஆரணி, ஸ்ரீரங்கம், தஞ்சாவூர், தரங்கம்பாடி, செயின்ட் ஜோர்ஜ் கோட்டை ஆகிய பகுதிகளில் உள்ள நாணயங்கள் உருவாக்கும் அக்கசாலைகளில் *(Mint)* உருவாக்கப்படுகின்றன.

ஐரோப்பியர்: இப்படி வெவ்வேறு பகுதிகளில் உருவாக்கப்படு கின்ற பகோடாக்களில் எது சிறந்தது?

முத்து: இவற்றுள் சிறந்தவை நாகப்பட்டினத்திலும் பழவேற் காட்டில் உள்ள அக்கசாலையில் உருவாக்கப்படும் நாணயங்கள்.

ஐரோப்பியர்: பகோடா நாணயத்தின் மேல் எந்த அச்சு பொறிக்கப்பட்டிருக்கிறது?

முத்து: பகோடா, ஃபணம் ஆகிய நாணயங்களின் மேல் வெங்கடேஸ்வரன் உருவம் பொறிக்கப்பட்டிருக்கிறது.

ஐரோப்பியர்: யார் இந்த வெங்கடேஸ்வரன்? இவர் ஒரு ஆணா அல்லது பெண்ணா?

முத்து: வெங்கடேஸ்வரன்[1] தெலுங்கு மக்களின் கடவுள்.

ஐரோப்பியர்: எதற்காக அவர்கள் இந்த உருவத்தை பகோடாவின் மேலும் ஃபணம் நாணயத்தின் மேலும் அச்சாகப் பொறிக்கின்றனர்?

முத்து: உண்மையில் எனக்கு அதன் காரணம் தெரியாது. இதனை நான் அறிந்துகொள்ள வேண்டும் என்றால் ஒரு பிராமணரைத்தான் கேட்க வேண்டும்.

ஐரோப்பியர்: நல்லது. அவரைக் கேட்டுப் பிறகு எனக்கு விளக்கம் சொல்லிவிடுங்கள். அது சரி... ரூபாய் *(Rupees)* நோட்டுகளின் மேல் என்ன எழுதப்பட்டிருக்கிறது?

முத்து: ஐயா அவை சில பெர்ஷிய எழுத்துக்கள்.

ஐரோப்பியர்: ரூபாய் நோட்டுகளை எங்கே தயாரிக்கிறார்கள்?

முத்து: ரூபாய்கள் செயின்ட் ஜோர்ஜ் கோட்டை, மயிலாப்பூர், நாகப்பட்டினம், ஆற்காடு, சூரத், பாம்பே ஆகிய பகுதிகளில் உள்ள நாணயங்கள் தயாரிக்கும் அக்கசாலைகளில் உருவாக்கப்படுகின்றன.

ஐரோப்பியர்: ஒரு பகோடாவிற்கு எத்தனை ருபீஸ் விற்கின்றார்கள்?

1. வெங்கடாஜலபதி கடவுளின் அச்சுப் பொறித்த நாணயங்கள்

முத்து: சில வேளைகளில் மூன்று ரூபீஸ். சிலவேளைகளில் மூன்றரை ரூபீஸ். சில வேளைகளில் மூன்று ருபீஸ் மூன்று ஃபணம். சில வேளைகளில் மூன்று ரூபீஸ் ஒன்றரை ஃபணம் என்ற வகையில் விற்பார்கள்.

ஐரோப்பியர்: இந்த பகோடாக்கள்தான் வங்காளத்திலும் இப்போது பயன்பாட்டில் இருக்கின்ற காசா?

முத்து: அங்கே அவை அவ்வளவாகப் புழக்கத்தில் இல்லை. அங்கே ரூபாய்தான் அதிகமாகப் பயன்பாட்டில் இருக்கின்றது.

ஐரோப்பியர்: எவ்வளவு ஃபணம் ஒரு பகோடா?

முத்து: ஐயா ஒரு பகோடா 36 ஃபணம். ஆனால் சில காலங் களுக்கு முன்னர் இரண்டு டூடாவிற்கும், சில வேளைகளில் மூன்று டூடாவிற்கும் சில வேளைகளில் நான்கு டூடாவிற்கும் அவை விற்கப்பட்டன.

ஐரோப்பியர்: சரி எவ்வளவு டூடாக்கள் ஒரு ஃபணம்?

முத்து: ஒரு பணம் எட்டு டூடாக்கள் ஐயா.

உரையாடல் கூறும் செய்திகள்

18ஆம் நூற்றாண்டில் தமிழகத்தில் மட்டுமன்றி இந்தியாவிலும் புழக்கத்தில் இருந்த நாணயங்களைப் பற்றி இந்த உரையாடல் அமைகிறது. விஜய நகரப் பேரரசு ஆட்சி காலத்தின் தாக்கம், மொகலாயர் ஆட்சிக் காலத்தின் தாக்கம், டச்சுக்காரர்கள், ஆங்கிலேயர்கள் ஆகியோரது நாணயங்கள் என வெவ்வேறு வகையான நாணயங்களின் பயன்பாடு இருந்தமையை அறிய முடிகின்றது. அக்காலகட்டத்தில் மெட்ராஸ், நாகப்பட்டினம், செஞ்சி, ஆற்காடு, பழவேற்காடு, தஞ்சாவூர், போன்ற இடங்களில் அக்கசாலைகள் இருந்தமையையும் அங்கு நாணயங்கள் உருவாக்கப்பட்ட செய்தியையும் காண்கின்றோம். புழக்கத்தில் இருந்த முக்கிய நாணயங்களாக ஃபணம், டூடாஸ், பகோடா, ரூபாய் ஆகியவற்றையும், குறிப்பாக அவை எந்த நகரங்களில் வெளியிடப்பட்டன என்ற செய்தியையும் இந்த உரையாடல் நமக்குத் தெரியப்படுத்துகிறது.

19. ஒரு மெட்ராஸ் திருமணம்

சூழல்: ஐரோப்பியர் ஒருவர் தனது அலுவலகத்தில் பணிபுரியும் ஒரு உள்ளூர்வாசியிடம்[1] திருமண விழா பற்றிப் பேசும் உரையாடல்.

ஐரோப்பியர்: வாழ்த்துகள். மிக மகிழ்ச்சியான கொண்டாட்டம்போல இருந்ததே.

அலுவலகர்: சொல்லுங்கள். ஐயா நான் உங்கள் ஊழியர்.

ஐரோப்பியர்: கடந்த வாரம் உங்கள் வீட்டில் திருமண விழாக் கொண்டாட்டம் போல் இருந்ததே.

அலுவலகர்: ஆம் ஐயா.

ஐரோப்பியர்: யாருக்கு வீட்டில் திருமணம் நடைபெற்றது? உங்களுக்கா அல்லது வீட்டில் உள்ள வேறு யாருக்கோவா?

அலுவலகர்: எனக்கு இல்லை ஐயா. எனது சகோதரருக்குத்தான் திருமணம் நடைபெற்றது.

ஐரோப்பியர்: உங்கள் சகோதரருக்கு எத்தனை வயது?

அலுவலகர்: அவருக்கு இப்போது 15 வயது முடிந்துவிட்டது ஐயா.

ஐரோப்பியர்: மணப்பெண்ணிற்கு எத்தனை வயது?

தெலுங்கு: மணப்பெண்ணிற்கு 12வயது ஐயா.

---

1. நூலில் Waruger (ஜெர்மானிய மொழியில் தெலுங்கர்) என்று குறிப்பிடப்பட்டுள்ளது.

மெட்ராஸ் 1726

ஐரோப்பியர்: திருமண விழா கொண்டாட்டத்திற்கு எவ்வளவு செலவானது?

அலுவலகர்: திருமணத்திற்கான செலவு *900* பகோடா.

ஐரோப்பியர்: ஓ... ஓ... மிகப்பெரிய செலவாக இருக்கிறதே. எதற்காக நீங்கள் இவ்வளவு செலவு செய்தீர்கள்?

அலுவலகர்: நாங்கள் திருமண ஏற்பாடு செய்யும்போது பல செலவுகள் ஏற்படும். இந்த நகரத்தில் இருக்கின்ற எல்லாப் பிராமணர்களையும் சிறப்பாகக் கவனித்து விருந்து உபசாரம் செய்ய வேண்டும்.

ஐரோப்பியர்: இந்தத் திருமண விழாவில் எத்தனை பிராமணர் களுக்கு நீங்கள் உணவு வழங்கினீர்கள்?

அலுவலகர்: *5000* பிராமணர்களுக்கு இந்த ஐந்து நாட்களும் உணவு தயாரித்து வழங்கினோம் ஐயா.

ஐரோப்பியர்: எவ்வகையான உணவினை அவர்களுக்கு வழங்கினீர்கள்? எந்த வகையான குழம்பு உணவு வகைகள் இருந்தன?

அலுவலகர்: இனிப்பான ஆப்பிள், கசப்புப் பழங்கள், அத்திப் பழங்கள், கேரட், கிழங்குகள், ஃவர்ஃபாரா புல்போஸ் செடிகள், நிக்கோபார் கிழங்குகள், ஸ்டஃப்ஃபிங் ஹோர்ன்ஸ் *(Stuffing Horns)*, வெள்ளரிக்காய், பட்டாணி, பிரெஞ்சு பட்டாணி, ப்ரோக்கலி, பெர்ரி பழ வகைகள், வட்ட வடிவ பாகற்காய்கள், முட்டைக்கோஸ், வெண்ணெய் சேர்த்த அரிசிப்பொரி, உப்புக்கட்டி, இனிப்பு கேக், சீனி உருண்டைகள், கேக் வகைகள், க்ரீம், மூலிகைகள்.

ஐரோப்பியர்: ஏன் நீங்கள் இவ்வளவு வகையான உணவு வகைகளை அவர்களுக்கு வழங்குகின்றீர்கள்?

அலுவலகர்: அது எனது கடமை ஐயா.

ஐரோப்பியர்: ஆனால் நான் நினைக்கிறேன் அவர்களால் இவை அனைத்தையும் சாப்பிட்டு முடித்திருக்க முடியாது.

அலுவலகர்: ஐயா நாங்கள் இவை அனைத்தையும் அவர் களுக்கு கொடுத்தாலும் அவர்கள் விரும்புவனவற்றை மட்டும் அவர்கள் எடுத்துச் சாப்பிடுவார்கள்.

ஐரோப்பியர்: பிராமணர்களைத் தவிர ஏனைய மக்களுக்கு நீங்கள் இந்த வகை விருந்து உபசாரம் கொடுக்கமாட்டீர்களா?

அலுவலகர்: எங்களது உறவினர்களுக்கு விருந்து வழங்குவோம். அது தவிர ஏழை மக்களுக்கு ஒரு வேளை உணவு வழங்குவோம்.

ஐரோப்பியர்: எத்தனை ஏழை மக்களுக்கு நீங்கள் இந்தத் திருமண விழாவில் உணவு வழங்கினீர்கள்?

அலுவலகர்: என்னால் சரியான எண்ணிக்கையைக் கூற முடியவில்லை ஐயா. எத்தனை பேர் வந்தாலும் அவர்களுக்கு நாங்கள் உணவு வழங்கினோம்.

ஐரோப்பியர்: உங்களால் அவர்களது சரியான எண்ணிக்கையைக் கூற முடியாதா?

அலுவலகர்: நான் நினைக்கிறேன் ஏறக்குறைய ஆயிரம் பேர் இருக்கும்.

ஐரோப்பியர்: எத்தனை நாட்கள் அவர்களுக்கு நீங்கள் உணவு வழங்கினீர்கள்?

அலுவலகர்: தேவைப்படும்போது ஐந்து நாட்களும் அவர்களுக்கு உணவு வழங்கினோம்.

ஐரோப்பியர்: எவ்வகையான இறைச்சி வகைகளை நீங்கள் அவர்களுக்கு வழங்கினீரகள்?

அலுவலகர்: பாலில் செய்யப்பட்ட இனிப்புப்பண்டமும் அவித்த சோறும் வழங்கினோம்.

ஐரோப்பியர்: சரி. இது தவிர வேறு என்ன செலவு உங்களுக்கு ஏற்பட்டது?

அலுவலகர்: இந்த நகரத்தில் எல்லாவற்றிற்கும் செலவுதான் ஐயா.

ஐரோப்பியர்: ஏன் அப்படி சொல்கிறீர்கள்?

அலுவலகர்: நிறைய செலவு ஆகும் ஐயா. கைவிளக்கு எரிக்க எண்ணெய், பட்டாசுகள் எனப் பலவகைச் செலவு இருக்கிறது.

ஐரோப்பியர்: எத்தனை வகையான பட்டாசுகள் இருக்கின்றன?

அலுவலகர்: வான வேடிக்கைகள் பலவகைப்படும் ஐயா இவை அனைத்தையும் நாம் வாங்க வேண்டும்.

ஐரோப்பியர்: ராக்கெட் பட்டாசு என்ன விலை?

அலுவலகர்: 400 ராக்கெட் பட்டாசுகள் 1 பகோடாவிற்கு விற்கிறார்கள். 50 பூத்திரிகள் 1 பகோடாவிற்கும், 200 நட்சத்திர ராக்கெட்டுகள் 1 பகோடாவிற்கும், 12 வெடிக்கும் பட்டாசுகள் 1 பகோடாவிற்கும் 100 நெருப்பு கக்கும் மரங்கள்

போன்ற பட்டாசுகள் 1 பகோடாவும், 2 நெருப்புப் பட்டாசு 1 பகோடாவும், 8 வீசம் நெருப்புப்பெட்டி 1 பகோடாவும், 9 வீசம் நெருப்பு நட்சத்திரங்கள் போன்ற பட்டாசுகள் 1 பகோடாவும், 50 நட்சத்திர பட்டாசுகள் 1 பகோடாவும் என்ற விலைக்கு விற்கப்படுகின்றன.

ஐரோப்பியர்: எத்தனை தீவட்டி ஏந்திச் செல்பவர்கள் உங்கள் திருமண விழாவில் பணியாற்றினார்கள்?

அலுவலகர்: நான் நினைக்கிறேன் 700 தீவட்டி ஏந்திகள் இந்தத் திருமணத்தில் பணி செய்தார்கள் ஐயா.

ஐரோப்பியர்: அவர்களுக்கு நீங்கள் எவ்வளவு சம்பளம் கொடுத்தீர்கள்?

அலுவலகர்: ஒவ்வொருவருக்கும் 2 டூடாஸ் சம்பளம் கொடுத்தோம்.

ஐரோப்பியர்: இசைக் கலைஞர்கள் இந்த நிகழ்ச்சியில் கலந்து கொள்ளவில்லையா?

அலுவலகர்: கலந்துகொண்டார்கள் ஐயா.

ஐரோப்பியர்: நீங்கள் அவர்களுக்கு எவ்வளவு பணம் கொடுத்தீர்கள்? அவர்களுக்கான கட்டணம் என்ன?

அலுவலகர்: இசைக்குழுவினர் ஒவ்வொரு குழுவிற்கும் அரை பகோடா பணம் கொடுத்தோம்.

ஐரோப்பியர்: இசைக் கலைஞர்களின் பெயர்களைக் கூறுங்கள்.

அலுவலகர்: நாதஸ்வரக் கலைஞர், இரண்டு பெரிய மத்தளங்கள் வாசிக்கும் மேளக்காரர்கள், தம்புரா[2] சிறிய மத்தளங்கள் வாசிக்கும் கலைஞர்கள், கிட்டார் கலைஞர், ஷெனாய் ஊதுகுழல், ட்ரம் போன்ற இசைக்கருவிகள் வாசிக்கும் கலைஞர்கள்.

ஐரோப்பியர்: நகரைச் சுற்றி வலம் வரும்போது மணமக்கள் யானைகளின் மேல் ஏறி வருவார்களா? அல்லது குதிரைகளின் மேல் ஏறி வருவார்களா? அல்லது பல்லக்கில் ஏறி வருவார்களா? அல்லது ஒட்டகங்களின் மேல் ஏறி வருவார்களா?

அலுவலகர்: ஒவ்வொருவரும் தங்களுக்குப் பிடித்த வகையில் ஏற்பாடு செய்துகொள்வார்கள் ஐயா. சிலர் யானைகள் மேலும், சிலர் ஒட்டகங்களின் மேலும் வருவார்கள். மிகப் பெரும்பாலானோர் பல்லக்குகளில் அல்லது குதிரைகளில் அமர்ந்து பவனி வருவார்கள்.

---

2. Bass என நூலில் குறிப்பிடப்படுகிறது.

ஐரோப்பியர்: நீங்கள் நகர் முழுக்க வலம் வந்த பின்னர் உங்களுக்குத் திருமணத்திற்கு வந்தவர்கள் பரிசுப் பொருட்கள் வழங்கினார்களா? இது உங்களுக்குக் கூடுதல் வருமானமாக அமைந்ததா?

அலுவலகர்: நண்பர்கள் பரிசுப் பொருட்களை வழங்கினார்கள். அவர்கள் விருப்பம்போல.

ஐரோப்பியர்: அது சரி. உங்களின் செலவையும் திருமணத்தில் உங்களுக்குக் கிடைத்த பரிசுப் பொருட்களையும் ஒப்பிடும் போது உங்களுக்குச் செலவு அதிகமா? அல்லது வரவு அதிகமா? என்ன நினைக்கின்றீர்கள்?

அலுவலகர்: நான் கணக்குப் போட்டுப் பார்க்கும்போது வரவும் செலவும் ஏறக்குறைய ஒரே அளவில்தான் இருக்கின்றன ஐயா.

உரையாடல் கூறும் செய்திகள்:

18ஆம் நூற்றாண்டில் நம்மை வியக்கவைக்கும் அளவில் ஒரு திருமண நிகழ்வின் பதிவாக இது அமைகின்றது. 5000 பிராமணர்களுக்கு ஐந்து நாட்களும் முழுதும் உணவு அளித்து ஒரு திருமணத்தைப் பகட்டாகச் சிலர் கொண்டாடியிருக் கின்றனர். அதே வேளை வரிய மக்களுக்கு ஒரு நாள் கஞ்சி கொடுத்தனர் என்ற செய்தி பதிவாகியிருப்பது தெரிகிறது. மணமக்கள் யானையிலும் குதிரையிலும் ஒட்டகத்திலும் பல்லக்கிலும் எனத் தங்கள் விருப்பத்திற்கும் வசதிக்கும் ஏற்ற வகையில் ஊர்வலம் வந்த செய்தி, இசைக்கலைஞர்கள், பேண்டு வாத்தியங்களோடு உள்ளூர்ப் பாரம்பரிய இசைக்கருவிகளை யும் வாசிக்கும் கலைஞர்களும் பங்கு கொண்டதையும் அறிய முடிகின்றது. வரவும் செலவும் ஏறக்குறைய ஒரே அளவுதான் எனக் கூறும் வகையில் இவ்வகைத் திருமணங்கள் நடந்திருக்கின்றன.

20. பிச்சைக்காரர்கள்

சூழல்: ஒரு ஐரோப்பியர் தான் சாலையில் பார்த்த ஏராளமான பிச்சைக்காரர்களைப்பற்றித் தனது மொழிபெயர்ப்பாளரிடம் (முத்து) பேசும் வகையில் அமைந்த ஓர் உரையாடல்.

ஐரோப்பியர்: முத்து. வாருங்கள். நாம் சாலையில் கால்நடையாக நடந்து சென்று வருவோம்.

முத்து: எந்தச் சாலை வழியாக நடந்துசெல்ல விரும்புகின்றீர்கள்?

ஐரோப்பியர்: நாரப்பநாயக்கன் சாலை வழியாக நடந்துசெல்வோம்.

முத்து: ஓரிடத்தில் யானைகள் எல்லாம் வைத்திருக்கிறார்களே. அந்தப் பகுதியைக் கடந்து செல்வோமா?

ஐரோப்பியர்: வேண்டாம். அங்கே பாருங்கள் முத்து. அந்தப் பெரிய வீட்டின் முன்னே சிலர் இருக்கின்றார்கள். யார் அவர்கள்?

முத்து: அவர்கள் ஏழைப் பிச்சைக்காரர்கள் ஐயா.

ஐரோப்பியர்: என்ன காரணத்திற்காக அவர்கள் அங்கே வரிசையாக அமர்ந்து காத்திருக்கிறார்கள்?

முத்து: அந்த வீட்டில் இருக்கும் நல்ல மனிதர் ஒருவர் இவர்கள் அனைவருக்கும் அரிசிக் கஞ்சி தரப்போகிறார்.

ஐரோப்பியர்: அந்த வீட்டுக்காரர் அவர்கள் ஒவ்வொருவருக்கும் அவரே உணவு தட்டை

வழங்கி உணவு வழங்குவாரா அல்லது அவர்கள் ஒவ்வொரு வரும் தங்கள் சொந்த பாத்திரங்களைக் கொண்டுவர வேண்டுமா?

முத்து: அவர்கள் தங்கள் சொந்தத் தட்டுகளைக் கொண்டு வருவார்கள் ஐயா.

ஐரோப்பியர்: அவர்கள் எத்தனை பேர் அங்கே?

முத்து: அவர்கள் நூறு பேர் இருப்பார்கள் என்று நினைக்கிறேன்.

ஐரோப்பியர்: இந்த வீட்டுக்காரர் ஒரு வாரத்தில் எத்தனை நாட்கள் இப்படி இந்த ஏழைப் பிச்சைக்காரர்களுக்கு உணவு வழங்குகிறார்?

முத்து: வாரத்திற்கு ஒரு முறை.

ஐரோப்பியர்: அப்படி என்றால் வாரத்தின் மற்ற நாட்களில் உணவுக்கு இவர்கள் என்ன செய்வார்கள்?

முத்து: இந்தப் பணக்கார நல்ல மனிதரைப்போல இந்த ஊரில் மேலும் ஐந்து அல்லது ஆறு நல்ல மனிதர்கள் இருக்கிறார்கள். அவர்கள் ஏனைய நாட்களில் அவர்களுக்கு உணவு வழங்குவார்கள்.

ஐரோப்பியர்: இந்த ஊரில் நீண்ட காலமாகவே ஏழைப் பிச்சைக்காரர்களுக்கு அரிசிக்கஞ்சி வழங்குவதுதான் வழக்கமா?

முத்து: இல்லை ஐயா. இந்த வழக்கம் சில காலங்களுக்கு முன்னர்தான் தொடங்கியது.

ஐரோப்பியர்: இந்த வழக்கம் எந்த வகையில் இங்குள்ள மக்களுக்குப் பயன் அளிக்கிறது?

முத்து: முன்னர் இந்தப் பகுதியில் பஞ்சம் விரிவாக மக்களைப் பாதித்தது. மக்கள் உணவில்லாமல் வாடினார்கள். நல்ல மனது படைத்த கனவான்கள் சிலர் பசியால் தவித்த ஏழை மக்களுக்கு அவித்த சோறும் கஞ்சியும் வழங்கும் வழக்கத்தைத் தொடர்ந்தார்கள். தற்சமயம் பஞ்சம் முடிந்துவிட்டது என்றாலும் இதனால் பயன் அடைந்த சிலர் இந்த வழக்கத்தை இப்போதும் தொடர்கிறார்கள்.

ஐரோப்பியர்: இந்தப் பிச்சைக்காரர்கள் எல்லோருமே வறிய ஏழை மக்களா?

முத்து: இவர்களில் மிக வறிய ஏழை மக்கள் ஒரு சிலர். ஆனால் இவர்களோடு உண்மையில் வறுமையில் வாடாத மேலும் சிலரும் சேர்ந்துகொள்கிறார்கள்.

ஐரோப்பியர்: அப்படி சொல்லாதீர்கள்.

முத்து: நான் உண்மையைத்தான் சொல்கிறேன் ஐயா. போர்த்துக்கீசியர்களின் வீடுகளில் இருக்கின்ற அடிமைகள்[1] சிலர் இந்தப் பிச்சைக்காரர்களோடு சேர்ந்து சில நேரங்களில் அமர்ந்துகொள்வார்கள். பிச்சைக்காரர்களுக்குக் கிடைக்கின்ற அரிசிக் கஞ்சியை இவர்களும் வாங்கி அருந்துவார்கள். அதுமட்டுமல்ல, இப்படி கிடைக்கின்ற உணவுகளை எடுத்துக் கொண்டுசென்று தங்கள் வீடுகளில் இருக்கின்ற கோழிகளுக்கும் பறவைகளுக்கும் அவர்கள் உணவாகக் கொடுத்துவிடுவார்கள்.

ஐரோப்பியர்: உலகத்தில் உள்ள எல்லாவற்றிலும் சிறந்தது துன்பப்படுபவர்களுக்குத் தேவைப்படும்போது உதவுவதுதான். இதனால்தான் கடவுள் ஏழை மக்களையும் பணக்காரர்களையும் ஒன்றாகவே படைத்திருக்கிறார். பணக்காரர்கள் கடவுளின் ஊழியர்கள். கடவுள் தான் செய்ய நினைக்கும் உதவியைத் தங்கள் ஊழியர்களின் வழியாகத் தேவைப்படுகின்ற ஏழை மக்களுக்கு வழங்குகிறார். பணம் படைத்தவர்கள் ஏழை மக்களுக்கு அவற்றை வழங்க வேண்டும்.

முத்து: இந்த நாட்டில் இருக்கும் மக்கள் இப்படி நினைப்பது இல்லை ஐயா.

ஐரோப்பியர்: ஏன்? அவர்கள் என்ன நினைக்கிறார்கள்?

முத்து: இந்தப் பணக்காரர்களது சிந்தனை வேறு. இவர்கள் ஏழைகளுக்கு உதவும்போது கடவுள் அவர்களுக்கு நல்ல பலனாக மேலும் நன்மைகளையும் சிறப்புகளையும் வழங்குவார் என்றுதான் அவர்கள் நினைக்கிறார்கள்.

ஐரோப்பியர்: இப்படி நினைப்பது மிகத் தவறான ஒரு கருத்தாகும். பணக்காரர்கள் கடவுளின் ஊழியர்கள் தான். அவர்கள் நேரடியாகப் பலனை அனுபவிக்கக் கூடாது. எல்லாப் புகழும் சிறப்புகளும் கடவுளுக்கே சொந்தமாக வேண்டுமே தவிர பணக்காரர்கள் தாங்கள் அந்தப் புகழை எடுத்துக்கொள்ளக் கூடாது.

---

1. அடிமைகளாக விற்கப்பட்டவர்கள் போர்த்துக்கீசியர்கள் மட்டுமன்றி பணக்கார உள்ளூர்வாசிகளிடமும் அடிமைகளாக இருந்தனர்.

முத்து: அது எல்லாம் உண்மைதான் ஐயா. ஆனால் இப்படிப்பட்ட விளக்கத்தை நான் இதற்கு முன்னர் கேட்டதில்லை.

ஐரோப்பியர்: இருக்கலாம். இத்தகைய விளக்கத்தை இதுவரை நீங்கள் கேட்காமல் இருந்திருக்கலாம். அப்படி என்றால் நீங்கள் இன்னும் தெரிந்துகொள்ள வேண்டிய விஷயங்கள் ஏராளம் இருக்கின்றன. கற்றுக்கொள்ள வேண்டிய விஷயங்களும் ஏராளம் இருக்கின்றன.

முத்து: நல்லது ஐயா. நாமும் இதே வகையில் சேவை செய்வோமா?

ஐரோப்பியர்: ஆமாம். அதுமட்டுமல்ல. மிகச் சரியான வகையில் ஏழை மக்களுக்கு நாம் உதவ வேண்டும். நாம் செய்கின்ற உதவியால் அவர்கள் மனநிறைவு அடைவதை அவர்கள் முகத்தில் நாம் உணர முடியும்.

முத்து: அது எப்படி. அதனை எப்படி நாம் அறிவது?

ஐரோப்பியர்: நமது கடமை என்பது ஏழை மக்களின் உடல்நலனைப் பாதுகாப்பது மட்டுமல்ல அவர்களுடைய ஆன்மாவின் மகிழ்ச்சியையும் நாம் பாதுகாக்க வேண்டும்.

முத்து: அதனை எப்படி செய்வது ஐயா?

ஐரோப்பியர்: அவர்கள் உண்மையில் ஏழை மக்களாக இருக்கின்றார்கள். அதாவது பொருளாதார ரீதியாகவும், உள்ளத்தில் மனநிறைவு இன்றியும் இருக்கின்றார்கள். ஆகையால் அவர்களது ஆன்மாவிற்குச் சேவை செய்ய வேண்டியது நமது முதல் கடமை.

முத்து: அதனை எப்படி செய்வது ஐயா?

ஐரோப்பியர்: இந்த ஏழை மக்கள் எல்லோரும் ஓரிடத்தில் ஒன்று கூடிய பிறகு அவர்களுக்கு முதலில் நல்ல வாழ்க்கையை வாழ்வதற்கு ஆலோசனைகளை வழங்குவோம். கடவுள் மேல் அச்சம் கொள்ள வேண்டிய அவசியத்தையும் நாம் விளக்க வேண்டும். அது முடிந்த பின்னர் நாம் அவர்களுக்கு வேண்டிய உதவிகளை செய்ய வேண்டும்.

முத்து: இந்த ஊரில் இப்படி செய்பவர்கள் யாரும் இல்லை ஐயா.

ஐரோப்பியர்: எனக்கு இது நன்றாகத் தெரியும். இங்கு வருவதற்கு முன்னர் நான் வேறு நகரங்களில் இருந்திருக்கின்றேன். அங்கே ஏழை மக்களுக்குச் சரியான முறையில் சேவை செய்வது எப்படி என்பதை நான் கவனித்திருக்கிறேன்.

உரையாடல் கூறும் செய்திகள்

இந்த உரையாடலைக் கவனிக்கும்போது இது சூல்ட்சேவின் சொந்த அனுபவப் பதிவாக இருக்கலாம் என்றே நினைக்கத் தோன்றுகிறது. இந்தப் பதிவு பஞ்சம் ஏற்பட்ட காலத்திற்குப் பின்னர் மக்கள் பலர் ஏழைகளாகிப்போனதால் பிச்சைக்காரர்களாகிப்போன நிலையை விவரிக்கும் வகையிலும் உள்ளது. மிக முக்கியமாகத் தமிழகத்தில் அடிமைகள் இருந்த செய்திகளையும் பதிகின்றது. பசிப்பிணி போக்கும் அதே வேளை அவர்களுக்குச் சமயப் பிரச்சாரத்தையும் இணைத்து வழங்குதல் அவர்களது உள்ளத்தில் ஒளியூட்டும் என்ற வகையில் விளக்கப்படுகின்றது. சூல்ட்சே ஆரம்பகாலத்தில் ஜெர்மனியில் கல்வி கற்ற ஃப்ராங்கெ கல்வி நிறுவனத்தில் ஏழைக்குழந்தைகளுக்கான அடைக்கல இல்லமும் இருந்தது. அங்கு ஏழைக்குழந்தைகள் கல்வி வாய்ப்பைப் பெறும் வகையில் பேராசிரியர் ஃப்ராங்கெ ஏற்பாடு செய்திருந்தார். குறிப்பிடத்தக்க எண்ணிக்கையிலான சமயப்பணியாளர்கள் அத்தகைய கல்விப்பின்புலத்துடன் சேவை செய்ய வந்தவர்களே. இதனை வெளிப்படுத்தும் வகையில் இந்த உரையாடலில் வரும் ஐரோப்பியர் மக்களுக்குச் சேவை செய்வது இறைவனின் கட்டளை என்று கூறுவது அமைகிறது.

21. சமைற்காரரைப் பற்றிக் குறை கூறுதல்

சூழல்: ஐரோப்பியர் ஒருவரது வீட்டில் பணிபுரியும் ஊழியர் ஒருவர் சமையற்காரர் செய்த திருட்டுத்தனம் பற்றி தனது வீட்டு முதலாளி அம்மாவிடம் புகார் கூறும் வகையிலான உரையாடல்.

ஊழியர்: நான் உங்களிடம் ஒரு தகவல் தெரிவிக்க வேண்டும் அம்மா.

ஐ.பெ: என்ன விஷயம்?

ஊழியர்: நம் வீட்டில் பணி செய்யும் புதிய சமையற் காரர் உலகமகா திருடனாக இருக்கின்றார்.

ஐ.பெ: உண்மையாகவா? அதை நான் அனுமதிக்க முடியாது.

ஊழியர்: உண்மையில் சொல்லப்போனால் அவர் எல்லா இடங்களிலும் கை வைத்துவிடுகிறார்.

ஐ.பெ: உங்களுக்கு இந்த விஷயம் எப்படித் தெரியும்?

ஊழியர்: அவருடைய பல்வேறு நடவடிக்கைகளை நான் கண்காணித்து வந்தேன் அம்மா.

ஐ.பெ: எனக்கு எல்லா விஷயத்தையும் முழுமையாகச் சொல்லுங்கள். உண்மையில் என்னதான் நடந்தது?

ஊழியர்: அவர் இரண்டு ஃபணத்திற்கு விறகுகள் வாங்க வேண்டும். ஆனால் அவர் அதில்

பாதிதான் வாங்குகிறார். அதில் 50 குச்சிகள் மட்டும்தான் இருக்கின்றன. இது திருட்டு இல்லையா?

ஐ.பெ: அப்படியா முன்னர் நான் இரண்டு ஃபணத்திற்கு குச்சிகள் வாங்கியபோது அவை ஒன்பது நாட்களுக்குப் போதுமானவையாக இருந்தன. ஆனால் இப்போது அவர் இரண்டு ஃபணத்திற்கு வாங்கி வரும் விறகுகள் ஐந்து நாட்களுக்கு மட்டும்தான் போதுமானதாக இருக்கின்றன. அவர் ஏமாற்றியிருக்கின்றார் என்பது இப்போதுதான் எனக்குப் புரிகிறது.

ஊழியர்: இப்போது உங்களுக்குப் புரிந்திருக்கும் அம்மா. இந்த ஒரு விஷயம் மட்டுமல்ல. இதுபோல ஏராளமான விஷயங்கள் நடந்திருக்கின்றன.

ஐ.பெ: வேறு எந்த வகையில் அவர் தனது திருட்டுத்தனத்தை வெளிப்படுத்தியிருக்கிறார்?

ஊழியர்: அவர் சந்தைக்குச் சென்று இறைச்சி வாங்கும்போது இரண்டு ஃபணத்திற்கு வாங்கியதாகக் கணக்குச் சொல்கிறார். ஆனால் அவர் ஒரு ஃபணம் இரண்டு டுடாஸுக்கு மட்டுமே இறைச்சி வாங்கிக்கொள்கிறார்.

ஐ.பெ: ஓ இப்படியும் நடக்கிறதா? மூன்று ஆண்டுகளுக்கு முன்னர் நான் ஆறு டூடாஸுக்கு அதிகமான இறைச்சி வாங்கியிருக்கின்றேன். இப்போது இரண்டு ஃபணத்திற்கு வாங்குவதை விட அதிகமாகவே.

ஊழியர்: அவர் வெண்ணெய் வாங்கும்போது உங்கள் வீட்டுப் பயன்பாட்டிற்கு மட்டுமல்லாது தனது வீட்டிற்கும் அதனைக் கொண்டுசெல்கிறார்.

ஐ.பெ: அப்படியா. நான் பலமுறை கவனித்திருக்கின்றேன். அவர் தயாரிக்கும் இறைச்சி வகை உணவில் எண்ணெய்ப் பிசுபிசுப்பு இல்லாமல் இருக்கும். அது எதனால் என்று இப்போது புரிகிறது.

ஊழியர்: பன்றி இறைச்சி வாங்கும்போது அதில் பாதியை வெட்டி அவரே அதை விற்பனை செய்துவிடுகிறார்.

ஐ.பெ: அப்படியா நடந்திருக்கிறது? சில வேளைகளில் நான் பெரிய துண்டு இறைச்சிகளை வாங்கிக் கொடுத்திருக்கிறேன். ஆனால் சமைத்து அவை மேசைக்கு வரும்போது அதன் அளவு சிறிதாக இருப்பதைக் கவனித்திருக்கிறேன். அப்போதெல்லாம் நான் ஆச்சரியப்பட்டதுண்டு. ஏன் இறைச்சித் துண்டு சிறிதாக

இருக்கின்றது என்று நான் கேட்கும்போது, அந்தத் திருடன் சமைக்கும்போது இறைச்சித் துண்டு சுருங்கிவிடுவதாகக் கூறிவிடுவார்.

ஊழியர்: அவர் உங்களுக்குத் தான் வாங்கிய மசாலா பொருட்கள் பற்றிய கணக்குகளைக் கூறும்போது அதில் நிறைய பொய்களைச் சேர்த்துக் கூறுவார். உதாரணமாக அவர் ஒருநாள் நான்கு ரூபாய்க்கு மசாலா பொருட்கள் வாங்கினால் அவை ஐந்து நாட்களுக்குப் போதுமானதாக இருக்கும். ஆனால் அவர் ஒவ்வொரு நாளும் நான்கு நாட்களுக்கு மசாலா பொருட்கள் வாங்க வேண்டும் என்று உங்களுக்குக் கணக்குக் கூறுவார்.

ஐ.பெ: இப்படித்தான் இந்த நபர் என்னை இத்தனை நாள் ஏமாற்றியிருக்கிறாரா?

ஊழியர்: நீங்கள் காபி கொட்டைகளை வறுக்க கொடுக்கும் போது அவர் அதில் சிலவற்றை எடுத்துக்கொள்வார்.

ஐ.பெ: இந்தப் பொல்லாத நபர் காபி கொட்டைகளைத் திருடிக்கொண்டுபோய் என்ன செய்வார்?

ஊழியர்: அவர் கொஞ்சம் கொஞ்சமாகத் திருடிக்கொண்டு சேர்த்து வைத்து அவை அரை வீசம் வந்த பிறகு அதனை விற்று காசாக்கி விடுவார்.

ஐ.பெ: மிக கெட்டிக்காரத்தனமாகத் தான் செய்திருக்கிறார். இப்போதுதான் புரிகிறது. அவர் கொடுக்கின்ற காபி எப்போதும் தண்ணீர் அருந்துவதுபோல இருக்கும்.

ஊழியர்: நீங்கள் அரிசியைச் சமைக்கும்போது அவர் அதில் தனக்கு ஒரு பகுதி எடுத்து வைத்துக்கொண்டு மீதம் இருப்பதைத் தான் உங்களுக்குச் சமைத்துக் கொடுப்பார்.

ஐ.பெ: ஐயோ. அவரிடம் நிறையவே அரிசி கொடுத்திருக்கி றேன். ஆனால் எப்போதும் குறைவாகவே இருப்பதுபோல நான் உணர்வது உண்டு. ஆனால் இப்போதுதான் தெரிகிறது. இந்த ஆள் என்ன செய்திருக்கிறார் என்று.

ஊழியர்: அம்மா இந்தச் சமையற்காரார் தன் குடும்பத்திற்காகத் தனியாக பட்டர், எண்ணெய், அமிர்தாஞ்சன் எண்ணெய், உப்பு, மசாலா பொருட்கள், விறகு, ஏனைய பொருட்களை வாங்குவதில்லை. உங்கள் வீட்டில் அவர் களவாடிச் செல்லும் பொருட்களைத்தான் அவர் வீட்டு உபயோகத்திற்குத் தருகிறார்.

ஐ.பெ: அதிர்ச்சியாக இருக்கிறது. ஆனால் அவர் எப்படி இவற்றைத் திருடுகிறார் என்று எனக்குச் சற்று விளக்கிச் சொல்லுங்கள்.

ஊழியர்: இங்கே பெரும்பாலான சமையற்காரர்கள் இப்படித் தான் நடந்துகொள்கிறார்கள் அம்மா.

ஐ.பெ: அப்படி என்றால் இந்தத் திருட்டுத்தனத்தைச் சரி செய்ய ஏதும் வழிமுறைகள் இல்லையா?

ஊழியர்: இதனைத் தடுப்பது என்பது சாதாரண காரியமல்ல. அவரை ஒரு வழியில் நீங்கள் கட்டுப்படுத்தினால் அவர் வேறு ஐந்து வழிகளில் தனது திருட்டுத்தனத்தைத் தொடர்வார்.

ஐ.பெ: அப்படி என்றால் நான் என்ன நடவடிக்கை எடுக்க முடியும்? இனி அவன் திருடுவதிலிருந்து அவனை எப்படி தடுக்க முடியும்?

ஊழியர்: அவர் கையிலேயே எல்லாப் பொருட்களையும் கொடுத்துவிடுவோம். அவன் பொருட்களைக் களவாடும்போது கையும் களவுமாகப் பிடித்துவிடுவோம். அதுதான் சிறந்த வழி அம்மா.

உரையாடல் கூறும் செய்திகள்

ஐரோப்பியர்கள் வீடுகளில் சமையற்பணியில் இருந்த சிலர் எந்தெந்த வகைகளில் சமையல் பொருட்களைக் களவாடிச் சென்றனர் என்பதைச் சுவாரசியமான வகையில் விளக்கும் இந்த உரையாடலைக் கவனிக்கும்போது இதுவும் சூல்ட்சேவின் சொந்த அனுபவத்தின் பதிவாக இருக்கலாமோ என்ற எண்ணம் எழுகின்றது.

22. துபாஷ் பற்றிக் குறைகூறுதல்

சூழல்: *ஐரோப்பியர் ஒருவரது வீட்டில் பணிபுரியும் சமையற்காரர் தனது முதலாளியிடம் அவரது உதவியாளரின் ஏமாற்றுத்தனதைப் பற்றி விவரிப்பது போன்ற உரையாடல்.*

ஐரோப்பியர்: சமையற்காரரே. இங்கே என்ன செய்துகொண்டிருக்கின்றீர்கள்? உங்களுக்கு என்ன வேண்டும்?

சமையற்காரர்: ஐயா நான் உங்களிடம் ஒரு விஷயத்தைச் சொல்லலாம் என்று வந்தேன்.

ஐரோப்பியர்: என்ன அது? கவனம். என்னிடம் இந்த உலகத்தில் உள்ள ஏனையோரைப் பற்றிப் பொய் சொல்லிவிடாதே. (இப்படி பல முறை அவர் பிறரைப் பற்றிக் குறை கூறி அதனைக் கேட்ட அனுபவம் இருந்திருக்கலாம்.)

சமையற்காரர்: கடவுள் எல்லாவற்றையும் கேட்டுக்கொண்டும் அறிந்துகொண்டும்தான் இருக்கிறார். நான் என்னளவில் பொய் சொல்வதில்லை.

ஐரோப்பியர்: சரி பேசு. நீ என்ன சொல்ல விரும்புகிறாய்?

சமையற்காரர்: ஐயா உங்கள் கணக்குப்பிள்ளை முத்து ஒரு பெரிய திருடன். அவர் உங்களை எல்லா வகையிலும் ஏமாற்றுகிறார்.

ஐரோப்பியர்: அது எப்படி சாத்தியம்?

சமையற்காரர்: நீங்கள் ஏதாவது ஒரு பொருளை வாங்கக் கூடிய சூழல் வரும்போது உங்கள் கணக்குப்பிள்ளை முதலில் கருப்புச் சந்தை வியாபாரிகளைப் பார்த்து அவர்களிடம் ஒரு விலையைப் பேசிக்கொள்கிறார். அதன் பின்னர் உங்களிடம் அழைத்துவந்து விலையை உயர்த்தி உங்களை வாங்கவைத்து விடுகிறார் என்று நினைக்கிறேன்.

ஐரோப்பியர்: என்னால் இதனை நினைத்துக்கூடப் பார்க்க முடியவில்லை. எப்படி இதனை அவர் செய்வார்?

சமையற்காரர்: ஐயா அவர் எப்படி இந்த காரியங்களைச் செய்கின்றார் என்று ஒரு சில வார்த்தைகளில் நான் உங்களுக்கு அதனை விளக்கிவிடுகின்றேன். உதாரணமாக நீங்கள் ஒரு துணி வாங்க விரும்பும்போது அவர் முதலில் வியாபாரியிடம் ஒரு விலை பேசி இரண்டு பகோடாவுக்குச் சொல்லி வைத்துவிடுகிறார். அதற்குப் பின்னர் அந்த வியாபாரியை உங்களிடம் அழைத்துவந்து அந்தத் துணியை மூன்று பகோடாவிற்கு உங்களை வாங்கவைத்துவிடுகிறார்.

ஐரோப்பியர்: நான் இதைப்பற்றித் தீர விசாரிக்க வேண்டும். அவர்மேல் குற்றம் இருக்குமானால் அவருக்குத் தக்க தண்டனையை நான் நிச்சயம் தர வேண்டும்.

சமையற்காரர்: அதுமட்டுமல்ல . . . இதற்கு மேலும் வெவ்வேறு வகையில் அவர் உங்களிடம் திருடுகிறார். நீங்கள் யாருக்காவது வட்டிக்குக் காசு கடன் கொடுக்கும்போது உங்கள் கணக்குப்பிள்ளை அவர்களிடம் ஒவ்வொரு மாதமும் போய் வட்டி வாங்கிக்கொள்கிறார். பிறகு வாங்கிய அந்த வட்டியை அவர் ஏனையோருக்குக் கடன் தருகிறார். நீங்கள் கடன் கொடுத்தவரிடம் காசு கேட்கும்போது கணக்குப்பிள்ளை அங்குமிங்கும் காசு வாங்கிச் சமாளித்து அதனை உங்களிடம் கொண்டு வந்து தருகிறார்.

ஐரோப்பியர்: இது எனக்கு மிகப்பெரிய அவமானமாக இருக்கிறது. அதுமட்டுமல்ல. கடன் வாங்கியவர்களுக்கும் இது பெரிய இழப்பு.

சமையற்காரர்: நீங்கள் ஒவ்வொரு ஆண்டும் இரண்டு பெரிய பானை நிறைய நெல்லு வாங்குகிறீர்கள். அதிலும்கூட உங்கள் கணக்குப்பிள்ளை அவரது வீட்டுத் தேவைக்காக அவருக்கும் அவர் மனைவிக்கும் குழந்தைகளுக்கும் வீட்டில் உள்ள அனைவருக்குமாக நிறைய எடுத்துக்கொள்கிறார்.

ஐரோப்பியர்: அவர் எப்படி இதனைச் செய்கிறார்?

சமையற்காரர்: அறுவடைக்கு முன்னராகவே விவசாயிகளிடம் சென்றுவிடுகிறார். அவர்களிடம் பேசி விலையைக் குறைத்து விடுகிறார் உங்கள் கணக்குப்பிள்ளை. அதற்குப் பின்னர் நகரத்தில் பொதுவாக அரிசி விற்கப்படும் விலையைச் சொல்லி உங்களை வாங்க வைக்கிறார்.

ஐரோப்பியர்: நல்லது. இது தொடராமல் இருக்க நான் சில நடவடிக்கைகள் எடுக்கிறேன்.

சமையல்காரர்: ஐயா நீங்கள் சமையலுக்கு நெருப்பு எரிக்க விறகுகள் வாங்கும்போதும் காய்ந்த மாட்டுச் சாண வறட்டி வாங்கும்போதும் உங்கள் கணக்குப்பிள்ளையிடம் கையில் நீங்கள் பணத்தைக் கொடுத்துவிடாதீர்கள்.

ஐரோப்பியர்: ஏன் இப்படி சொல்கிறாய்?

சமையற்காரர்: நீங்கள் கொடுக்கின்ற பணத்தை உங்கள் கணக்குப்பிள்ளை அதனை விற்பவர்களிடம் கொடுக்க மாட்டார். ஆனால் தனக்கு லாபமாக அதனை இரண்டு மூன்று மாதங்களுக்கு வைத்துக்கொள்வார்.

ஐரோப்பியர்: இந்த விஷயம் எல்லாம் உனக்கு எப்படி தெரியும்?

சமையற்காரர்: மாட்டுச் சாண வறட்டி விற்கும் பெண்மணி ஏறக்குறைய ஒவ்வொரு நாளும் என்னிடம் வந்து தனக்கு அவர் பணம் கொடுக்கவில்லை என்று சொல்லி அழுகிறாள்.

ஐரோப்பியர்: நல்லது சமையற்காரரே. போய் உனது வேலையைச் செய். என்னிடம் கூறிய செய்திகளை வேறு யாரிடமும் சொல்லாதே. நான் நீ கூறிய விஷயங்களைத் தீர விசாரிக்கிறேன். அப்படி கணக்குப்பிள்ளை மேல் குற்றம் இருந்தால் அவருக்குத் தக்க தண்டனையைத் தருவேன்.

உரையாடல் கூறும் செய்திகள்

இதற்கு முந்தைய உரையாடலில் கணக்குப்பிள்ளை முதலாளி அம்மாவிடம் சமையற்காரரின் திருட்டுத் குணத்தைப் பற்றி குறை சொல்வதுபோல அமைந்தது என்றால் இந்த உரையாடலோ சமையற்காரர் கனக்குப்பிள்ளை மேல் திருட்டுக் குற்றம் சுமத்தும் வகையில் அமைகிறது. ஊழியர்கள் ஒருவருக்கு மற்றொருவர் பிறரைப் பற்றிக் கோள்மூட்டிவிடும் வேலையைச் செய்து ஐரோப்பிய முதலாளிகளிடம் நல்ல பெயர் வாங்கச் செய்த முயற்சியாகவும் இதனைக் காணலாம். அல்லது உண்மையில் திருட்டு நடந்து அதுபற்றி உண்மையாக ஊழியர்கள் அதனை முதலாளிக்குத் தெரியப்படுத்திய நிகழ்வின் பிரதிபலிப்பாகவும் இந்த உரையாடலைக் காணலாம்.

23. ஞாயிற்றுக்கிழமை வழிபாடு

சூழல்: ஐரோப்பியக் கிருத்துவர் ஒருவர் ஞாயிற்றுக்கிழமையன்று தனது குடும்பத்தாரை அழைத்து, தேவாலயத்தில் அன்று நிகழ்த்தப்பட்ட இறைவழிபாடு பற்றிக் கலந்துரையாடுவது போன்ற உரையாடல்.

சமயப்பணியாளர்: குழந்தைகளே . . . இன்று ஞாயிற்றுக்கிழமை என்பதை மறந்துவிட்டீர்களா?

குழந்தைகள்: அதனால்தான் இங்கு ஒன்று கூடி இருக்கிறோம்.

சமயப்பணியாளர்: சமையற்காரர் எங்கே?

குழந்தைகள்: அவர் சமையலறையில் இருக்கிறார். சற்று நேரத்தில் வந்துவிடுவார்.

சமயப்பணியாளர்: நான் யாரையும் மறந்துவிட வில்லையே. எல்லோரும் வந்து விட்டீர்களா?

குழந்தைகள்: சமையற்காரரும் வந்துவிட்டார் ஐயா.

சமயப்பணியாளர்: நல்லது. நாம் நமது கடமையைச் செய்யத் தொடங்குவோம். எல்லோரும் மிகக் கவனமாக இருங்கள். கடவுளை வழிபடும்போது சொல்கின்ற வழிபடும் துதிப் பாடல்களை நான் சொல்லி முடித்ததும் நீங்களும் அதனை உங்கள் மனதில் வைத்துக் கூறலாம்.

வழிபாடு

ஓ இறைவா. . .

மெட்ராஸ் 1726

எந்தச் சிறப்புகளுமற்ற உங்களது வேலையாட்களாகிய நாங்கள் தங்களுடைய பெயரால் இங்கு ஒன்றுகூடி இருக்கிறோம். உங்களுடைய புனித பெயரை உச்சரிக்கும்போது தங்களது ஆசீர்வாதம் எங்களுக்குக் கிடைக்கும். ஆமென்.

சமயப்பணியாளர்: இன்று என்ன கிழமை?

ஒருவர்: இன்று ஞாயிற்றுக்கிழமை ஐயா.

சமயப்பணியாளர்: இன்று நீ ஆற்ற வேண்டிய கடமை என்ன?

ஒருவர்: இன்று நமது கடமை தேவாலயத்திற்குச் செல்ல வேண்டும். பேராற்றல் பெற்ற கடவுளின் உண்மையான கட்டளைகளைக் கேட்க வேண்டும் அவரை முழு மனதுடன் வழிபட வேண்டும். அவரை வாழ்த்த வேண்டும். இறைதன்மை மிக்க சேவை களில் நம்மை ஈடுபடுத்திக் கொள்ள வேண்டும். இதன்வழி இந்த நாளைப் புனித நாளாக ஆக்கிக்கொள்ள வேண்டும். இவைகள்தான் இன்று நாம் ஆற்ற வேண்டிய கடமை ஐயா.

சமயப்பணியாளர்: இத்தகைய கட்டளைகளை யார் உங்களுக்குக் கூறியது?

ஒருவர்: இவை கடவுளின் கட்டளைகள் ஐயா.

சமயப்பணியாளர்: இன்று நீங்கள் தேவாலயம் சென்று வந்தீர்களா?

ஒருவர்: நாங்கள் எல்லோருமே தேவாலயம் சென்று விட்டுத்தான் வந்தோம் ஐயா.

சமயப்பணியாளர்: நீங்கள் ஏன் தேவாலயம் சென்றீர்கள்?

ஒருவர்: இன்றைய நாளைப் புனிதத்துவம் நிறைந்த நாளாக ஆக்கவே தேவாலயம் சென்றுவந்தோம் ஐயா.

சமயப்பணியாளர்: இன்று பூசையின்போது நீங்கள் என்ன கவனித்தீர்கள்?

ஒருவர்: நாங்கள் பூசையில் மிகுந்த கவனத்துடன் ஈடுபட்டிருந்தோம் ஐயா.

சமயப்பணியாளர்: தேவாலயத்தில் பூசையின்போது தலைமைச் சமயப்பணியாளர் எத்தனைக் கருத்துகளைப் புனித நூல்களிலிருந்து எடுத்துக் கூறினார்?

ஒருவர்: இரண்டு முக்கிய கருத்துக்களைக் கூறினார்.

சமயப்பணியாளர்: எந்த இரண்டு முக்கிய கருத்துக்களைக் கூறினார்?

ஒருவர்: அவர் கூறிய முதல் கருத்து, பாதுகாப்புடன் இருக்க வேண்டும் என்று விரும்பினால் எல்லையற்ற ஆளுமை கொண்ட கடவுளை நம்ப வேண்டும். அவர் கூறிய இரண்டாவது கருத்து. நாம் எந்த மாற்றுக் கருத்தும் இல்லாமல் இறைவனின் கட்டளைகளை முழுமையாக ஏற்று அதன்படி நடக்க வேண்டும்.

சமயப்பணியாளர்: நல்லது. இந்த இரண்டு கருத்துகளையும் தான் தலைமைப் சமயப்பணியாளர் நம் அனைவருக்கும் கூறியிருக்கின்றார். ஆக, இப்போது நமது கடமை என்ன? அதனை நாம் நம்ப வேண்டுமா?

ஒருவர்: நாம் ஒரு கடவுள் மட்டுமே இருக்கின்றார் என்பதைக் கட்டாயமாக நம்ப வேண்டும் ஐயா.

சமயப்பணியாளர்: கடவுள் கூறிய இந்தக் கருத்துகளுக்கு நாம் கடவுளுக்கு நன்றி கூற வேண்டுமா?

ஒருவர்: ஆமாம். நாம் கடவுளுக்கு இதற்காக நன்றி கூறக் கடமைப்பட்டுள்ளோம். ஏனெனில் அவர் கூறிய அனைத்துமே உண்மை.

சமயப்பணியாளர்: மாறாக நாம் இவை அனைத்தும் மனிதர்கள் கூறிய கருத்துக்கள் என்று நினைக்க வேண்டுமா?

ஒருவர்: ஐயா நாம் மனிதர்கள் கூறுவதை நம்ப வேண்டியதில்லை. ஏனெனில் மனிதர்கள் சில வேளைகளில் பொய் சொல்வார்கள்.

சமயப்பணியாளர்: நீங்கள் என்ன கூற வருகிறீர்கள்? கடவுள் கூறுவதற்கும் மனிதர்கள் கூறுவதற்கும் பெரிய வேறுபாடுகள் இருக்கின்றனவா?

ஒருவர்: இந்த வேறுபாடுகள் உண்மைக்கும் பொய்க்குமான வேறுபாடுகள். இறைவனின் கட்டளைகளுக்கும் மனிதர்கள் கூறுகின்ற சொற்களுக்குமிடையே அதிக வேறுபாடுகள் இருக்கின்றன என்பதைக் கவனிக்க வேண்டும்.

சமயப்பணியாளர்: குழந்தைகள் ஒவ்வொருவரும் தங்களுக்குப் பிடித்ததைச் செய்யக்கூடாதா?

ஒருவர்: இல்லை ஐயா. ஒவ்வொருவரும் தங்களுக்குப் பிடித்ததை அவர்கள் செய்யக் கூடாது. ஏனெனில் நாம் அனைவருமே இறைவனின் பணியாட்கள். இறைவனுக்குத் தொண்டு செய்யவேண்டிக் கடமைப்பட்டு இருப்பவர்கள்.

ஒரு முதலாளிக்கும் தொழிலாளிக்கும் இடையேயான உறவு கட்டுப்பாடுகள் நிறைந்தவை. அதைப்போல ஒரு பணியாளோ ஒரு வேலைக்காரரோ தனக்குப் பிடித்ததைச் செய்ய முடியாது. ஆனால் அவரது முதலாளி என்ன கூறுகிறாரோ அதைத்தான் செய்ய வேண்டும். அதுபோலத்தான்.

சமயப்பணியாளர்: கடவுளைப் பொறுத்தவரை நாம் அவருக்காக என்ன கடமை ஆற்ற வேண்டும்?

ஒருவர்: கடவுள் நமக்கு அளித்த அனைத்துக் கட்டளைகளையும் நாம் செயல்படுத்த வேண்டும்.

சமயப்பணியாளர்: கடவுள் நமக்கு எத்தனை கட்டளைகளை வழங்கியிருக்கின்றார்?

ஒருவர்: பத்து கட்டளைகள் ஐயா.

சமயப்பணியாளர்: நாம் யாரை வழிபட வேண்டும்?

ஒருவர்: எல்லா இடங்களிலும் நிறைந்திருக்கும் வல்லமை பொருந்திய கடவுளைத்தான் நாம் வழிபட வேண்டும் ஐயா.

சமயப்பணியாளர்: நீங்கள் சாமி சிலைகளை வழிபட வேண்டுமா?

ஒருவர்: நாம் சாமி சிலைகளை வழிபடக்கூடாது ஐயா.

சமயப்பணியாளர்: குழந்தைகளே ... ஒருவேளை நீங்கள் ஒருவரிடம் ஊழியராகப் பணியாற்றுகின்றீர்கள் என்றால் யார் உங்களுக்குச் சம்பளத்தை வழங்க வேண்டும்?

ஒருவர்: நாம் யாருக்கு ஊழியம் செய்கின்றோமோ அவர் தான் நமக்குச் சம்பளம் வழங்க வேண்டும் ஐயா.

சமயப்பணியாளர்: மனிதர்களுக்கு விடுதலையை வழங்கக் கூடியவர் யார்? அல்லது மனிதர்களுக்கு மகிழ்ச்சி அளிக்கக் கூடியவர் யார்?

ஒருவர்: சொர்க்கத்தில் இருக்கும் கடவுள் மட்டுமே.

சமயப்பணியாளர்: இறைவன் யாருக்கு விடுதலையும் மகிழ்ச்சியையும் அளிக்கின்றார்?

ஒருவர்: கடவுளுக்கு ஊழியம் செய்பவர்களுக்கு.

சமயப்பணியாளர்: கடவுள் அவருக்கு ஊழியம் செய்யாமல் அதே வேளை அவரை நினைப்பவர்களுக்கும் விடுதலையும் மகிழ்ச்சியும் அளிப்பாரா?

ஒருவர்: அத்தகையோருக்குக் கடவுள் நிலைத்திருக்கும் மகிழ்ச்சியை அளிக்கமாட்டார்.

சமயப்பணியாளர்: அவர்கள் எதனை எதிர்பார்க்கலாம்?

ஒருவர்: அவர்கள் நரகத்தில் நெருப்பில் வெந்து போவது போன்ற தண்டனைகளை எதிர்பார்க்கலாம்.

சமயப்பணியாளர்: நல்லது இன்று நாம் நற்சிந்தனைகளைக் கேட்டோம். நமது கடமை இப்போது நாம் அனைவரும் இவை கூறும் நல்ல செய்திகளைக் கடைப்பிடிக்க வேண்டும். ஆகையால் அவரது கருணையால் எல்லாப் புகழும் நிறைந்த இறைவனை வழிபடுவோம்.

வழிபாடு

இறைவா ... இன்று இந்த ஞாயிற்றுக்கிழமை இந்த தேவாலயத்தில் நாங்கள் இந்தப் புனிதச் சொற்களைக் கேட்டோம். அதற்காக நாங்கள் பணிவான எங்கள் நன்றிகளைத் தெரிவித்துக்கொள்கிறோம். உங்கள் கட்டளைகளை நாங்கள் கடைபிடிப்போம். ஆமென்!

உரையாடல் கூறும் செய்திகள்

ஒரு ஞாயிற்றுக்கிழமை தேவாலயத்தில் நிகழ்த்தப்பட்ட கிருத்துவச் சமயப் போதனைகளை மீள்பார்வை செய்வது போன்றும், கிருத்துவ மத நம்பிக்கையை வலுப்படுத்தும் வகையில் கேள்வி பதிலாகவும் அமைந்த ஓர் உரையாடல்.

24. மெட்ராஸ்காரர் ஐரோப்பா சென்ற செய்தி

சூழல்: கிருஷ்ணய்யா, அட்சானா என்ற பெயர்கொண்ட இரண்டு உள்ளூர்வாசிகள் ஐரோப்பாவிலிருந்து மெட்ராஸ் துறைமுகத்திற்கு வந்திருக்கின்ற கப்பலிலிருந்து சரக்குப் பொருட்கள் ஏற்றப்படுவது பற்றிப் பேசுவது போன்ற உரையாடல்.

கிருஷ்ணய்யா: இந்த வருடம் ஒன்பது கப்பல்கள் வந்திருக்கின்றன அல்லவா?

அட்சானா: ஆமாம். ஒவ்வொரு ஆண்டும் நிறைய கப்பல்கள்தான் வந்துகொண்டிருக்கின்றன.

கிருஷ்ணய்யா: இந்தக் கப்பல்களில் என்ன பொருட்கள் கொண்டுவரப்படுகின்றன?

அட்சானா: இந்தக் கப்பல்களில் என்ன பொருட்கள் கொண்டு வரப்படுகின்றன என்று கேட்கின்றீர்களா? வெள்ளிக் (காசுகள்) தவிர்த்து இந்தக் கப்பல்கள் மக்கள் புழக்கத்திற்குத் தேவைப்படும் பொருட்கள் சிலவற்றையும் கொண்டுவருகின்றன என்று நினைக்கிறேன்.

கிருஷ்ணய்யா: எத்தனை வெள்ளிக்காசுகளை இந்தக் கப்பல்கள் ஒவ்வொரு முறையும் கொண்டு வருகின்றன?

அட்சானா: துறைமுகத்திற்கு வருகின்ற இந்த ஒவ்வொரு கப்பல்களும் ஒவ்வொரு முறையும் நூறு வெள்ளி கொண்டுவருகின்றன.

கிருஷ்ணய்யா: எவ்வளவு ரிக்ஸ் டாலர் ஒவ்வொரு பெட்டியிலும் இருக்கும்?

அட்சானா: நானறிந்தவரை ஒவ்வொரு பெட்டியிலும் 1000 ரிக்ஸ் டாலர்கள் இருக்கும்.

கிருஷ்ணய்யா: அவர்கள் கொண்டுவரும் இந்த வெள்ளிப் பணத்திற்கு என்னென்ன பொருட்களை அவர்கள் வாங்குகின்றார்கள்?

அட்சானா: அவர்கள் இங்கிருந்து லினன் வகைப்பருத்தித் துணிகளைத்தான் அந்தக் காசுக்கு வாங்கிச் செல்கிறார்கள்.

கிருஷ்ணய்யா: இது எதைக் காட்டுகிறது? இந்த ஐரோப்பியர் களின் ஊரில் வெள்ளை நிறப் பருத்தித் துணி இல்லையா?

அட்சானா: அங்கே அவர்களுக்கு ஏராளமாகக் கிடைக்கிறது. இங்கு கிடைப்பதைவிடப் பத்து மடங்கு அதிகமாகவே கிடைக்கிறது.

கிருஷ்ணய்யா: நீங்கள் சொல்வதுபோல அங்கே ஐரோப்பாவில் அவர்களுக்கு மிக அதிகமாகவே துணிகள் கிடைக்கின்றது என்றால், எதற்காக இங்கே வெள்ளிக்காசுகளை அனுப்பிப் பருத்தித் துணிகளை வாங்குகின்றார்கள்?

அட்சானா: சில வியாபாரிகள் இங்கிருந்து வாங்கிச் சென்று ஐரோப்பாவின் ஏனைய பல நாடுகளில் அவற்றை விற்கின்றார்கள்.

கிருஷ்ணய்யா: அப்படியென்றால் இந்த வணிகத்தில் இருந்து யாருக்கு மிக அதிக லாபம் கிடைக்கின்றது? வாங்குபவருக்கா அல்லது விற்பவருக்கா?

அட்சானா: யாருக்கு அதிக லாபம் கிடைக்கிறது என்பதை நம்மால் கூற முடியாது. சட்ட நுணுக்கங்கள் அறிந்த கற்ற மனிதர்களுக்கு இந்த விஷயங்கள் நன்றாகத் தெரியும்.

கிருஷ்ணய்யா: இந்த ஐரோப்பியர்களிடமிருந்து நமக்கு என்ன லாபம் கிடைக்கிறது?

அட்சானா: உனக்குத் தெரியவில்லை. நான் உறுதியாகச் சொல்கிறேன். இவர்களால் நமக்கு மிக அதிக லாபம் கிடைக்கிறது.

கிருஷ்ணய்யா: எனக்கு இந்த ஐரோப்பியர்களைப் பிடிக்காது.

அட்சானா: நீ ஒரு சோம்பேறி. முட்டாள். நீ தேவையற்ற பேச்சுத் தான் பேசுவாய். நான் அப்படி அல்ல. நான் ஐரோப்பியர்களைப் பார்த்து வியக்கிறேன்.

கிருஷ்ணய்யா: நீ ஐரோப்பியர்களைப் பார்த்து வியப்பதற்கும் அவர்களை விரும்புவதற்கும் காரணம் ஏற்கெனவே

அவர்கள் நாட்டிற்கு ஒரு முறை நீ சென்று வந்திருக்கிறாய் என்பதனால்தான்.

அட்சானா: உண்மையைக் கூற வேண்டுமென்றால் நான் ஐரோப்பாவில் மூன்று ஆண்டுகள் இருந்திருக்கிறேன். அங்கு இருந்த காலகட்டத்தில் அனைத்தும் அங்கே சட்டப்படியும் நீதிப்படியும் நியாயப்படியும் நடப்பதையே பார்த்திருக்கிறேன்.

கிருஷ்ணய்யா: நான் அப்படி நினைக்கவில்லை. ஆனால் ஒன்று. அவர்கள் அங்கே உன்னைப் பார்த்தபோது உன்னை ஏளனமாக நடத்தவில்லையா? உன்னை அவர்கள் ஏமாற்றவில்லையா?

அட்சானா: இப்படி கற்பனையாக உளறாதே. ஏறக்குறைய எல்லோருமே என்னிடம் மரியாதையாகவும் பண்புடனும் நடந்துகொண்டார்கள். அவர்களுடைய மன்னரும் என்னை மரியாதையுடன் நடத்தினார்.

கிருஷ்ணய்யா: அப்படியென்றால் மிக நல்லது.

அட்சானா: நான் சொல்வதெல்லாம் உண்மை. ஐரோப்பியர்கள் நல்ல திறமையாளர்கள். அனைவரும் நன்றாக வாழ்கின்றர்கள். ஆனால் நமது நாட்டில் அயல்நாட்டுக்காரர்களுக்குத் தகுந்த மதிப்பு நாம் அளிப்பதில்லை.

கிருஷ்ணய்யா: ஏன் நமது நாட்டில் அவர்களுக்குத் தகுந்த மரியாதை அளிப்பதில்லை என்று கூறுகிறாய்?

அட்சானா: நம் நாட்டுக்காரர்கள் அவர்கள் முன்னிலையில் பொய்யாகப் புகழ்ந்து பேசுவார்கள். அவர்களை ஏமாற்று வார்கள். அவர்களை நஷ்டம் அடையச் செய்வார்கள். அது மட்டுமல்ல அவர்களுடைய பணத்தையும் திருடிக் கொள்வார்கள்.

உரையாடல் கூறும் செய்திகள்

இரண்டு உள்ளூர்வாசிகள் ஐரோப்பியர்களைப் பற்றியும், அவர்களது நாட்டு நிலவரத்தையும் பற்றிப் பேசும் வகையில் அமைந்த ஒரு சுவாரசியமான உரையாடல். ஐரோப்பாவிற்குச் சென்று அங்கு தங்கியிருந்ததோடு மன்னரையும் சந்தித்து உரையாடிய ஒருவரும் மெட்ராஸ் நகரிலேயே வாழ்கின்ற ஒருவரும் பேசிக்கொள்ளும் வகையில் இது அமைந்துள்ளது. ஐரோப்பாவில் மெட்ராஸ்காரர்களைச் சிறப்பாகவே நடத்தியதை அவர் சொல்லிக்கொள்வதும் அதே வேளை மெட்ராஸ் மாநிலத்தில் அவர்களை உள்ளூர் மக்கள் புகழ்ந்து பேசி ஏமாற்றிவிடுவதையும் இந்த உரையாடல் பதிவு செய்கின்றது.

25. ஆட்சியாளர்கள் செய்யும் அநீதி

சூழல்: ரமணப்பா, கங்கனா இரண்டு உள்ளூர் தெலுங்கர்கள்[1] மன்னரைப்பற்றியும் இளவரசர்கள் பற்றியும் பேசிக்கொண்டிருப்பது போன்ற உரையாடல்.

ரமணப்பா: ஓ. . . எப்போது இங்கே வந்தீர்கள்?

கணேஷ்: நான் வந்து மூன்று நாட்கள் ஆகிவிட்டன.

ரமணப்பா: எங்கு தங்கி இருக்கின்றீர்கள்?

கங்கனா: நான் மன்னர் சாலையில்[2] தங்கி இருக்கிறேன்.

ரமணப்பா: இந்தப் பழைய சிதைந்துபோன ஆடைகளைத் தவிர உங்களிடம் வேறு புதிய ஆடைகள் இல்லையா?

கங்கனா: ஐயா, இது நமது நாட்டில் வழக்கமான உடை தானே?

ரமணப்பா: ஏன் அப்படிச் சொல்கிறீர்கள்?

கங்கனா: உங்களுக்குத் தெரியவில்லை என்றால் நான் அதனை விளக்கமாகச் சொல்கிறேன்.

ரமணப்பா: எனக்கு மிக ஆர்வமாக இருக்கிறது. சொல்லுங்கள். கேட்கிறேன்.

---

1. 'Waruger' (அதாவது ஜெர்மானிய மொழியில் தெலுங்கர்கள்) என்றே நூலில் குறிப்பிடப்பட்டிருக்கின்றது.
2. 'Koenigsstrasse' (ஜெர்மானிய மொழி – அதாவது மன்னர் சாலை)

கங்கனா: நமது மன்னர், மக்கள் யாராவது நல்ல ஆடைகளை அணிந்திருப்பதைப் பார்த்தால் அவர்கள் பணக்காரர்களாக இருக்க வேண்டும் என்று ஊகித்து அவர்களிடமிருந்து ஏமாற்றிப் பணத்தைப் பறிக்க முயற்சிப்பார்.

ரமணப்பா: என்ன? நமது மன்னர் இவ்வளவு தந்திரமாக ஏமாற்றுத்தனம் செய்வார் என்று என்னால் கற்பனை செய்துகூடப் பார்க்க முடியவில்லை.

கங்கனா: இதனை மன்னர் நேரடியாகச் செய்கிறாரா அல்லது அவருக்கு அடுத்த நிலையில் இருப்பவர் செய்கிறாரா என்று என்னால் உறுதியாகக் கூற முடியாது.

ரமணப்பா: உங்கள் ஊரில் சட்டங்கள் நடைமுறையில் சரியாக உள்ளதா? அரசாங்கம் சிறப்பாக நடைபெறுகிறதா?

கங்கனா: ஓ மிகச்சிறப்பாக... மிகச் சிறப்பாக. பணக்காரர்களுக்கு மட்டும் மிகச் சிறப்பாக நடக்கிறது. (ஏளனமான தொணி.)

ரமணப்பா: என்ன இது? நீங்கள் என்ன சொல்ல வருகின்றீர்கள்? நீங்கள் சொல்வதை என்னால் புரிந்துகொள்ள முடியவில்லை. நீதி பாரபட்சமின்றி எல்லோருக்கும் சமமாக இருக்க வேண்டும். ஏழையோ அல்லது பணக்காரரோ... எல்லோருக்கும் நீதி சமமாக இருக்க வேண்டும்.

கங்கனா: இல்லை இல்லை. தற்சமயம் தலைகீழாக இருக்கிறது. பரிசுப் பொருட்களோடு வருபவர்களுக்கு அவர்களுக்குத் தேவையான அனைத்தும் கிடைக்கின்றன. ஆனால் ஏழைகளுக்கு அப்படி ஒன்றும் கிடைப்பதில்லை.

ரமணப்பா: உங்கள் ஊரில் எவ்வளவு விலைக்கு நெல் விற்கிறார்கள்?

கங்கனா: இளவரசர் விரும்பும் விலைக்கு விற்கிறார்கள்.

ரமணப்பா: இதற்கு என்ன பொருள்?

கங்கனா: நீங்கள் விரிவாக அறிந்துகொள்ள விரும்பினால் விரிவாகச் சொல்கிறேன்.

ரமணப்பா: மிக நல்லது. சொல்லுங்கள்.

கங்கனா: மன்னருக்கு அடுத்த நிலையில் இருப்பவர்தான் அவர். எல்லாத் தானியங்களையும் தானே வாங்கிக்கொள்கிறார். அவற்றைத் தனது சொந்தத் தானியக் கிடங்கில் சேகரித்து வைத்துப் பூட்டிவிடுகிறார்.

ரமணப்பா: இதனால் என்ன பிரச்சனை? ஒருவர் தனக்கு எவ்வளவு வேண்டுமோ அதனை வாங்கிக்கொள்வதில் என்ன பிரச்சனை அல்லது என்ன தடை?

கங்கனா: தடையேதும் இல்லை, தவறு ஏதுமில்லை. நான் அதனைப்பற்றிக் கூறவில்லை. ஆனால் அவர் எல்லாத் தானியங்களையும் தானே வாங்கிக்கொள்கிறார். இதனால் ஏனைய மக்களுக்குத் தானியங்கள் கிடைப்பதில்லை.

ரமணப்பா: அவர் ஒருவரே எப்படி எல்லாத் தானியங்களையும் வாங்கிக்கொள்ள முடியும்? இந்த ஆண்டுதான் விளைச்சல் மிகச் சிறப்பாக இருந்ததே.

கங்கனா: மிக நல்லது. நமக்கு அதிகமான விளைச்சல் இருந்தது என்பது அப்படியே இருக்கட்டும். விவசாயிகள் நகரத்திற்கு தானியங்கள் விற்க வந்தால் நமது இளவரசர் அதனை அனுமதிப்பதில்லை.

ரமணப்பா: என்ன காரணம்? எதனால் அவர் இதனை அனுமதிப்பதில்லை?

கங்கனா: அப்படி அவர் அனுமதி தந்துவிட்டால் தானியங்கள் எல்லாம் குறைந்த விலைக்கு விற்றுத் தீர்ந்துவிடும். ஆனால் அதற்கு மாறாகத் தடை செய்து தானே அனைத்தையும் வாங்கிக்கொண்டால் பொதுமக்கள் அவரிடமிருந்துதான் உயர்ந்த விலைக்குத் தானியங்களை வாங்க முடியும்.

ரமணப்பா: அப்படி என்றால் இந்த வழியில் உங்கள் இளவரசர் மிகக் குறைந்த காலத்தில் பெரிய பணக்காரராக ஆகிவிட முடியும்.

கங்கனா: ஆமாம் ஆமாம். விரைவில் அவர் பணக்காரராக ஆகிவிட முடியும். ஆனால் இந்த நாடும் இந்த நாட்டிலுள்ள மக்களும் வறிய ஏழைகளாக ஆகிவிடுவார்கள்.

ரமணப்பா: இந்தப் போக்கு நம் நாட்டிற்கு எந்த வகையான பாதிப்பை ஏற்படுத்துகிறது?

கங்கனா: எந்த வாய்ப்பும் இல்லாத ஏழை மக்கள் ஊரை விட்டு வெளியேறி வெவ்வேறு பகுதிகளுக்குப் புலம்பெயர்ந்து செல்ல வேண்டியது நடக்கிறது.

ரமணப்பா: அப்படியென்றால் மக்கள் தப்பித்து வேறு பகுதி களுக்கு ஓடிவிடுகிறார்களா?

கங்கனா: ஆமாம் கடந்த ஆண்டு மட்டுமே 20,000 மக்கள் ஊரை விட்டு வெளியேறி விட்டார்கள்.

ரமணப்பா: ஏழை மக்களுக்கு இவ்வளவு துன்பமா நிகழ்கிறது?

கங்கனா: கடவுளே. ஏன் கேட்கிறீர்கள்? ஒவ்வொரு இரவும் ஒன்பது அல்லது பத்து பேர் பசியால் வாடுகின்றனர்.

ரமணப்பா: பசியால் வாடும் ஏழை மக்களுக்கு குறைந்த விலையில் தானியங்கள் வழங்கும் சட்டங்கள் ஏதும் உங்கள் ஊரில் நடைமுறையில் இல்லையா?

கங்கனா: அப்படி ஒரு சட்டம் எங்கள் ஊரில் இல்லை. ஒவ்வொருவரும் தங்கள் விருப்பம்போலத் தங்கள் தானியங்களை விற்றுக்கொண்டிருக்கிறார்கள்.

ரமணப்பா: தானியங்களைத் தவிர வேறு என்னென்ன பொருட்களின் விலையை அதிகரித்துள்ளனர்?

கங்கனா: சமையலுக்கான விறகு, காய்ந்த மாட்டுச்சாண வறட்டி, பட்டர், மாவு, தேங்காய், அரக்குக் கொட்டைகள், பேரிச்சம்பழம் போன்றவை விலை அதிகரித்து விட்டன.

ரமணப்பா: இந்தச் சூழ்நிலையில் நீங்கள் எல்லோருமே மகிழ்ச்சியின்றி இருக்கின்றீர்கள். காரணம் உங்கள் இளவரசர் உங்களின் நன்மையைப் பாதுகாக்கவில்லை. மாறாக உங்களது பணத்தின் மேல் மட்டுமே குறியாக இருக்கிறார். ஆனால் இதனை எல்லாம் செய்பவர் உங்கள் இளவரசர் தானா அல்லது இவருக்கு அடுத்த நிலையில் இருப்பவர்களா? உண்மையில் யார் இதனைச் செய்கிறார்கள்?

கங்கனா: அவரேதான். அவர்தான் மன்னருக்கு அடுத்து இருப்பவர். மன்னருக்குத் தெரிந்துதான் செய்கிறாரா அல்லது தெரியாமல் செய்கிறாரா என்பது எனக்குத் தெரியாது.

உரையாடல் கூறும் செய்திகள்

இந்த உரையாடல் பதியப்பட்ட 1740ஆம் ஆண்டுக் காலம் என்பது விஜயநகர மன்னர் ஆட்சிக் காலமாகும். இக்கால கட்டத்தில் இளவரசர்களும் பாளையத்துக்காரர்களும் பொதுமக்களின் நன்மையை மறந்து சுயலாபம் கருதிச் செயல்பட்ட நிகழ்வுகளின் பிரதிபலிப்பாக இந்த உரையாடல் திகழ்கிறது. இறுக்கமான சாதி அமைப்பும், ஏழை பணக்காரர் என்ற பெரிய இடைவெளியுகள் அதிகரித்த காலகட்டம் இது. பஞ்சத்தால் பலரும் ஒப்பந்தக் கூலிகளாகப் பிரஞ்சுத் தீவுகளுக்கும் பிரித்தானியக் கிழக்கிந்திய ஆட்சிக்குட்பட்ட பல தீவுகளுக்கும் புலம்பெயர்ந்த காலகட்டம் இது. தனிநபர் சுயநலனுக்காக ஏராளமான மக்கள் வறுமையில் வாடியதையும் துன்பத்தில் வாழ்ந்த நிலையையும் படம் பிடித்துக் காட்டும் வகையில் அமைந்த உரையாடல்.

26. நீதிமன்ற வழக்கு

சூழல்: மெட்ராஸ் நகர நீதிமன்றத்தில் வந்திருக்கின்ற ஒரு வழக்கு பற்றிய உரையாடல் இது. நீதிபதியின் முன்னிலையில் வழக்கு தொடுத்தவரும் கடன் வாங்கியவரும் பேசும் வகையில் அமைந்த உரையாடல்.

நீதிபதி: இங்கு இருப்பவர்கள் ஏதேனும் விஷயம் இருந்தால் உங்கள் கோரிக்கையை முன்வைக்கலாம்.

ரங்கப்பன் – வழக்கு தொடுத்தவர் (ரங்கா): ஐயா எனக்கு ஒரு பிரச்சனை உள்ளது. நான் ஒருவருக்குக் கடன் கொடுத்தேன். அந்தக் கடனைத் திரும்பக் கேட்கும்போது அவருக்குக் கொடுப்பதற்கு மனமில்லை.

நீதிபதி: உங்களிடமிருந்து பணம் பெற்றவர் யார்?

ரங்கப்பன்: இதோ இவர்தான். இவர் பெயர் ஆறுமுகம்.

நீதிபதி: ஆறுமுகம்... நீங்கள் ஏன் பணத்தைத் திருப்பித் தரவில்லை? என்ன பிரச்சனை?

ஆறுமுகம் – கடன் வாங்கியவர் (ஆறுமுகம்): நான் இவரிடமிருந்து கடனாகப் பணம் பெறவில்லை ஐயா.

நீதிபதி: ஆகா ரங்கா... இவர் சொல்வதைக் கேட்டீர்களா?

ரங்கப்பன்: நான் நன்றாகக் கேட்டேன். ஆனால் இவர் சொல்வதெல்லாம் உலகமகா பொய்யாக இருக்கிறது.

நீதிபதி: இவர் உங்களிடம் கடன் வாங்கினார் என்று கூறுவதற்கு உங்களிடம் ஏதேனும் சாட்சிகள் இருக்கின்றனவா?

ரங்கா: ஆமாம் ஐயா. நான் இரண்டு சாட்சிகளை அழைத்து வந்திருக்கின்றேன்.

நீதிபதி: (ஒரு காட்சியைப் பார்த்து) ... நீங்கள் இந்த வழக்கில் சாட்சியாக இருக்க விரும்புகின்றீர்களா?

இரண்டு சாட்சிகளும்: ஆமாம் ஐயா. நாங்கள் இருவருமே ஆறுமுகம் தன் கைகளால் கடன் வாங்கியது பற்றி ரங்கனுக்குப் பத்திரம் எழுதிக் கொடுத்ததை எங்கள் கண்களால் பார்த்தோம்.

நீதிபதி: இந்தக் கடன்பத்திரம் எத்தனை ஆண்டுகளுக்குச் செல்லுபடியாகும்?

சாட்சிகள்: இதுவரை ஏழு ஆண்டுகள் பூர்த்தியாகிவிட்டன.

நீதிபதி: கடனின் மொத்தத் தொகை எத்தனை பகோடா ஆகும்?

சாட்சிகள்: ஏறக்குறைய 300 பகோடா ஆகும்.

நீதிபதி: நல்லது. நீங்கள் பார்த்ததைப்பற்றி நல்ல எண்ணத்துடன் சாட்சியளிக்க விரும்புகின்றீர்களா?

சாட்சிகள்: நீங்கள் எங்களுக்கு விடை அளித்தால் எங்களால் அதனை நிரூபித்துக் காட்டமுடியும்.

நீதிபதி: ஆறுமுகம். நீங்கள் ரங்கப்பாவிடம் 300 பகோடா கடன் பெறவில்லையா?

ஆறுமுகம்: நான் எந்தக் கடனும் வாங்கவில்லை. இந்தச் சாட்சிகள் சொல்வதெல்லாம் முற்றிலும் பொய்.

நீதிபதி: ஆனால் இதில் உங்கள் கையெழுத்துத் தானே இருக்கிறது? இது மட்டும் எப்படி சாத்தியமானது?

ஆறுமுகம்: அது எனக்குத் தெரியவில்லை. அவர் எனக்கு எதிராகத் தவறாகப் பொய்யான ஆதாரத்தைக் கொண்டு வந்திருக்கிறார்.

நீதிபதி: அப்படியே இருக்கட்டும். அவர் உங்கள்மேல் குற்றம் சுமத்தியிருப்பது உண்மையாகவோ அல்லது பொய்யாகவோ இருக்கட்டும். ஆனால் இத்தனை ஆண்டுகள் இவர்கள் உன் மேல் குற்றம் சுமத்தினார்களா?

ஆறுமுகம்: ஏழு ஆண்டுகள் என்பதை என்னால் நம்ப முடிய வில்லை ஐயா.

நீதிபதி: சரி நல்லது. ரங்கப்பன் இந்த வழக்கு தொடுத்தவர்... அந்த இரண்டு சாட்சிகள் அவர்களோடு நீங்கள்... அனைவருமே ஒரே விஷயத்தைப் பற்றித்தான் பேசிக் கொண்டிருக்கிறோம். நான் இப்போது உங்களைக் கேட்கிறேன். நீங்கள் அவரிடம் கடன் பெறவில்லையா?

ஆறுமுகம்: இல்லை ஐயா நான் அவரிடம் கடன் பெறவில்லை.

நீதிபதி: ஆறுமுகம்... இறைவனின் பெயரில் உண்மையைச் சொல்லுங்கள். நீங்கள் 300 பகோடாக்கள் இந்த மனிதரிடம் பெறவில்லையா?

ஆறுமுகம்: நான் இவ்வளவு நேரம் சொல்லிக்கொண்டிருப்பது போல நான் அவரிடம் எந்தப் பணத்தையும் கடன் பெறவில்லை.

நீதிபதி: ஆறுமுகம்... நடந்த அனைத்து சம்பவத்தையும் முழுமையாக மறைக்காமல் என்னிடம் கூறுங்கள். நீங்கள் ரங்கப்பனிடம் இருந்து 300 பகோடாக்களை கடன் வாங்கவில்லையா?

ஆறுமுகம்: நான் உண்மையைத்தான் பேசுகிறேன் ஐயா. நான் ரங்கப்பனிடமிருந்து என்றைக்குமே பணத்தைக் கடனாக வாங்கியதில்லை.

நீதிபதி: ரங்கப்பன். இந்த மனிதர் உங்களிடமிருந்து கடன் பெறவில்லை என்று கூறுகிறார். இப்போது என்ன செய்வது?

ரங்கப்பன்: அவர் பேசுவது எல்லாம் பொய். அவர் நேரடியாக என்னிடம் இருந்து பணத்தைப் பெறவில்லை. ஆனால் எனது அப்பாவிடமிருந்து பணத்தைப் பெற்றார்.

நீதிபதி: நல்லது. அப்படியானால் ஆறுமுகம் உங்கள் அப்பாவிடம் இருந்து கடன் வாங்கினாரா?

ரங்கப்பன்: ஆமாம் நீதிபதி ஐயா.

நீதிபதி: அப்படியென்றால் நீங்கள் ஆறுமுகம் உங்களுக்கு இந்தப் பணத்தைத் திருப்பித் தர வேண்டும் என்று முன்னர் நீங்கள் கேட்கவில்லையா?

ரங்கப்பன்: ஐயா... அந்தப் பணத்தைத் திருப்பித் தாருங்கள் என்று ஐந்தாறு முறை அவரிடம் கேட்டுவிட்டேன்.

நீதிபதி: நீங்கள் அவரைத் திருப்பித் தரச்சொல்லிக் கேட்டு எத்தனை நாட்கள் ஆகின்றன?

ரங்கப்பன்: என் தந்தையார் இறந்தபோது நான் அவரிடம் பணத்தைத் திருப்பித் தரும்படி கேட்டேன்.

நீதிபதி: இந்த ஆறுமுகம் அப்போது அதற்கு உங்களுக்கு என்ன பதில் அளித்தார்?

எங்கப்பன்: நான் கடனைத் திருப்பித் தரச் சொல்லிக் கேட்டபோது அவர் சிரித்துக்கொண்டே. எனக்குக் கடன் கொடுத்தவர் மீண்டும் வந்தால் நான் அதனைத் திருப்பித் தருகிறேன் என்று சொல்லிச் சிரித்தார்.

நீதிபதி: ஆறுமுகம் ... நீங்கள் இந்த மனிதருடைய தந்தையாரிடமிருந்து கடன் பெறவில்லையா? உண்மையைக் கூறுங்கள்.

ஆறுமுகம்: இல்லை ஐயா நான் அவரிடமிருந்து கடன் வாங்கவில்லை.

நீதிபதி: நீங்கள் என்ன சொல்ல வருகிறீர்கள்? உண்மையைச் சொல்லுங்கள். ரங்கங்கப்பன் தந்தையிடமிருந்து நீங்கள் கடன் வாங்கவில்லை?

ஆறுமுகம்: இல்லை ஐயா.

நீதிபதி: ஆறுமுகம் ... சந்தேகத்திற்கு இடமின்றி நீங்கள் ரங்கப்பனிடமிருந்து கடன் வாங்கி இருக்கிறீர்கள் என்பது தெரிகிறது ... உங்களுடைய சொந்த கையெழுத்துக்களால் நீங்கள் எழுதிக் கொடுத்திருக்கின்றீர்கள்.

அதுமட்டுமின்றி இரண்டு சாட்சிகளும் வேறு இருக்கின்றார்கள். இப்போது நீங்கள் மாற்றி மாற்றிப் பேச முயற்சித்தாலும் நீங்கள் என்னிடமிருந்து தப்பிக்க முடியாது. நீங்கள் வாங்கிய கடனைத் திருப்பிக் கொடுத்துவிட்டால் நல்லது. அப்படி இல்லை என்றால் பணத்தைத் திருப்பித் தரும்வரையில் உங்களைச் சிறையிலடைத்து விடுவேன்.

ஆறுமுகம்: ஐயா நீங்கள் எதற்காக இவ்வளவு சிரமப்படுகிறீர்கள்? நான் இந்த மனிதரிடம் ஒரு காசு கடனும் பெறவில்லை. ஆனால் ஒரு நட்புக்காக வேண்டும் என்றால் அவருக்கு 300 பகோடா அன்பளிப்பு அளிக்கிறேன்.

ரங்கப்பன்: ஐயா இவர் வேண்டுமென்றே என்னைக் கேலி செய்து துன்புறுத்துகிறார். என்னால் இந்தத் துன்பத்தைப் பொறுத்துக்கொள்ள முடியவில்லை.

மெட்ராஸ் 1726

நீதிபதி: ஆறுமுகம் . . . இந்த ரங்கப்பன் உங்களிடம் நட்பு ரீதியாக 300 பகோடா காசு கேட்கவில்லை. அவர் உங்களிடம் கடனாகக் கொடுத்த காசைத்தான் திரும்பக் கேட்கிறார்.

ஆறுமுகம்: அவருக்கு 300 பகோடா பெற்றுக்கொள்ள வேண்டும் என்பதுதானே முக்கியம்? அது கடனாகவே இருந்து விட்டுப் போகட்டும் . . . அல்லது அவருடனான நட்புக்காக எனது பரிசாகவே இருந்துவிட்டுப் போகட்டும்.

நீதிபதி: இருக்கட்டும். ஆனால் நீங்கள் அவரிடம் வாங்கிய பணத்தைத் திருப்பிக் கொடுக்க வேண்டியது உங்கள் கடமை.

ஆறுமுகம்: ஐயா என்னால் தர முடியாது.

நீதிபதி: முடியாது என்றால் நான் உங்களை இப்போதே திருப்பித்தர வைப்பேன். நீங்கள் எந்த வகையில் இந்தப் பணத்தைப் பெற்றிருந்தாலும் சரி.

ஆறுமுகம்: உங்களுக்கு விருப்பம் என்றால் நான் சத்தியம் செய்தும் சொல்கிறேன். சொர்க்கத்தில் இருக்கும் இறைவா... நான் ரங்கப்பனின் தந்தையாரிடமிருந்து கடன் வாங்கியது உண்மையென்றால் இப்போது அதனைத் திருப்பித்தர மறுக்கின்றேன் என்றால் கடவுள் என்னைக் கொல்லட்டும். என்னை சிறிய சிறிய துண்டுகளாக வெட்டிக் கொல்லட்டும். என்னையும் என் மனைவியையும் எனது குழந்தைகளையும் உப்பு, நீர், உணவு ஏதும் கொடுக்காமல் அவர்களும் சாகட்டும்.

நீதிபதி: சரி. ஆறுமுகம் நான் சொல்வதை நீங்கள் இப்போது அப்படியே எந்த மாற்றமும் இல்லாமல் சொல்ல வேண்டும். நான் சொல்வது கேட்கின்றதா? சொர்க்கத்தில் இருக்கும் பெரும் சக்தி படைத்த இறைவா . . .

ஆறுமுகம்: சொர்க்கத்தில் இருக்கும் பெரும் சக்தி படைத்த இறைவா. . .

நீதிபதி: நான் உண்மையிலேயே ரங்கப்பனின் தந்தையிடம் கடன் வாங்கியிருந்தால் . . .

ஆறுமுகம்: நான் உண்மையிலேயே ரங்கப்பனின் தந்தையிடம் கடன் வாங்கியிருந்தால் . . .

நீதிபதி: இப்போது அதனை மறுக்கின்றேன் என்றால் . . .

ஆறுமுகம்: இப்போது அதனை மறுக்கின்றேன் என்றால் . . .

நீதிபதி: அது உண்மை என்ற பட்சத்தில் என்னையும் என் குடும்பத்தாரையும் கொன்றுவிடுங்கள்

ஆறுமுகம்: அது உண்மை என்ற பட்சத்தில் என்னையும் என் . . . என் . . . என் . . .

நீதிபதி: என்ன? முழுதாகச் சொல்லவில்லையே? இதற்கு என்ன பொருள்?

ஆறுமுகம்: நீதிபதி அவர்களே . . . என்னால் பேச முடியவில்லை. என்னை மன்னித்துவிடுங்கள். நான் வாங்கிய கடனை ரங்கப்பனிடம் திருப்பிக் கொடுத்துவிடுகிறேன்.

நீதிபதி: நல்லது. இந்தக் கொடுக்கல் வாங்கலை முடித்துக் கொள்வோம். நீங்கள் ரங்கப்பனுக்கு 300 பகோடா பணத்தையும் அதற்கான வட்டியோடு சேர்த்துக் கொடுத்துவிடுங்கள். அத்தோடு நீங்கள் செய்த குற்றத்திற்குத் தண்டனையாக இந்த நீதிமன்றத்திற்கு 50 பகோடாவும், மொழிபெயர்ப்பாளருக்கோ, எழுத்தருக்கோ மூன்று பகோடா பணம் செலுத்திவிடுங்கள்.

உரையாடல் கூறும் செய்திகள்

ரூல்ட்சே மெட்ராஸ் நகரில் வசித்தபோது அங்கு நேரடியாக நீதிமன்றத்திற்கு வந்த ஒரு வழக்காக இந்த உரையாடலின் பின்புலம் இருக்கலாம். பொய்சொல்லிய கடன் வாங்கியவரை கடவுள் மேல் சத்தியம் செய்யச் சொல்லி நீதிபதி கேட்க, கடவுள் தண்டித்துத் தன்னையும் தன் குடும்பத்தையும் கொன்று விடுவார் எனப் பயந்து இறுதியில் ஒத்துக்கொள்கிறார் கடன் வாங்கிய ஏமாற்றுக்காரராகிய ஆறுமுகம். இறுதியில் அச்சத்தின் காரணத்தால் உண்மையை ஒத்துக்கொள்ளும் ஆறுமுகம் கடனை வட்டியோடு திருப்பிச்செலுத்தியதோடு நீதிமன்றத்துக்குத் தண்டனை கட்டணமாக ஒரு தொகையை செலுத்தியதையும் மொழிபெயர்ப்பாளருக்கோ அல்லது எழுத்தருக்கோ மூன்று பகோடா பணம் வழங்கியதையும் இந்த உரையாடல் வெளிப்படுத்துகிறது.

27. இறப்புச் சடங்கு

சூழல்: மெட்ராஸ் நகரில் வசிக்கும் ஐரோப்பியர் ஒருவர் நடைபயணமாகக் கருப்பு நகரின் புறநகர் பகுதிக்குச் செல்கிறார். மெட்ராஸ் நகரில் இறந்துபோவோர் எவ்வகையில் அடக்கம் செய்யப்படுகிறார்கள் என்பதைப் பற்றிய வகையிலான ஓர் உரையாடல்.

ஐரோப்பியர்: (தனது வீட்டு வேலைக்கார இளைஞரிடம்) முடி திருத்துபவர் வந்துவிட்டாரா?

வேலைக்காரர்: வந்துவிட்டார் ஐயா.

ஐரோப்பியர்: அவர் எனக்குச் சவரம் செய்யும் நேரத்தில் நீ எனது மேலங்கியையும் தொப்பியையும் பிரஷினால் தூய்மைப் படுத்தி வை.

வேலைக்காரர்: செய்துவிட்டேன் ஐயா. வேறு ஏதும் செய்யவேண்டுமா?

ஐரோப்பியர்: வரவேற்பறையில் எல்லாப் பொருட்களும் சரியாக இருக்கின்றதா என்று பார். மேசை மீது மை, பேனா, கண்ணாடி, மேசைக்கத்தி, தேவையான பொருட்கள் அனைத்தும் சரியாக இருக்கிறதா என்று பார்.

வேலைக்காரர்: அனைத்தும் செய்துவிட்டேன் ஐயா.

ஐரோப்பியர்: என்னுடைய தொப்பியையும் கைத்தடியையும் கொண்டுவா.

வேலைக்காரர்: எங்கே செல்கின்றீர்கள் ஐயா?

ஐரோப்பியர்: நீ என் பின்னால் நடந்து வா. நாம் எங்கே செல்கின்றோம் என்று நீயே தெரிந்துகொள்வாய்.

வேலைக்காரர்: இங்கே ஒரு பள்ளிக்கூடம் இருக்கின்றது ஐயா. இங்கு உள்ள பள்ளிக்கூடத்தில் ஆண் மாணவர்கள் எவ்வாறு படிக்கின்றார்கள் என்று நீங்கள் பார்க்க விரும்புகிறீர்களா?

ஐரோப்பியர்: சரி வா... அருகில் செல்வோம். பள்ளிக்கூடத்தின் தலைமை ஆசிரியர் எங்கே?

வேலைக்காரர்: அதோ ... அவர் அங்கே மாணவர்களுடன் அமர்ந்திருக்கின்றார்.

ஐரோப்பியர்: சில மாணவர்கள் தரையில் அமர்ந்திருப்பதைப் பார்க்கிறேன். அவர்கள் தரையில் அமர்ந்து மணலில் எழுத்துக்களைத் தங்களது விரலால் எழுதுகின்றனர். அவர்களுக்கு அருகிலேயே மேலும் சில மாணவர்களைப் பார்க்கிறேன். அவர்கள் மரத்தாலான கருப்புநிறப் பலகையில் சுண்ணாம்புக் கட்டியினால் எழுதிக்கொண்டிருக்கின்றார்கள்.

வேலைக்காரர்: கருப்புநிற மரத்தாலான சிலேட்டுப் பலகையில் சாக்பீஸ் கட்டியினால் எழுதிக் கொண்டிருப்பவர்கள் தெலுங்குச் சிறுவர்கள். ஆனால் அதோ அங்கே தரையில் அமர்ந்து மணலில் தங்கள் விரல்களால் எழுதிக்கொண்டிருப்பவர்கள் மலபார் சிறுவர்கள் (தமிழ்ச் சிறுவர்கள்).

ஐரோப்பியர்: இந்த நகரில் எத்தனை பள்ளிக்கூடங்கள் இருக்கின்றன?

வேலைக்காரர்: இங்கே 95 பள்ளிக்கூடங்கள் இருக்கலாம் என்று நினைக்கிறேன் ஐயா.

ஐரோப்பியர்: ஓம் நம சி ... என்று எழுதப்பட்டிருக்கிறது இதற்கு என்ன பொருள்?

வேலைக்காரர்: விக்னேஸ்வரனுக்கு[1] நன்றி என குறிப்பிடப் பட்டிருக்கின்றது ஐயா. விக்னேஷ்வரன் பெயரால் தொடங்குகிறேன் என்பது இதற்குப் பொருள்.

ஐரோப்பியர்: அங்கே ஒரு மனிதன் பிர்ர்ர்ர்ர் (விறகு) என உரக்கக் கத்திக்கொண்டே செல்கிறார். உனக்குக் கேட்கிறதா? அதற்கு என்ன பொருள்?

1. நமசிவாய மந்திரம் சிவனுக்குரியது என்பதற்குப் பதிலாக வேலைக்காரர் தவறாக விநாயகர் என்று இங்கு கூறுவதைக் காண்கிறோம்.

வேலைக்காரர்: அந்த மனிதர் விறகு விற்பவர். அவர் விறகுக் கட்டுகளைத் தலையில் சுமந்து சாலையில் கூவிக்கொண்டே விற்றுச் செல்கிறார்.

ஐரோப்பியர்: ஓ . . . சிறுவனே . . . இங்கு ஏராளமான மக்கள் இருக்கின்றார்களே. இங்கு திருமண விழாவா நடக்கின்றது?

வேலைக்காரர்: இது திருமண விழா இல்லை ஐயா. ஒருவர் இறந்துபோய்விட்டார். அவரது உடலுக்குச் சடங்கு செய்து கொண்டிருக்கின்றார்கள்.

ஐரோப்பியர்: இறந்தவர் உடலை வைத்துக்கொண்டு என்ன செய்கிறார்கள்? இறந்தவர் உடலை அவர்கள் மண்ணுக்குள் புதைத்து அல்லது எரித்துச் சாம்பலாக்கி விடுவார்களா?

வேலைக்காரர்: தெலுங்கு மக்கள் சடலங்களை எரித்து விடுவார்கள்.

ஐரோப்பியர்: இந்த ஆடம்பரமான விழா எதற்காகச் செய்கிறார்கள்? இந்த வாண வேடிக்கைகள் எதற்கு? இசைக்கலைஞர்களும் முன்னால் செல்கிறார்களே ஏன்?

வேலைக்காரர்: இறந்தவருக்குச் சிறப்பு மரியாதை கொடுக்கும் வழக்கம்தான் இது.

ஐரோப்பியர்: இது யாருடைய இறப்புச் சடங்கு?

வேலைக்காரர்: ஐயா இவர் சமூகத்தில் முக்கியமானவர். கம்பெனியின் கருப்பு வணிகர்.

ஐரோப்பியர்: அது எப்படி? இவருக்கும் ஒன்பது துப்பாக்கி சூடு மரியாதை கொடுக்கிறார்களே.

வேலைக்காரர்: இத்தகைய சிறப்பு மரியாதைகள் எங்களுக்கு அவர்கள் வழங்குகிறார்கள்.

ஐரோப்பியர்: என் வாழ்நாளில் இதுவரை இப்படி ஒரு இறப்பு நிகழ்ச்சி ஊர்வலத்தைப் பார்த்ததில்லை. மிகக் கொடூரமான சத்தம் . . . இசைக் கலைஞர்களின் இசை வாத்தியங்கள் . . . துப்பாக்கிச் சூட்டு வெடிச் சத்தம் . . . அவற்றின் விசை போடப்படும் சத்தம்... இவை அனைத்தும் இறந்துபோனவர்கூட எழுந்து உட்கார்ந்து விடுவார் என்ற அளவிற்கு அவ்வளவு சத்தமாக இருக்கிறது.

வேலைக்காரர்: இறந்துபோன அந்த மனிதர் இந்தச் சத்தத்தை எல்லாம் கேட்கமாட்டார் ஐயா.

ஐரோப்பியர்: அது எனக்கு நன்றாகத் தெரியும். அவர்கள் உடலை எரிக்கும்போது அல்லது இறந்துபோனவர் உடலை எரிக்கும்போது அவர்கள் ஆன்மாவையும் எரிக்கின்றார்களா?

வேலைக்காரர்: ஆன்மாவைத் தீயால் அழிக்க முடியாது ஐயா.

ஐரோப்பியர்: அது உண்மை. ஆனால் சொர்க்கத்தில் இருக்கும் இறைவன் இறந்துபோன மனிதர்களது உடலை எரிப்பது போலவே ஆன்மாக்களையும் எரிக்கக்கூடிய வல்லமை பொருந்தியவர்.

வேலைக்காரர்: ஐயா எல்லாம் வல்ல இறைவன் நல்ல மனிதர்களின் ஆன்மாக்களையும்கூட எரித்துவிடுவார் என்ற அச்சம் நமக்கு இருக்க வேண்டுமா?

ஐரோப்பியர்: இல்லை இல்லை. அப்படி நினைக்க வேண்டியதில்லை. அத்தகைய நல்லவர்களது ஆன்மாக்களை எல்லாம் வல்ல இறைவன் கொண்டுசென்று எல்லையில்லாத மகிழ்ச்சி நிறைந்த இடத்தில் வைத்துவிடுவார்.

வேலைக்காரர்: ஐயா நாம் வீட்டுக்கு வந்துவிட்டோம்.

ஐரோப்பியர்: திரு. என்.என் (Mr.N.N.) வீட்டுக்குச் சென்று அங்கு நான் அவரை நலம் விசாரித்ததாக அவரிடம் கூறவும்.

வேலைக்காரர்: திரு. என்.என் (Mr.N.N.) உங்களுக்கு நன்றி கூறினார். அவர் நலமாக இருக்கிறார். அதோடு தங்களை நலம் விசாரித்ததாகக் கூறச் சொன்னார்.

ஐரோப்பியர்: சிறுவனே எனது மேலங்கியை எடுத்துக்கொள். எனக்குக் காலணி கொண்டுவா. அதோடு எனக்கு ஒரு கிளாஸ் வைன், தண்ணீர் இரண்டையும் கொண்டு வா?

வேலைக்காரர்: ஐயா நீங்கள் பஞ்ச் அருந்தவில்லையா?

ஐரோப்பியர்: வீட்டில் இன்னும் கொஞ்சம் பஞ்ச் பானம் இருக்கின்றதா?

வேலைக்காரர்: இரவு உணவில் மிஞ்சிய பானம் இன்னமும் இருக்கிறது.

ஐரோப்பியர்: ஐயா உங்களுக்கு மேலும் ஒரு குவளை பஞ்ச் தயார்செய்து கொண்டு வரவா?

ஐரோப்பியர்: வேண்டாம். அதற்குத் தேவை இல்லை. சரி. யாரோ கதவைத் தட்டுகிறார்கள் உனக்குக் கேட்கிறதா?

வேலைக்காரர்: ஐயா அவர் ஆளுநரின் மாளிகையில் இருந்து வந்திருப்பவர்.

ஐரோப்பியர்: அவருக்கு என்ன வேண்டும்?

வேலைக்காரர்: ஆளுநர் உங்களை நாளை இரவு உணவிற்கு அழைக்க விரும்புகிறாராம் ஐயா.

ஐரோப்பியர்: என்னுடைய உளமார்ந்த மரியாதையை ஆளுநருக்கு நான் கூறியதாகக் கூறவும். கட்டாயமாக அவரது அழைப்பை நான் தவறாமல் ஏற்கிறேன் என்று கூறவும்.

வேலைக்காரர்: அப்படி என்றால் நாளை நமது சமையற்காரர் இரவு உணவு தயாரிக்க வேண்டிய தேவை இல்லை அல்லவா?

ஐரோப்பியர்: செய்யவேண்டியதில்லை. நான் ஆளுநருடன் நாளை இரவு இரவு உணவு எடுத்துக்கொள்வேன்.

வேலைக்காரர்: பல்லக்குத் தூக்கிய சிறுவர்களை வீட்டுக்கு அனுப்பிவிடலாமா ஐயா?

ஐரோப்பியர்: நல்லது. அவர்களை வீட்டுக்குப் போகச் சொல். நாளை காலையில் சரியாக ஐந்து மணிக்கு அவர்களை மீண்டும் வந்து விடச் சொல்.

வேலைக்காரர்: கதவை மூடிவிடவா ஐயா?

ஐரோப்பியர்: ஆம் கதவை மூடிவிட்டு நீ தூங்குவதற்கு முன் மெழுகுவர்த்தியை ஏற்றி வைத்துவிடு.

உரையாடல் கூறும் செய்திகள்

சூல்ட்சே தான் நேரில் கண்ட ஒரு இறப்புச் சடங்கை நுணுக்கமாக இந்த உரையாடலில் பகிர்ந்திருக்கின்றார். அமைதியான இறுதி ஊர்வலத்தை ஐரோப்பியச் சூழலில் கண்டு பழகிய அவருக்கு மெட்ராஸ் இறப்புச் சடங்கில் நடை பெறும் ஏராளமான சடங்குகளும் இசை ஒலியும் வியப்பை ஏற்படுத்தியிருக்கும் என்பதை இந்த உரையாடல் வெளிப்படுத்துகிறது.

28. வைன், பியர் (மதுபானம்)

சூழல்: இரண்டு அயல்நாட்டுக் கடலோடிகள் (ஐரோப்பியர்கள்) சந்திக்கின்றார்கள். அவர்கள் இருவரும் மெட்ராஸ் நகரின் கடற்கரையோரப் பகுதி பற்றித் தாங்கள் அறிந்திராத விஷயம் பற்றிப் பேசும் வகையில் அமைந்த உரையாடல்.

பீட்டர்: மரியாதைக்குரிய நண்பரே. நீங்கள் எந்த நாட்டில் இருந்து வருகின்றீர்கள்?

ஜான்: நான் மலாக்காவில்[1] இருந்து வருகின்றேன் ஐயா.

பீட்டர்: உங்கள் கப்பலின் பெயர் என்ன?

ஜான்: புலி, கேப்டனின் நட்புக்குரியவன் (The Tiger, Captain Friendly).

பீட்டர்: தங்கள் பெயர் என்ன?

ஜான்: எனது பெயர் ஜான் குரூக்ஃபோன் (John Crookfon).

பீட்டர்: என்ன... குரூக்ஃபோன் என்பது உங்கள் பெயரா? உங்களைப் பற்றிய விபரங்களைக் கேட்பதால் என்னைத் தவறாக எடுத்துக்கொள்ள வேண்டாம். உங்களுக்குச் சொந்த ஊர் எது?

ஜான்: எனது சொந்த ஊர் பிளவர்மவுன்ட் (Flowermount), பிரின்ஸ் பார்க் (Prince-Park) அருகில் உள்ள பகுதி இது.

---

1. மலேசியாவின் துறைமுக வணிக நகரம்.

பீட்டர்: எனது இனிய நண்பரே . . . குடும்பச் செய்திகளைப் பற்றி நான் கேட்பதால் எனது ஆர்வத்தை நினைத்துத் தயக்கம் கொள்ள வேண்டாம் . . . உங்களுக்கு உறவினர்கள் இன்னமும் உங்கள் சொந்த ஊரில் இருக்கின்றார்களா ?

ஜான்: எனது பெற்றோர்களும் இரண்டு சகோதரிகளும் ஊரில் இருக்கிறார்கள் ஐயா. ஒரு சகோதரர் மட்டும் கடல்பயணமாக இருபது ஆண்டுகளுக்கு முன்னர் சென்றுவிட்டார் . . . ஆனால் அவரைப்பற்றி எங்களுக்கு அதன்பின்னர் எந்தச் செய்தியும் கிட்டவில்லை. அவர் மிகவும் பரிதாபத்துக்குரியவர்.

பீட்டர்: உங்களிடம் உண்மையைச் சொல்ல வேண்டுமென் றால் எனக்கு நீங்கள் கூறுகின்ற இந்தச் செய்தி ஒருவகையில் ஆச்சரியமாக இருக்கிறது. ஏனென்றால் உங்களை இங்கே பார்ப்பதிலும் நீங்கள் கூறுகின்ற செய்திகளைச் கேட்பதிலும் ஆச்சரியம் அடைகிறேன். ஏனெனில், உங்கள் சொந்த ஊர்பற்றி எனக்கு மிக நன்றாகத் தெரியும் . . . அதுமட்டுமல்ல அத்தகைய பெயர் கொண்ட ஒருவரைத் தவிர வேறு ஒருவரும் அந்த ஊரில் இல்லை என்பதை நான் அறிவேன் . . . ஆகையால் . . . ஆகையால் . . . நான் சொல்வதை நன்றாகக் கேட்டுக்கொள்ளுங்கள் . . . நீங்கள் எனது சகோதரராகத்தான் இருக்க வேண்டும். நான்தான் பீட்டர் . . . காணாமல்போன உங்கள் சகோதரன்.

ஜான்: கடவுளே . . . எனது சகோதரர் பீட்டரை இங்கே சந்திப்பது எவ்வளவு பெரிய மகிழ்ச்சிகரமான விஷயம் . . . இந்த நற்செய்தியைக் கொடுத்த கருணை மிகுந்த கடவுளுக்குப் பத்தாயிரம் நன்றிகளை நான் கூறினாலும் அது போதாது. இந்த நல்ல செய்தியைக் கேட்டவுடனே நமது தாயும் தந்தையும் நமது இரு சகோதரிகளும் எவ்வளவு மகிழ்ச்சி அடைவார்கள் என்பதை நினைத்துப் பார்க்கும்போது மனம் பூரித்துப்போகிறேன்.

பீட்டர்: நல்லது தம்பி ஜான். வா உன்னை நான் தங்கி யிருக்கும் அறைக்கு அழைத்துச்செல்கிறேன். அங்கே நாம் மதிய உணவு சேர்ந்து சாப்பிடுவோம்.

ஜான்: முழு மனதுடன் நான் உங்களுடன் வருகிறேன் பீட்டர் அண்ணா. எனக்கு இது மிகவும் மகிழ்ச்சியான ஒரு நாள்.

பீட்டர்: ஆமாம் ஆமாம் . . . நம் இருவரையும் இணைத்த அதிசய மான இந்த நிகழ்வை ஏற்படுத்திய இறைவனுக்குத்தான் நாம் நன்றி செலுத்த வேண்டும். தம்பி, அமர்ந்து கடவுளைப்

பிரார்த்தித்துவிட்டுச் சாப்பிட்டு மகிழ்ச்சியோடு இருப்போம். நீ மது அருந்த விரும்பும்போது எனக்குச் சொல்.

ஜான்: நல்லது அண்ணா அப்படியே செய்கிறேன். இங்கே எந்தவகையான ஒயின் வகை மதுபானங்கள் கிடைக்கின்றன?

பீட்டர்: இங்கே பலவகையான ஒயின் வகை மதுபானங்கள் கிடைக்கின்றன. அவற்றின் விலையும் மலிவுதான்.

ஜான்: இங்கே கிடைக்கின்ற ஒயின் மதுபானங்களின் பெயர் களைச் சொல்ல முடியுமா?

பீட்டர்: அதைக் கூறுவதில் எனக்கு எந்தப் பிரச்சனையும் இல்லை. முதலில் பிரெஞ்சு ஒயின் பற்றிச் சொல்கிறேன். இங்கே நான்கு வகையான பிரெஞ்சு ஒயின்கள் கிடைக்கின்றன. அதேபோல வெவ்வேறு வகையான ஒயின்கள் நன்னம்பிக்கை முனை *(Cape of Good Hope)* பகுதியிலிருந்தும் கிடைக்கின்றன. அதுமட்டுமன்றி வெள்ளை ஒயின் *(White Wine)*, சிவப்பு ஒயின் *(Red Wine)*,க்ளாரெட்ஒயின் *(Claret Wine)*, ரைனிஷ் ஒயின் *(Rhenish Wine)*, மோசல் ஒயின் *(Moselle Wine)*, ஸ்பானிஷ் ஒயின் அல்லது சாக்கே *(Spanish Wine or Sack)*, மலாகா ஒயின் *(Malaga Wine)*, கனேரியத்தீவு ஒயின் *(Canar Wine)*, முஸ்காடல் ஒயின் *(Muscadel Wine)*, மால்ம்ஃசே ஒயின் *(Malmsey Wine)*, மடைரா ஒயின் *(Mudera Wine)*, பால்மா ஒயின் *(Palma Wine)*, பெரிஷிய ஒயின் *(Persia Wine)*.

ஜான்: இத்தனை வெவ்வேறு வகை ஒயின்கள் இங்கே கிடைப்பதை நினைத்து ஆச்சரியப்படுகிறேன். இவற்றுள் எது சிறந்த வகை ஒயின்?

பீட்டர்: அன்புத்தம்பி ஜான்... இவை எல்லாமே நல்ல ஒயின் தான். ஆனாலும் அவற்றுள் மடைரா வகை ஒயின் தண்ணீரோடு கலந்து அருந்தும்போது மிகச் சுவையானது.

ஜான்: தண்ணீரோடு கலந்து ஒயின் சாப்பிடுவதா? ஏன் இப்படிச் சொல்கிறீர்கள்? எனக்குப் புரியவில்லை.

பீட்டர்: நான் ஏன் அப்படி கூறினேன் என்று உனக்கு விளக்கமாக சொல்கிறேன். இங்கு மிகுந்த தாகத்துடன் வருகின்றவர்கள் மதுபானம் அருந்த வரும்போது, பொதுவாக கிளாஸில் மூன்று பங்கு அளவு தண்ணீரை நிரப்பி ஒரு பங்கு மடேரா ஒயின் சேர்த்துக் கலந்து அருந்துவார்கள். அது தாகம் தீர்க்க நன்றாக இருக்கும்.

ஜான்: நல்லது. நானும் அப்படியே முயற்சிக்கிறேன். எனக்கும் தாகமாகத்தான் இருக்கிறது. நீங்கள் கூறிய வகையிலேயே தயாரித்து எனக்கு ஒரு கிளாஸ் தாருங்கள். நன்றி.

பீட்டர்: மிக்க நன்றி. கடவுள் உன்னை வாழ்த்தட்டும். அனைத்தையும் குடித்துவிடு. உனக்குப் பிடித்திருக்கிறதா?

ஜான்: எனக்கு மிகப் பிடித்திருக்கிறது. உலகில் கிடைக்கின்ற ஏனைய ஒயின்கள் போலவே இதுவும் மிகச் சுவையாக இருக்கிறது. கூடுதலாக இந்த வெப்ப நாட்டில் இன்னும் பொருத்தமாக இருக்கிறது. உங்களிடம் கேட்டு அறிந்துகொள்ள விரும்புகிறேன்... நான் காபி கடைகளுக்குச் செல்லும்போது அங்கே மடைரா ஒயின் கிடைக்கவில்லை என்றால் வேறு எந்த ஒயின் வகையை நான் கேட்டு வாங்கி அருந்தலாம்?

பீட்டர்: இங்கே கிடைக்கின்ற சில வகை ஒயின்கள் இயல்பாகவே மிகச் சுவையானவை. தண்ணீர் கலக்காமலேயே அவற்றை அப்படியே அருந்தலாம். அப்படி உனக்கு ஒரு வகை ஒயின் பெயரைக் கூறுகிறேன். சிவப்பு மூடி ஒயின் *(Red Cap Wine)* அத்தகைய வகை ஒயின்தான்.

ஜான்: இப்போது எனக்கு இது மிக நன்றாகப் புரிந்தது பீட்டர் அண்ணா. அதுசரி சற்றுமுன்னர் நீங்கள் கூறினீர்கள். இங்கு ஒயின்கள் மிகக் குறைந்த விலையில் கிடைக்கின்றன என்று. ஒரு பாட்டில் ரைனிஷ் ஒயின் *(Rhenish wine)* என்ன விலை?

பீட்டர்: நான் . . . ஒரு பாட்டில் அரை கிரவுன்[2] விலைக்கு வாங்கினேன். அதே விலைக்கு ஒரு பாட்டில் ஸ்பானிஷ் சாக் ஒயினும் வாங்கினேன். ஏனைய வகைகளும் ஏறக்குறைய இந்த விலையில்தான் கிடைக்கும். பொதுவாகவே நான் ஒன்றரை ஷில்லிங் *(Shilling)* காசுக்கு மேல் ஒரு பாட்டில் வாங்குவதில்லை.

ஜான்: உண்மைதான். ஒயின் விலை இங்கு குறைவாகத்தான் இருக்கிறது. இந்த நாடு மிக வெப்பமாக இருப்பதால் திராட்சைப் பழங்கள் விரைவில் பழுத்துவிடுவதால் இங்கே ஒயின் விலை மிகக் குறைவாக இருக்கலாம்.

பீட்டர்: இல்லை தம்பி ஜான். நீ நினைப்பது தவறு. இந்த நாடு மிக வெப்பமாக இருந்தாலும் இங்கு திராட்சைப் பழங்கள் வெகு விரைவில் பழுத்துவிடுவது சாத்தியம் என்றாலும்கூட இங்கே நாம் ஒயின் தயாரிப்பது இல்லை.

ஜான்: ஏன் அப்படி? என்ன காரணம்? இங்கு உள்ளூர் மக்களுக்குத் திராட்சைத் தோட்டம் வைத்து திராட்சை அறுவடை செய்து ஒயின் தயாரிக்கத் தெரியாதா? இங்கு

---

2. இங்கிலாந்தில் புழக்கத்தில் இருந்த காசு வகையில் ஒன்று. வெள்ளியில் உருவாக்கப்பட்ட காசுகள். வர்த்தகத்தில் புழக்கத்தில் இருந்த காசு வகையில் இதுவும் ஒன்று. Crown used in Elizabeth England; 1 Crown= 5 shillings

வாழும் பெர்ஷியர்கள் மிக அதிகமாக அவர்கள் தயாரித்த ஒயின்களில் மீதமாகும் ஒயின்களை ஏனைய நாடுகளுக்கு விற்பதாகக் கேள்விப்பட்டேன். அதனால் அவர்களுக்கு ஓரளவு லாபம் கிடைப்பதாகவும் கேள்விப்பட்டேன்.

பீட்டர்: அது உண்மைதான். ஆனால் இங்கு உள்ளூர் மக்கள் அப்படி செய்வதற்குத் தடையாக ஒரு சில காரணங்கள் இருக்கின்றன.

ஜான்: உள்ளூர் மக்கள் ஒயின் தயாரிக்காமல் இருப்பதற்கு எது தடையாக இருக்கிறது என்பதை அறிந்துகொள்ள மிக ஆவலாக இருக்கிறேன். கூறுங்கள் அண்ணா.

பீட்டர்: இந்த நாட்டில் நல்ல வெப்ப சூழல் இருந்தாலும் கூட ஒயின் தயாரிப்பு நடைபெறாமல் இருப்பதற்குக் காரணம் இங்கே இவர்களுக்குத் தேவையான தொழில்நுட்பமோ அல்லது திறனோ இல்லை என்பது காரணமல்ல. இங்கே இருக்கின்ற அணில்கள் திராட்சை விவசாயத்தைத் சேதப்படுத்துகின்றன. அணில்களிடமிருந்து பழங்களையும் திராட்சை மரங்களையும் பாதுகாப்பது மிகச் சிரமமான காரியமாக இருக்கிறது. அதுதான் இங்கே ஒயின் தயாரிப்பு நடைபெறாமல் இருப்பதற்கான முக்கியக் காரணம்.

ஜான்: இது ஒரு புதிய செய்தி. இப்படி நான் இதுவரை கேள்விப்பட்டதில்லை. பொதுவாக எல்லா ஐரோப்பியர்களும் நினைப்பதுபோல நான்கூட சூடான தட்பவெப்ப சூழல் கொண்ட இந்த நாட்டில் திராட்சை நன்றாக விளையும் என்றும், அதனால் நல்ல தரம் மிகுந்த ஒயின்களை இங்கே தயாரிக்க முடியும் என்றும் நம்பியிருந்தேன். ஆனால் நீங்கள் கூறுவது நேருக்கு மாறாக இருக்கிறது. இதைப் பார்க்கும் போது தமிழர்கள் ஒயின் அருந்தி மகிழும் அனுபவம் பெற வாய்ப்பில்லை என்பது தெரிகிறது. ஆகையால் ஒயின் எப்படி தயாரிக்கப்படுகிறது, திராட்சைப்பழ விவசாயம் எப்படி நடைபெறுகிறது என்பதை இந்த ஊர் மக்கள் அறிந்திருக்கவும் வாய்ப்பில்லை.

பீட்டர்: தம்பி ஜான். நீ கூறுகின்ற காரணம் ஏற்றுக்கொள்கின்ற வகையில் இல்லை. இங்கு ஒயின் தயாரிப்பு இல்லை என்றாலும் கூட இங்கே திராட்சைகள் கிடைப்பதில்லை என நினைக்கக் கூடாது.

ஜான்: நீங்கள் சொல்வதை நான் ஏற்றுக்கொள்கிறேன் அண்ணா. ஆனாலும் எனக்குள்ள சந்தேகம் என்னவென்றால் இங்கே திராட்சைகள் விவசாயம் நடக்கின்றது என்றால் ஒயின் தயாரிப்பும் இருக்க வேண்டும் அல்லவா?

பீட்டர்: அப்படி இல்லை. நான் நீ கூறுவதை மறுத்தே ஆகவண்டும். இங்கே ஒவ்வொரு ஆண்டும் சிறிய அளவில் திராட்சைத் தோட்டங்கள் போடப்படுகின்றன. ஆனால் அவை ஒயின் தயாரிக்கும் அளவிற்குப் போதுமானவை அல்ல.

ஜான்: அப்படியா? எனக்கு இப்போது மிக நன்றாகப் புரிகிறது. சரி இங்கே எந்தப் பகுதியில் திராட்சைகள் பயிரிடப்படுகின்றன?

பீட்டர்: இங்கே மெட்ராஸில் செயின்ட் ஜோர்ஜ் கோட்டைக்கு இரண்டு மைல் தூரத்தில் மயிலாப்பூர் என்ற பகுதியில் திராட்சை பயிரிடப்படுகின்றது.

ஜான்: இங்கே திராட்சைத் தோட்டத்தைப் பயிரிடும் நபர் யார்?

பீட்டர்: அவர் ஒரு போர்த்துகீசியர். ஒரு சிறிய திராட்சைத் தோட்டத்தை உருவாக்கி இரண்டு அல்லது மூன்று டசன் விவசாயம் செய்யும் அளவிற்கு வைத்திருக்கின்றார். பழங்கள் பழுக்கத் தொடங்கிய உடனேயே தோல் பைகளை வாங்கி அணில்கள் கடித்துவிடாமல் இருப்பதற்காகப் பழங்களைப் பாதுகாப்பாக மூடிவிடுவார்.

ஜான்: ஓ . . . இந்தத் திராட்சைப்பழப் பாதுகாப்பு நடவடிக்கை மிக வித்தியாசமாக இருக்கிறது. இதுவரை நான் இப்படி என் அனுபவத்தில் கேள்விப்பட்டதில்லை. இந்தத் திராட்சைத் தோட்டத்தின் சொந்தக்காரர் இந்தப் பாதுகாப்பு நடவடிக்கைக்காக வாங்குகின்ற தோல் பைகளுக்காகவும் திராட்சைப் பழங்களைப் பாதுகாக்க எடுக்கின்ற நடவடிக்கைகளுக்கும் நிறையச் செலவு செய்ய வேண்டியிருக்கும் என்று நினைக்கிறேன். இந்தச் சூழலில் அவருக்குத் திராட்சைப் பழங்களிலிருந்து என்ன லாபம் கிடைக்கும்?

பீட்டர்: அவர் விற்பனை செய்து லாபம் ஈட்டுவதற்காக மட்டும் இதனைச் செய்வதாக நான் நினைக்கவில்லை. அவருக்கு மன மகிழ்ச்சி தரக்கூடிய ஒரு விஷயமாகவும் இது இருக்க வேண்டும். அவர் ஒரு கொத்துத் திராட்சைப் பழங்களை ஒரு ரிக்ஸ் டாலர் அல்லது சில வேளைகளில் இரண்டு ரிக்ஸ் டாலர் விலைக்கு விற்கிறார்.

ஜான்: நான் அவரது சாதுரியமான திறமையை நினைத்து வியக்கிறேன். அதேவேளை புழுக்களை நாசம் செய்வது, அணில்களிடமிருந்து பாதுகாப்பது என்பதைப்பற்றிப் யோசிக்கும்போது பைபிளில் சாலமன் பாடல் இப்படி ஒரு செய்தியைப் பற்றிப் பேசுவது நினைவுக்கு வருகிறது.

இரண்டாவது அத்தியாயத்தில் பதினைந்தாவது செய்யுளில் வருகின்ற *Take us the foxes, the little foxes, that spoil the Vines . . .*

பீட்டர்: இது மிக அதீதக் கற்பனை. என்னால் இப்படி யோசித்துப் பார்க்க முடியவில்லை. உனது மனம் இயல்பாக இப்படி யோசிக்கிறது. நீ சொல்வதுபோலத் தெய்வீகமான சிந்தனை கொண்டவர்கள் அணில்களைச் சிறிய நரிகளுடன் ஒப்பிட மாட்டார்கள். அதேபோல நரிகளை அணில் களுடன் ஒப்பிடவும் மாட்டார்கள். இந்த விஷயத்தை அப்படியே விட்டுவிடுவோம். பைபிளின் கூற்றுப்படி அதில் குறிப்பிடப்படும் நரிகள் என்பவை ஆன்மீக சிந்தனைக் குறியீடுகளாகக் கூறப்பட்டிருக்க வேண்டும்.

ஜான்: சரி அண்ணா. நீங்கள் முன்னர் குறிப்பிடும்போது பல வகை ஒயின்களைப் பற்றிக் குறிப்பிட்டீர்கள். அவற்றுள் பால்மா ஒயின் என்ற பெயரையும் குறிப்பிட்டீர்கள். நீங்கள் கூறும் பால்மா ஒயின் என்பது இந்த நாட்டில் கிடைக்கின்ற பனை மரங்களிலிருந்து தயாரிக்கப்படும் ஒயின் வகையா?

பீட்டர்: இல்லை. இந்த நாட்டில் பனை மரங்களிலிருந்து எடுக்கக்கூடிய சாறு, வேறுவகையான மதுபானம். அது பால்மா ஒயின் அல்ல. மடைரா தீவுக்கு அருகில் ஒரு சிறிய தீவு இருக்கிறது. அதன் பெயர் பால்மா. இந்தத் தீவில் இருந்துதான் மிக அற்புதமான, கிடைப்பதற்கரிய இந்தப் பால்மா வகை ஒயின் கிடைக்கிறது.

ஜான்: வெவ்வேறு வகையான பல்வேறு ஒயின்களைப் பற்றிய தகவல்களை எனக்கு வழங்கியமைக்காக உங்களுக்குத்தான் மிகுந்த நன்றி கூற வேண்டும். அது சரி . . . இந்த நாட்டில் மக்கள் பியர் அருந்துவது இல்லையா?

பீட்டர்: ஆம் இங்கே சிறிய பியர், கடும் பியர் *(Strong Beer)* ஆகியவை இங்கிலாந்திலிருந்தும் ஜெர்மனியிலிருந்தும் தருவிக்கப் பட்டவை கிடைக்கின்றன. உனக்கு எந்த வகை பியர்கள் தேவையோ அதனை நீ இங்கே கேட்டுப் பெறலாம்.

ஜான்: ஒரு பைப் *(Pipe*[3]*)*அல்லது ஹோக்ஷெட் *(Hogshead*[4]*)* இங்கிலீஷ் பியர் என்ன விலை?

பீட்டர்: ஒரு பைப் நான் 30 ரிக்ஸ் டாலர் கொடுத்து வாங்கினேன். ஆனால் பொதுவாக நாங்கள் முழு பெட்டி பியர் வாங்குவது

3. A hollow cylinder of metal, wood, or other material, used for the conveyance of water, gas, steam, petroleum, etc (https://www.dictionary.com/browse/pipe)
4. Any of various units of liquid measure, especially one equivalent to 63 gallons (238 liters). Abbreviation: hhd (https://www.dictionary.com/browse/hogshead)

வழக்கம். ஒரு பெட்டியில் கால் பகுதி பாட்டில்களால் நிரப்பப்பட்டிருக்கும். இந்த வெப்பமான நாட்டில் இப்படி வாங்கி வைத்துக்கொள்வது நல்லது.

ஜான்: ஒரு பெட்டிக்குள் எத்தனை டஜன் பாட்டில்கள் இருக்கும்?

பீட்டர்: ஒரு பெட்டிக்குள் 12 அல்லது 13 டஜன் பாட்டில்கள் இருக்கும். ஆனால் தம்பி ஜான். இங்கே நாம் ஒயின் தயாரிக்க வாய்ப்பு இல்லை என்றாலும்கூட நான் ஒவ்வொரு நாளும் இங்கே பியர் தயாரித்துக்கொண்டிருக்கின்றேன்.

ஜான்: நம்பமுடியவில்லையே... நான் அறிந்தவரை உங்களுக்கு முன்னர் பியர் தயாரிக்கத் தெரியாது. முன்னர் நீங்கள் பியர் தயாரித்தும் நான் பார்த்ததில்லை. இங்கே நீங்கள் பியர் தயாரிக்கும் கூடம் வைத்திருப்பதாகவும் என்னால் காண முடியவில்லை.

பீட்டர்: தம்பி ஜான். அப்படி நினைத்துவிடாதே. உண்மையில் காலையில் ஒரு முறை மாலையில் ஒரு முறை என நான் எனது தேவைக்காகவும் எனது ஊழியர்களின் தேவைகளுக்காகவும் ஒவ்வொரு நாளும் இரண்டு முறை பியர் தயாரிக்கிறேன்.

ஜான்: பீட்டர் அண்ணா. நீங்கள் கூறும் இந்தச் செய்தி எனக்கு வியப்பாக இருக்கிறது. உங்களை மறுத்துக் கூறுவதாக நினைக்க வேண்டாம். நீங்கள் எப்படி பியர் தயாரிக்கிறீர்கள் என்று எனக்குக் கூறுங்கள்.

பீட்டர்: ஆறு கரண்டி அழுத்தமான இங்கிலீஷ் பியர் எடுத்துக் கொள்ளவேண்டும். அதில் அரைப்பகுதி பழச்சாறு கலக்க வேண்டும். அதில் கொஞ்சம் சக்கை(*Dregs*[5]) சேர்த்து அதனை ஒரு பாட்டிலில் கால் அளவு நிரப்பி அதில் மேலும் கொஞ்சம் தண்ணீரைச் சேர்த்து இறுக்கமாகக் கார்க் வைத்து அடைத்து விட வேண்டும். இப்படித் தயாரித்த பின்னர் பாட்டிலை நன்றாகக் குலுக்கி ஒன்றேகால் மணி நேரம் சூரிய வெளிச்சம் படும் பகுதியில் வைத்து, பின்னர் சூடாக இருக்கும் அடுப்புக்குப் பக்கத்தில் வைத்துவிட வேண்டும். இப்படி நாம் செய்வதன் மூலமாக இந்த நீர்க் கலவையைப் புளித்துப் போகச் செய்ய வைக்க முடியும். ஆறு மணி நேரத்தில் மிகச் சுவையான பியரை இப்படித் தயாரிக்கலாம்.

ஜான்: இந்தத் தகவலுக்கு மிக்க நன்றி அண்ணா. தங்களுடன் இன்றைய பொழுது மிக இனிமையாகக் கழிந்தது. மாலை

5. Solid particles that tend to settle at the bottom of some liquids, such as wine or coffee (https://www.dictionary.com/)

நேரம் வந்துவிட்டது. நான் கடற்கரைக்குச் சென்று கப்பலுக்குச் செல்ல வேண்டும். உங்களுக்கு இரவு வணக்கம். கடவுளின் கருணை இருப்பதால் உங்களைச் சந்திப்பதற்கு மீண்டும் வருவேன்.

உரையாடல் கூறும் செய்திகள்

சூல்ட்சே இரண்டு ஐரோப்பியர்கள் பேசிக் கொள்வதுபோல எழுதியிருக்கும் இந்த உரையாடல் நமக்கு ஐரோப்பியர்களின் கடல்பயணம் பற்றியும், ஐரோப்பியர் உணவில் முக்கிய இடம் வகிக்கும் ஓயின், பியர் போன்ற மதுபான வகைகள் பற்றியும் விவரிக்கின்றது. 1726இலிருந்து 1740 வரையிலான காலகட்டத்தில் மெட்ராஸ் நகரில் மதுபானக் கடைகள் இருந்த செய்திகள், ஐரோப்பாவிலிருந்து வருகின்ற கப்பல்களில் கொண்டுவரப்பட்ட மதுபான வகைகள் பற்றியும் அறிய உதவுகிறது. அதோடு கூடுதல் தகவலாக மெட்ராஸ் நகரில் தங்கியிருந்த ஐரோப்பியர்கள் தாங்கள் சொந்தமாக பியர் தயாரிக்கும் நடைமுறையை வழக்கத்தில் கொண்டிருந்ததையும் அதன் செய்முறையையும் விளக்குவது கூடுதல் தகவலாகவும் நமக்கு அமைகின்றது. பொதுவாகவே ஐரோப்பாவில் கிருத்துவச் சமயப்பணியாளர்கள் தங்கள் மடங்களில் பியர், ஓயின் தயாரிப்பது என்பது பன்னெடுங்காலமாக வழக்கில் இருக்கும் ஒரு உணவுத் தயாரிப்புக் கலை எனலாம். இன்றும்கூட இது நடைமுறையில் தொடரும் ஒரு வழக்கமாகவே உள்ளது. உதாரணமாக இன்று ஜெர்மனியில் கிடைக்கின்ற பிரபலமான மதுபானங்கள் கிருத்துவ மடங்களில் தயாரிக்கப்படுபவை. இன்று ஏறக்குறைய 24 கிருத்துவ மடங்கள் பிரத்தியேகமாக மதுபானங்கள் தயாரிக்கும் மதுதயாரிப்புத் தொழிற்கூடங்களைச் செயற்படுத்தி வருகின்றன.[6] உதாரணமாக அண்டெஹ்ஸ் மடம் (Klosterbrauerei Andechs), வெல்ட்டன்புர்க் மடம் (Klosterbrauerei Weltenburg), எட்டால் மடம் (Klosterbrauerei Ettal), பெனடிக்டின்ஸ் (Benedictines) போன்ற மடங்களைக் குறிப்பிடலாம்.

6. https://journal.beer/abbey-beer/beer-and-monastic-orders/benedictine-brewers-in-germany/

29. மெட்ராஸ் உணவு, பசுமாடு வழிபாடு

சூழல்: முந்தைய உரையாடலில் சந்தித்துக் கொண்ட ஐரோப்பியச் சகோதரர்கள் பீட்டரும் ஜானும் கிழக்கிந்திய உணவு வகைகளைப் பற்றிப் பேசும் வகையில் அமைந்த உரையாடல்.

ஜான்: காலை வணக்கம் என் அன்புச் சகோதரனே. உன்னுடைய விருப்பப்படி இன்றும் நான் உன்னைச் சந்தித்து உன் அழைப்பிற்கு மரியாதை செலுத்தக் காலையிலேயே வந்துவிட்டேன்.

பீட்டர்: என் அன்பு சகோதரனே. உன்னை வரவேற்கிறேன். என்னோடு சேர்ந்து இணைந்து உணவருந்த வந்திருக்கும் உனது அன்பினை நான் போற்றுகிறேன்.

ஜான்: மிகுந்த மகிழ்ச்சியாக இருக்கிறது. நல்ல வேளையாக வேறு எந்தப் பணிகளும் எனக்குத் தற்சமயம் இல்லை.

பீட்டர்: இந்த வகையில் இப்படி நாம் சந்திப்பது அரிய ஒரு வாய்ப்பு. இப்படி நாம் தினம் தினம் சந்திக்க வாய்ப்புக் கிடைக்காது. இந்த வாய்ப்பினை மனதார விரும்புகிறேன்.

ஜான்: நேற்றைய நமது சந்திப்பின்போது நீங்கள் எனக்கு முக்கியமான பல ஆலோசனைகளை வழங்கினீர்கள். குறிப்பாக இந்த நாட்டில் மது அருந்தும் பழக்கம் தொடர்பான பல செய்திகளை நீங்கள் வழங்கினீர்கள். அதற்கு

எனது நன்றி. இங்கு இந்த நாட்டில் எவ்வகையான உணவுப் பழக்கம் இருக்கின்றது என்பதை நீங்கள் இன்று எனக்குக் கூற வேண்டும் என விரும்புகிறேன். ஏனென்றால் நமது நாட்டில் கிழக்கிந்திய நாடுகளில் வசிக்கின்ற மக்கள் மரங்களின் மேல் தங்கியிருப்பார்கள் என்றும், புதர்களுக்குள் ஒளிந்துகொண்டு வாழ்வார்கள் என்றும் மட்டுமே கேள்விப் பட்டிருக்கிறேன்.

பீட்டர்: கிழக்கிந்திய நாடுகளிலிருந்து மிக தூரத்தில் இருக்கும் நாடுகளில் இத்தகைய பேச்சுகள் அடிக்கடி உலவுவது இயல்புதான். ஆனால் அங்கிருந்து இங்கு வந்து காணும் ஒவ்வொருவரும் அவர்கள் கேள்விப்பட்ட விசயங்களுக்கு நேர்மாறாகக் கிழக்கிந்திய நாடுகளில் மக்கள் வாழ்கின்றார்கள் என்பதை அனுபவப்பூர்வமாக அறிந்துகொள்ள முடியும். இப்பொழுது தம்பி... நீயும் நேரடியாக இங்கே வந்திருக்கிறாய். நேற்று நாம் இணைந்து சாப்பிட்ட சுவையான உணவையும் நீ மறந்திருக்கமாட்டாய். ஆகையால் நீயே இங்கு மக்கள் எப்படி வாழ்கின்றார்கள் என்பதற்கு ஒரு நல்ல சாட்சி.

ஜான்: ஆமாம். இங்கு ஒவ்வொரு நாளும் வெவ்வேறு வகை யான உணவைச் சமைப்பதற்கு ஏராளமான பொருட்கள் தேவைப்படும் அல்லவா?

பீட்டர்: ஆனால் தம்பி . . . கடவுளின் கருணையினால் இந்த நாட்டில் மக்கள் உணவுக்கான நல்ல பொருட்கள் பல இங்கே நிறைந்திருக்கின்றன. மன நிறைவுடன் சாப்பிடக்கூடிய வகையில் இவை அமைந்திருக்கின்றன.

ஜான்: நல்லது அண்ணா. நான் ஓரிரு விஷயங்கள் உங்களிடம் கேட்டுத் தெரிந்துகொள்ள அனுமதியுங்கள். இறைச்சி உணவு சாப்பிடும்போது நீங்கள் அதோடு வேறு என்ன உணவைச் சேர்த்துக்கொள்வீர்கள்?

பீட்டர்: நாம் பொதுவாக இறைச்சி உணவோடு ரொட்டியும் சேர்த்துச் சாப்பிடுவோம். கோதுமை ரொட்டி, வெள்ளை ரொட்டி, நன்கு மாவுக்கலைவையை மசித்துத் தயாரித்த ரொட்டிகள் மட்டுமன்றி அரிசிச் சோறும் சாப்பிடுவோம்.

ஜான்: சத்து நிறைந்த தோலுடன் கூடிய கோதுமை, தானியங் களால் செய்த ரொட்டிகளை நீங்கள் ஏன் சாப்பிடுவதில்லை?

பீட்டர்: உண்மையைச் சொல்ல வேண்டுமென்றால் தோல் நீக்கப்படாத தானியங்கள் கலந்த வகையில் தயாரிக்கப்படும் ரொட்டி இங்கு அடிக்கடி கிடைப்பதில்லை.

ஜான்: அதற்கு என்ன காரணம்?

பீட்டர்: இங்கே இந்த நாட்டில் கம்பு[1] *(Rye)* தானியம் விளைவதில்லை. நாம் இங்கே பயிர் செய்யப் பலமுறை முயற்சி செய்திருக்கிறோம். ஆனாலும் இங்குள்ள மண் அதற்குப் பொருத்தமாக இல்லை. ஆனால் இங்கே கோதுமை சில பகுதிகளில் விளைவிக்கப்படுகிறது. உதாரணத்திற்கு வங்காளத்திலும் சூரத் நகரிலும் கோதுமை விளைகிறது. அதனால் கோதுமை ரொட்டி மலிவாகக் கிடைக்கிறது. ஆகையால் இங்கே கம்பு ரொட்டிகள் கிடைப்பது அரிது.

ஜான்: நல்லது. எந்த வகையான ரொட்டிகள் நீங்கள் சாப்பிடுகிறீர்கள் என்பதை அறிந்துகொண்டேன். இங்கு எவ்வகையான இறைச்சி வகைகள் கிடைக்கின்றன?

பீட்டர்: இங்கே பல வகையான இறைச்சி வகைகள் கிடைக்கின்றன. வாத்து அன்னம், கோழி, புறா, மரம்கொத்திப் பறவை போன்ற வெவ்வேறு வகையான பறவைகள். அவை தவிர ஆட்டு இறைச்சி, பன்றி இறைச்சி, எருமை இறைச்சி, மான் இறைச்சி எனப் பல்வேறு வகையான இறைச்சி வகைகளும் கிடைக்கின்றன. அவ்வப்போது மாட்டு இறைச்சியும் கன்றுக்குட்டி இறைச்சியும் நமக்குக் கிடைக்கிறது.

ஜான்: இங்கே மீன்களும் கிடைக்கின்றதா?

பீட்டர்: இங்கே ஏராளமாக மிக நல்ல மீன்கள் கிடைக்கின்றன. ஆனால் ஒருசில மீன் வகைகளைத் தவிர எனக்கு ஏனையவற்றின் பெயர்கள் தெரியவில்லை. சல்மன், டால்ஃபின் போன்றவை. இவை தவிர கணவாய், நண்டு, இறால், திருக்கை மீன் போன்றவையும் கிடைக்கின்றன.

ஜான்: இங்கே மூலிகைகளும் கிழங்கு வகைகளும் கிடைக்கின்றனவா?

பீட்டர்: ஆம் கேரட், முட்டைக்கோஸ், வெள்ளரிக்காய், பூசணிக்காய், பார்ஸ்லி, வெங்காயம், சாலட், பீன்ஸ், பிரெஞ்சுபீன்ஸ், பச்சைப் பட்டாணி ஆகியவையும் கிடைக்கின்றன.

ஜான்: நான் உங்களை அதிகமாகக் கேள்வி கேட்டுத் தொல்லை கொடுக்கின்றேனோ என்று வருத்தப்படுகிறேன். ஆனால் ஏறக்குறைய நான் தெரிந்து கொள்ள நினைத்த பல

1. 'Roggen' என ஜெர்மானிய மொழியில் குறிப்பிடப்படுகின்ற தானியம்

செய்திகளைத் தெரிந்து கொண்டேன். இங்கே என்னென்ன பழங்கள் கிடைக்கின்றன?

பீட்டர்: இங்கே ஏராளமான பழங்கள் கிடைக்கின்றன. ஐரோப்பாவில் கிடைப்பதைவிட இங்கே கிடைக்கின்ற பழங்களின் வடிவமும் சுவையும் மாறுபட்ட வகையில் இருக்கின்றன. இங்கே நீ அத்திப்பழ மரங்கள், பேரீச்சை மரங்கள், ஆரஞ்சு மரங்கள், எலுமிச்சை, மாங்காய், வாழைப் பழங்கள், கொய்யாப்பழங்கள், மாதுளை போன்ற பழ வகைகளைக் காணலாம்.

ஜான்: இங்கே எவ்வகையான மலர்கள் இருக்கின்றன? இங்கே ரோஜா மலர்கள் கிடைக்கின்றனவா? டூலிப் மலர்கள் வளர்கின்றனவா?

பீட்டர்: இல்லை, ஆனால் இங்கே வெவ்வேறு வகையான மென்மையான மிக அழகான மலர்கள் கிடைக்கின்றன. சிலோனில் (இலங்கை) ஏராளமான ரோஸ்மேரி பூக்களும் மலர்கின்றன.

ஜான்: அண்ணா சற்றுமுன்னர் இறைச்சி பற்றி நீங்கள் கூறிய போது ஒரு விஷயத்தைக் குறிப்பிட்டுச் சொன்னீர்கள். அதாவது, அவ்வப்போதுதான் மாட்டு இறைச்சி நமக்குக் கிடைக்கும் என்று குறிப்பீட்டீர்கள். ஏன் அப்படி கூறினீர்கள்? நமக்கு ஐரோப்பாவில் கிடைப்பதுபோலத் தினம் தினம் மாட்டு இறைச்சி இங்கு கிடைப்பதில்லையா?

பீட்டர்: இல்லை நாம் இங்கே உள்ளூர் மக்களோடு வாழ்கிறோம். அவர்களின் முக்கிய வழிபாடுகளில் பசுமாடுகளை வழிபடுவதும் வழக்கம். ஐரோப்பியர்கள் அந்த மாடுகளை வெட்டிக் கொன்று சாப்பிடுவதைப் பார்க்கும்போது அவர்கள் மனம் எவ்வளவு பாடுபடும் என்பதை உன்னால் ஓரளவு ஊகித்து அறிந்து கொள்ள முடியும் அல்லவா? பசுமாடு என்பது பெண் தெய்வத்தின் மகள் போன்றது என உள்ளூர் மக்கள் நம்புகிறார்கள்.

ஜான்: என்ன மடமை இது? இரண்டு கொம்புகளும் நான்கு கால்களும் உள்ள ஒரு பசு மாட்டை அவர்கள் வழிபடுகிறார்களா?

பீட்டர்: ஆமாம். ஒவ்வொரு ஆண்டும் விழாவில் வழிபாட்டின் போது அவர்கள் மாடுகளைச் சிறப்பித்துக் கொண்டாடு கிறார்கள்.

ஜான்: முட்டாள்தனமான இந்தத் திருவிழா எப்படி கொண்டாடப்படுகின்றது?

பீட்டர்: அதனை உனக்கு விரிவாகச் சொல்கிறேன். ஒருமுறை என் கண்களால் நேராகப் பார்த்திருக்கிறேன்; மூன்று அல்லது நான்கு கிராமத்தைச் சேர்ந்த தமிழ் மக்கள் அவர்களது மாடுகளை ஓரிடத்தில் குவித்துவைத்தார்கள். அவர்கள் தங்கள் மாடுகள் ஒவ்வொன்றையும் அலங்கரித்தார்கள். அவற்றின் கொம்புகளில் பூச்சரங்களைச் சுற்றினார்கள், கழுத்திலும் பூச்சரத்தை அணிவித்தார்கள். மாடுகள் நிலத்திலிருந்து எழுந்தவுடன் அந்த மாடுகளின் உரிமையாளர்கள் அவற்றை மூன்று முறை சுற்றி வலம் வந்தார்கள். அதன்பின்னர் அந்த மாடுகளின் முன்னால் தரையில் விழுந்து அந்த மாடுகளை வணங்கினார்கள்.

ஜான்: ஓ . . . தன்மானம் நிறைந்த நமது கிருத்துவ மத வழக்கத்தில் நாம் இயேசு கிறிஸ்துவை மட்டுமே வணங்குகின்றோம். அவரைத் தவிர வணங்கி வழிபட வேறு யாருமில்லை. வேறு விலங்குகளும் இல்லை. என்பதை உணர்ந்திருக்கிறோம்.

பீட்டர்: நாம் நல்ல கிறித்துவர்களாக வளர்க்கப்பட்டமைக்காக இறைவனுக்குத்தான் நன்றி சொல்ல வேண்டும். நம்மைக் கடவுள் தொடர்ந்து இந்த நல்ல வழியில் செல்வதற்கும் வழி காட்ட வேண்டும். அதன் வழி நாம் நேரடியாகச் சொர்க்கம் செல்ல நமக்கு வழி கிடைக்கும்.

ஜான்: ஏராளமான மாடுகள் இங்கே இருக்கின்றன. அவை தரும் பாலைக் கொண்டு உள்ளூர் மக்கள் தங்கள் தேவைக்கான பால், வெண்ணெய், சீஸ், இனிப்பு வகைகளைத் தயாரிப்பதற்காகப் பயன்படுத்துகின்றார்கள்.

பீட்டர்: உண்மைதான் ஆனால் பெங்கால், இந்த நகரங்களில் கிடைக்கின்ற சீஸ் நமக்கு ஹாலந்து நாட்டிலிருந்து வருகின்ற சீஸ் வகைகளோடு ஒப்பிட முடியாத வகையில்தான் இருக்கின்றது. இங்கே கிடைக்கின்ற சீஸ் வகைகள் சுவை குறைந்து, காய்ந்து வாசனை இல்லாமல் இருக்கின்றன.

ஜான்: இங்குள்ள மக்கள் பலர் பன்றி இறைச்சியும் சாப்பிடு கிறார்களா. இங்கே பன்றி இறைச்சியும் கிடைக்கின்றதா?

பீட்டர்: ஆமாம் இரண்டு வகையான பன்றி இறைச்சிகள் இங்கு கிடைக்கின்றன. அவற்றில் ஒரு வகைப் பன்றி நீண்ட கால்கள் கொண்டவை. நமது நாட்டில் கிடைப்பது

போன்ற பன்றி வகை எனக் கூறலாம். அடுத்தது குட்டையான கால்களும் கீழ்நோக்கித் தொங்கிக்கொண்டிருக்கின்ற தொப்பையுமாக உள்ள, சீனாவிலிருந்து கொண்டுவரப்பட்டு வளர்க்கப்படும் பன்றிகள். அப்படி தொங்கிக்கொண்டிருக்கும், தொப்பையோடு கூடிய பன்றிகளைப் பார்க்க வித்தியாசமாக இருக்கிறது.

ஜான்: அண்ணா. உங்களோடு சேர்ந்து இந்த நாட்டில் இரண்டு நாட்கள் இருந்துவிட்டேன். தொடர்ச்சியான வசந்த காலம் என்பதால் இந்த ஊர் பசுமையாக அழகாக இருக்கிறது. ஆனால் எனது தொழில் காரணமாக நான் மீண்டும் கப்பலில் ஏறி எனது பயணத்தைத் தொடர வேண்டும். நாளை உங்களை மீண்டும் சந்திக்க வேண்டும் என மனதார வேண்டிக்கொள்கிறேன்.

பீட்டர்: நல்லது தம்பி ஜான். சென்று வா. நாளை மீண்டும் மறக்காமல் என் வீட்டிற்கு வந்து விடு.

உரையாடல் கூறும் செய்திகள்

சூல்ட்சே இரண்டு ஐரோப்பியச் சகோதரர்களை மெட்ராஸ் நகரில் சந்தித்து உரையாடுவது போன்று இந்த உரையாடலை அமைத்திருக்கின்றார். இதில் மாடுகள் உள்ளூர் மக்களது தெய்வ நம்பிக்கையோடு தொடர்புடையது என்ற கருத்தை வலியுறுத்தும் அதே வேளை கிருத்துவ மதச் சிந்தனைகளையும் உட்புகுத்தும் வகையில் இந்த உரையாடல் அமைகின்றது. இரண்டு கொம்புகளும் நான்கு கால்களும் உள்ள ஒரு பசு மாட்டை வழிபடுவது ஐரோப்பியர்களுக்கு ஆச்சரியத்தை அளிக்கும் ஒன்றுதான். கூடுதலாகச் சீனாவிலிருந்து ஒரு வகைப் பன்றி இந்தியாவில் இறக்குமதி செய்யப்பட்டு வளர்க்கப்படு வதையும் இன்றைக்கு 250 ஆண்டுகளுக்கு முன்னரே இத்தகைய வணிகம் இருந்தமைக்குச் சான்றாகின்றது. மெட்ராஸ் நகரில் சீஸ் வகை உணவுகள் தயாரிக்கப்பட்டதையும் அறிய முடிகின்றது.

30. கப்பலில் வந்த மணமகள்

சூழல்: முந்தைய உரையாடல்களில் இடம் பெற்ற இரண்டு சகோதரர்களின் ஒரு சகோதரி மெட்ராஸ் நகரில் உள்ள ஆங்கிலேயரை மணமுடித்துக் கொள்ள மணமகளாக இங்கிலாந் திலிருந்து வந்துசேர்கிறார். அவர்கள் கிழக்கிந்திய நாடுகளில் வசிக்கின்ற பெண்களைப்பற்றிப் பல கேள்விகள் கேட்டுத் தெளிவு பெறும் வகை யிலான உரையாடல் இது.

ஜான்: காலை வணக்கம் பீட்டர் அண்ணா. அதிகாலையிலேயே வந்திருக்கின்றேனே என்று யோசிக்க வேண்டாம். நான் உங்களுக்கு ஒரு நல்ல செய்தி கொண்டுவந்திருக்கின்றேன்.

பீட்டர்: வா தம்பி. நீ கொண்டுவந்திருக்கும் நல்ல செய்தியைக் கேட்க ஆவலுடன் இருக்கிறேன்.

ஜான்: நேற்று இரவு நான் மெட்ராஸ் கடற்கரையில் ஒதுங்கிநிற்கின்ற எங்கள் கப்பலுக்குச் சென்ற போது எங்கள் கப்பலுக்கு அருகே மற்றொரு இங்கிலாந்துக் கப்பல் வந்துசேர்ந்தது. அந்தக் கப்பலின் பெயர் நைட்டிங்கேல். அதன் கேப்டனின் பெயர் கோல்ட் ஃபிங்கர். மாலை நேரமாகிச் சூரியன் மறையத் தொடங்கிவிட்ட அந்த நேரத்தில் செயின்ட் ஜோர்ஜ் கோட்டையை நோக்கி மரியாதை நிமித்தம் துப்பாக்கிச் சூட்டை எழுப்பி எங்களுக்குச் சைகைச் செய்தி அனுப்பினார். நாங்கள் எங்களது சிறிய படகினை அவர்களது கப்பலை நோக்கி

அனுப்பி இந்தக் கப்பலில் பயணிகள் யாரும் மெட்ராஸில் தரையிறங்க இருக்கின்றார்களா என்று கேட்டோம். அதற்கு அவர் இங்கிலாந்தின் பிளவர் மவுண்ட் பகுதியில் இருந்து 'லேடி *Globfone*' வந்திருப்பதாகவும் அவர் கவுன்சிலர் திரு சில்வர்ஸ்பூன் அவர்களுக்கு மணப்பெண்ணாக இங்கு அனுப்பப்பட்டு இருப்பதாகவும் கூறினார்.

பீட்டர்: கடவுளே. நான் என்ன சொல்வது? நான் வியந்து போகிறேன். ஐயத்திற்கு இடமின்றி இந்தப் பெண்மணி நமது சகோதரியாகத்தான் இருக்க வேண்டும்.

ஜான்: அண்ணா. நாம் என்ன செய்தால் சிறப்பாக இருக்கும்? நாம் என்ன நடவடிக்கை எடுப்பது சிறப்பாக இருக்கும்?

பீட்டர்: எந்தத் தாமதமும் இன்றி நாம் அவரை அன்போடும் மரியாதையோடும் வரவேற்க வேண்டும். எந்தத் தாமதமும் செய்யாமல் ஒரு படகில் அவர் இருக்கும் கப்பலுக்குச் செல்லுங்கள். அவருக்கு எனது மரியாதையும் அன்பும் கலந்த வாழ்த்துக்களைத் தெரிவிப்பதாகக் கூறுங்கள். அவர் கரைக்கு வந்த உடனேயே அவரைக் காண நான் ஆவலுடன் காத்திருப்பதாகவும் கூறுங்கள்.

ஜான்: நல்லது, உடனே செல்கிறேன். என்னை இங்கே பார்த்தால் அவர் என்ன நினைப்பார்?

பீட்டர்: அவருக்கு உன்னை இன்னும் நிச்சயமாக அடையாளம் தெரியும். ஏனென்றால் நீ அப்பாவின் வீட்டை விட்டு வந்து இரண்டு ஆண்டுகள்தான் ஆகின்றது.

ஜான்: அவருக்கு நான் மரியாதை செலுத்தி வரவேற்பேன். நீங்கள் எங்களை விட்டுத் தொலைந்து போய்விடவில்லை என்பதைக் கூறி நான் அவரை மனதளவில் தயார்படுத்த வேண்டும். ஆனால் இப்போது மிக மகிழ்ச்சியான சூழலில் இங்கே வளமாக வாழ்ந்து கொண்டிருக்கின்றீர்கள் என்பதையும் கூற வேண்டும். அதோடு கடற்கரையில் அவரை வரவேற்கக் காத்திருப்பதையும் நான் கூற வேண்டும்.

பீட்டர்: ஆமாம் அப்படியே செய். இடைப்பட்ட வேளையில் நான் ஏனைய விஷயங்களை ஏற்பாடு செய்துவிடுகிறேன். விரைவில் கடற்கரைக்கு அவரை வரவேற்க வந்துவிடுகிறேன். இந்தக் காய்ந்த வெப்பமான நாட்டில் நாம் வந்துபோக ஏறக்குறைய மூன்று மணி நேரம் ஆகலாம்.

O O O

ஜான்: அண்ணா . . . இதோ பாருங்கள் நமது சகோதரி மேரி.

பீட்டர்: என் அன்பிற்கினிய சகோதரியே. நீ எப்படி இருக்கிறாய். உன்னை இங்கே சந்திப்பதில் பெருமகிழ்ச்சி அடைகிறேன்.

மேரி: அன்பிற்கினிய அண்ணா . . . இறைவனை என்றென்றும் வணங்குகிறேன். உங்களை இங்கு என் வாழ்க்கையில் மீண்டும் சந்தித்ததில் இப்படிப்பட்ட பெருமகிழ்ச்சி நமக்குக் கிடைத்திருப்பதை நினைத்துக் கடவுளை வாழ்த்துகிறேன்.

ஜான்: கடவுளின் எல்லையற்ற கருணையை எண்ணி வணங்குகிறேன். அதேவேளை எந்தப் பிரச்சனையும் இல்லாமல் உனது பயணம் அமைந்து நலமாக நீ இங்கு வந்துசேர்ந்ததற்காகவும் கடவுளுக்கு நன்றி சொல்கிறேன். உனக்கு வாழ்க்கையில் மகிழ்ச்சி நிறையட்டும் மேரி. என் நெஞ்சார்ந்த நல்வாழ்த்துக்கள்.

பீட்டர்: எனது சகோதரியை அழைத்துச்சென்று இந்த நகரைச் சுற்றிக் காட்டிவர விரும்புகிறேன். அதற்குத் தாங்கள் எனக்கு அனுமதி அளிக்க வேண்டும். இந்தத் திருமண ஊர்வலத்தில் நாம் எந்த வகையில் அணிவகுப்பைக் கட்டமைக்கலாம்? நமது அணியினருக்கு முன்னால் தமிழ் இசைக்கலைஞர்கள் இருப்பார்கள். அதற்குப் பின்னால் குதிரை வண்டியில் மாப்பிள்ளை திரு. சில்வர்ஸ்பூன் இருப்பார். அதற்குப் பின்னால் மணமகள் வருகின்ற பல்லக்கு இருக்க வேண்டும். அவருக்குப் பின்னால் சற்றுத் தள்ளி 12 பெண்மணிகள், இரண்டு பேர் ஜோடியாகப் பல்லக்கில் வருவார்கள். இப்போது அடுத்த இசைக்குழு இங்கே இருப்பார்கள். அவர்களுக்குச் சற்றுத் தள்ளிப் பின்னால் யானையின் மேல் அமர்ந்து தம்பி ஜான் வருவார். அதற்குப் பின்னால் சற்றுத் தூரத்தில் ஒட்டகத்தில் அமர்ந்து நான் சவாரி செய்துவருவேன். அதற்குப் பின்னால் காளை மாட்டின் மேல் அமர்ந்து சவாரி செய்தவாறு கேப்டன் கோல்ட்ஃபிங்கர் வருவார். அதற்குப் பின்னால் கழுதையின் மேல் அமர்ந்தவாறு கேப்டன் பிரெண்ட்லி வருவார். இந்த வகையில் அமைந்த நமது அணிவகுப்பில், இறுதியாக, மூன்றாவது இசைக்குழுவினர் இருப்பார்கள்.

o o o

ஜான்: அண்ணா நாம் இப்போது உங்கள் வீட்டின் முன் இருக்கின்றோம். உள்ளே செல்வோமா?

பீட்டர்: நீ செல்லும்போது நான் உனக்கு முன்னால் சென்று மணமகள் மணமகனையும் விருந்தினர்களையும் வரவேற்க வேண்டும். ஆகவே நான் உள்ளே செல்கிறேன்.

மேரி: அண்ணா. இந்த வீட்டில் நீங்கள் மகிழ்ச்சியாக வாழ வாழ்த்துகிறேன். எனக்காக நீங்கள் எடுத்த எல்லா முயற்சிகளுக்கும் சிரமங்களுக்கும் நான் என் மனமார்ந்த நன்றியினைத் தெரிவித்துக்கொள்கிறேன் அண்ணா.

பீட்டர்: என் மனதிற்கு இனிய சகோதரியே . . . என் வீட்டிற்கு மீண்டும் உன்னை வரவேற்கிறேன்.

மேரி: மெட்ராஸ் நகரில் இந்த மகிழ்ச்சியான சூழலில் உங்களைச் சந்திக்க வாய்ப்புக் கிடைத்ததற்காகக் கடவுளின் கருணைக்கு என் மனமார்ந்த நன்றியினைத் தெரிவித்துக் கொள்கிறேன். அண்ணா இது உங்களது சொந்த வீடா?

பீட்டர்: இல்லை சகோதரி. இது எனது வாடகை வீடு. ஒரு மாதத்திற்கு நான்கு பவுன் வாடகை செலுத்துகிறேன்.

மேரி: நமது நாட்டில் நாம் செலுத்தும் வாடகையோடு ஒப்பிடும் போது அவ்வளவு அதிக வாடகையாகத் தெரியவில்லை. இங்குள்ள தமிழ் மக்களின் வீடுகள் எப்படி இருக்கும்?

பீட்டர்: ஐரோப்பாவில் உள்ள நமது கட்டடங்கள்போல இவர்களது வீடுகள் இல்லை என்றாலும்கூட அவர்கள் வெவ்வேறு வகையில் அவர்களது பொருளாதார நிலைக்கு ஏற்பத் தங்கள் வீடுகளை அமைத்திருக்கின்றார்கள்.

மேரி: தமிழ் மக்கள் இரண்டு சில்லிங் காசுக்கு வீடுகள் கட்டிக் கொள்வதாகக் கேள்விப்பட்டேன். அது உண்மையா?

பீட்டர்: அது உண்மைதான் அம்மா. மிக ஏழ்மையான சூழலில் வாழும் மக்கள் அவர்கள். அவர்களுக்கு நல்ல நிலையில் தங்குமிடத்தை உருவாக்கிக்கொள்ள முடியாது.

மேரி: நான் அவர்களது குடிசைகளை இன்னமும் பார்க்க வில்லை. ஆனால் அவை ஏறக்குறைய நமது சமையல் அடுப்புகள் போன்ற வடிவத்தில் சிறியதாக இருக்கும் என்று நினைக்கிறேன்.

பீட்டர்: உண்மைதான் அம்மா. சரியாகத்தான் சொல்லியிருக் கின்றாய். அவர்கள் வாழும் குடிசைகளை வீடுகள் என்று சொல்வது பொருந்தாது.

மெட்ராஸ் 1726

மேரி: வியப்பாக இருக்கிறது. இரண்டு சில்லிங் காசு செலவில் ஒரு வீட்டைக் கட்டுவது எப்படி சாத்தியம்?

பீட்டர்: அவர்கள் களிமண், மணல் இரண்டும் கலந்து 12 அடி உயரத்திற்குச் சுவர்களை எழுப்பிவிடுவார்கள். அதனடிப்படையில் வட்டமாக அதனைச் சுற்றி ஆறு குச்சிகளை நட்டுவைப்பார்கள். அந்தக் குச்சிகளை ரஃபியா கயிற்றினால் *(Raffia String)* இறுக்கக் கட்டிவிடுவார்கள். இவை அனைத்தையும் செய்த பின்னர் அவர்கள் பனை மரத்தின் இலைகளை எடுத்துக் கூரை வீட்டின் மேல் போட்டுவிடுவார்கள்.

மேரி: அப்படியா நல்லது. ஆனால் இந்த வகையில் கட்டப்படும் வீடுகளுக்கு ஜன்னலும் கதவும் எங்கு இருக்கும்?

பீட்டர்: இந்த வகை வீடுகளுக்கு அவர்கள் ஜன்னலை எதிர்பார்ப்பதில்லை. கதவுகள் எனும்போது முன்பகுதியில் சுவருக்கு இடையே ஒரு சிறிய திறப்பு இருக்கும். இதற்குள் அவர்கள் குனிந்து நுழைந்து வீட்டிற்குள் வருவார்கள். அந்த வகையிலேயே வெளியில் செல்வார்கள்.

மேரி: இந்த வகையான வீடுகளில் எந்த ஒரு ஐரோப்பியரும் நிச்சயமாகத் தரையில் அமர மாட்டார்கள்.

பீட்டர்: உண்மையைச் சொல்வதென்றால் சில ஆண்டுகளுக்கு முன்னர் ஒரு ஐரோப்பியர் இந்த மக்களின் குடிசைகளுக்குச் சென்றிருக்கிறார். வீட்டிற்குள் சென்றுவிட்டு அவர் வெளியே வரும்போது அவர் தனது தலையைக் குனிந்து தோள்களைக் கீழே இறக்கி நடக்க முயற்சித்திருக்கிறார். மிகக்குறுகிய கதவாக இருப்பதால் அவர் குனிய வேண்டிய தாயிற்று. அவர் சட்டெனத் தனது உடலை நிமிர்த்தியபோது வீட்டின் மேல்பகுதியில் போடப்பட்டிருந்த கூரை அவரது தோள்பட்டை பகுதியில் மாட்டிக்கொண்டது. அவர் வெளியே நடந்து வரும்போது வீட்டின் கூரையையும் அப்படியே அவர் இழுத்துக்கொண்டு வந்துவிட்டார். அந்த வீட்டின் சொந்தக்காரர் பார்த்திராவிட்டால் அவர் கூரையுடனேயே சென்றிருப்பார்.

மேரி: என் அன்பான அண்ணா. இதைக் கேட்கும்போது என்னால் சிரிக்காமல் இருக்க முடியவில்லை. உண்மையில் நீங்கள் என்னைச் சிரிக்க வைத்துவிட்டீர்கள். அந்த ஐரோப்பியரைத் தவிர வேறு யாரும் இனிமேல் ஆர்வத்தோடு இவர்களது சிறிய குடிசைக்குள் சென்று பார்க்க முயற்சிக்க

மாட்டார்கள் என்று நிச்சயம் நம்புகிறேன். தமிழ் மக்களும் அவர்களது வீட்டுப் பெண்களும் மட்டும் இத்தகைய வீடுகளில் இருக்கட்டும். அது சரி நான் உங்களிடம் இங்குள்ள பெண்களைப்பற்றி விசாரித்து அறிந்துகொள்ள விரும்புகிறேன். இங்குள்ள பெண்களுக்குப் பொதுவாக எத்தனை வயதில் திருமணம் செய்துகொடுப்பார்கள்?

பீட்டர்: மிக இளம் வயதிலேயே திருமணம் செய்துகொடுத்து விடுகிறார்கள். பொதுவாக 14 லிருந்து 19 வயது. ஆனால் பிராமண சமூகத்தில் இன்னும் மிக இளம் வயதிலேயே திருமணம் செய்து கொடுத்துவிடுகிறார்கள். அவர்களது பெண் குழந்தைகள் தொட்டிலில் கைக்குழந்தையாக இருக்கும்போதே அவர்களுக்கு மாப்பிள்ளை பார்த்துப் பிராமண சிறுவனைத் திருமணம் செய்து கொடுத்து விடுகிறார்கள். இதுதான் அவர்களிடையே வழக்கமாக இருக்கிறது. அப்படி ஒருவேளை அந்தச் சிறுவன் இளம் வயதில் இறந்துவிட்டால் அந்தப் பெண் குழந்தை அப்போதிருந்தே விதவையாகிவிடுவாள். அத்தகைய பெண் அவளது வாழ்க்கையில் மறுமணம் செய்துகொள்ள முடியாது. அவள் வாழ்நாள் முழுவதும் விதவையாகவே கழிக்க வேண்டும்.

மேரி: ஓ... இது என்ன கொடுமை? இது எதனைக் காட்டுகிறது? நான் அவர்களது உண்மையான துன்பநிலைக்குள் சென்று உணர்ந்து பார்க்க முடியாவிட்டாலும்கூட அவர்கள் கற்போடு இருப்பதுபற்றிப் பலரும் குறை சொல்வார்களா? பொதுவாகவே தமிழ்ப் பெண்களின் குணநலன்கள் என்ன?

பீட்டர்: பொதுவாகவோ நீதிப்படியோ உண்மையைச் சொல்ல வேண்டுமென்றால் இந்தத் தமிழ் மக்களின் வீட்டிலிருக்கும் மனைவிமார்கள்தான் உலகத்திலேயே மிகச்சிறந்த உயர்ந்த குணநலன்கள் படைத்தவர்கள் என்று சொல்வேன். அவர்களது கணவன்மார்களும் இப்படி இருக்க வேண்டும் என்று நாம் எதிர்பார்ப்போம்.

மேரி: இதைக் கேள்விப்படும்போது நான் நிறைந்த மகிழ்ச்சி அடைகிறேன். கூடுதலாக இங்குள்ள பெண்களின் உடை அலங்காரம், உடை உடுத்தும் வகை பற்றியும் அறிந்து கொள்ள விரும்புகிறேன். இங்கு உள்ள பெண்கள் மேலாடை, பாவாடை, ஏப்ரன், தொப்பி, உள்ளாடைகள் ஆகியவற்றைப் பயன்படுத்துகிறார்களா?

பீட்டர்: இல்லை அம்மா. இத்தகைய உடைகளுக்குப் பதிலாக அவர்கள் 12 அடி நீளம் கொண்ட பருத்தித் துணி ஒன்றை எடுத்து அதனை மிக லாவகமாகத் தங்கள் உடலைச்

சுற்றிக் கால் பகுதியில் இருந்து தலைப்பகுதி வரை சுற்றி மிக நேர்த்தியாகவும் கண்ணியமாகவும் காட்சியளிக்கிறார்கள்.

மேரி: என் பாசத்திற்குரிய அண்ணா . . . கேள்விகள் அதிகம் கேட்பதால் என் கேள்விகளுக்குப் பதில் அளிக்கத் தயக்கம் காட்ட வேண்டாம். இந்தத் தமிழ்ப் பெண்கள் தங்கள் கணவனின் முன்னால் எப்படி நடந்துகொள்கிறார்கள்? அவர்கள் தங்கள் கணவனுக்கு மிகுந்த மரியாதை அளிக்கின்றார்களா?

பீட்டர்: இந்தக் கிழக்கிந்தியத் தமிழ்ப் பெண்கள் இந்த உலகின் ஏனைய பகுதியில் இருக்கின்ற பெண்களைவிடத் தங்கள் கணவனுக்கு மிக உயர்ந்த மரியாதையை அளிக்கின்றனர்.

மேரி: எதனால் அப்படிச் சொல்கிறீர்கள்? எந்த வகையில் அவர்கள் ஐரோப்பிய மனைவிமார்களைவிட நல்லவர்களாக, நேர்மையானவர்களாக, தங்கள் கணவன்மார்களை அன்புடனும் நேசத்துடனும் பார்த்துக்கொள்ளும் திறன் பெற்றிருக்கிறார்கள்?

பீட்டர்: தமிழ்ப் பெண்கள் எந்த வகையில் உயர்ந்த குணநலன்கள் பெற்றிருக்கின்றார்கள் என்று நான் கூற அனுமதி தாருங்கள். முதலாவதாக அவர்கள் தங்கள் அறைகளை மிகத் தூய்மையாக ஒவ்வொரு நாளும் சுத்தப்படுத்தி வைக்கின்றார்கள். ஒவ்வொரு நாளும் தங்கள் கணவர்மார்களுக்ாகச் சமைக்கின்றார்கள். அவர்கள் சமைத்த உணவைக் கணவனுக்கு முன்னால் வைத்துப் பரிமாறுகிறார்கள். தங்கள் கணவன்மார்கள் சாப்பிடும்போது அவர்கள் பின்னால் நின்றுகொண்டே அவர் சாப்பிடுவதைக் கவனித்து அவருக்குத் தேவையானதை எடுத்துக் கொடுப்பார்கள். எந்தப் பெண்களும் தங்கள் கணவன்மார்களைப் பெயர்களைச் சொல்லி அழைப்பதில்லை. ஏனென்றால் பெயரைச் சொல்லி அழைப்பது அதிகாரத்தை வெளிப்படுத்துவதுபோல என இவர்கள் கருதுகின்றார்கள். தங்கள் கணவன்மார்களோடு சேர்ந்து அமர்ந்து இவர்கள் சாப்பிடுவதில்லை. கணவர் முதலில் சாப்பிட்டு வயிறு நிறைந்த பின்னர் தான் அவரது மனைவி அடுத்து சாப்பிடுவார்.

மேரி: மேலும் இங்கு நான் கேள்விப்பட்ட ஒரு விஷயம் பற்றி நான் உங்களிடம் கேட்டு அறிந்துகொள்ள விரும்புகிறேன். இந்த நாட்டில் கணவன்மார்கள் இறந்துபோனால் மனைவிமார்களும், கணவனை எரிக்கும் நெருப்பில் உயிருடன் விழுந்து இறந்து போகவேண்டுமாமே. இது உண்மையா?

பீட்டர்: ஓரளவு இது உண்மைதான் அம்மா. உள்ளூர் மக்களிடையே இருக்கின்ற ஒரு சில தவறான சடங்குகளில் இதுவும் ஒன்று. தன் கணவன் இறந்துவிட்டால் தானும் கணவனை எரிக்கின்ற நெருப்பில் விழுந்து செத்துப்போவார். ஆனால் இது எல்லா தமிழ் மக்களும் ஏற்றுக்கொண்ட அல்லது செய்கின்ற ஒரு சடங்கு என நீ தவறாக நினைத்து விடாதே. அப்படி அல்ல. முகலாயர் காலத்திலேயே அவர்களது எல்லைக்குள் இத்தகைய காட்டுமிராண்டித்தனமான எரிக்கும் வழக்கம் சட்டப்படி நிறுத்தப்பட்டது. ஆனால் எங்காவது ஓர் இடத்தில் அவ்வப்போது சட்டத்திற்குப் புறம்பான இத்தகைய நிகழ்வுகள் நேர்கின்றன. ஒரு இளவரசனின் குடும்பத்தில்கூட அண்மையில் நடந்தது.

மேரி: நான் தெரிந்துகொண்ட இந்த விஷயங்கள் இப்போதைக்குப் போதும் அண்ணா. மேலும் கேள்விகள் கேட்டு உங்களுக்குச் சிரமம் கொடுக்கமாட்டேன். எனக்கு நீங்கள் அளித்த வரவேற்பிற்கு உங்களுக்கு எனது நன்றி. இங்கு வாழும் இந்த உள்ளூர் மக்களுக்குக் கடவுள் நிறைவான மகிழ்ச்சி அளிக்க வேண்டும் எனக் கடவுளை வேண்டிக் கொள்கிறேன். கடவுள் தனது தூதுவர்களை அனுப்பி இந்த மக்களுக்குத் தெய்வீகத்தன்மை பொருந்திய நூல்கள் கூறுகின்ற நற்செய்திகளை அவர்களுக்குக் கொண்டு சேர்க்க வேண்டும் என வேண்டிக்கொள்கிறேன். புகழ்மிக்க நமது பாதுகாவலர் இயேசு கிறித்துவின் புகழ் உலகெல்லாம் பரவி இந்த உலகம் உள்ளவரை எல்லா இடமும் நிறைந்திருக்க வேண்டும்.

உரையாடல் கூறும் செய்திகள்

இந்த உரையாடல் மெட்ராஸ் நகரத்தில் ஐரோப்பியர்களது திருமணங்கள் ஏற்பாடாகி நடந்த செய்தியையும், திருமண நிகழ்ச்சியில் மணமக்கள் ஊர்வலம் எவ்வகையில் நிகழும் என்பதையும் தெரிவிக்கின்றது. உள்ளூர்த் தமிழ் மக்களின் வாழ்விடப் பகுதிகள் குடிசைகள் நிரம்பியிருக்கும் என்பதையும் அவ்வகை வீடுகளின் உயரம் குறைந்த வகையில் இருப்பதால் வீட்டிற்குள் வருவோர் தலையைக் குனிந்து வர வேண்டும் என்பதையும் பதிவு செய்துள்ளது. தமிழ்ப்பெண்களது குணநலன்களும், சதி போன்ற சமூக அவலங்களும் பதிவாக்கப்பட்டுள்ள உரையாடல் இது.

பின்னிணைப்புக்கள்

மெட்ராஸ்

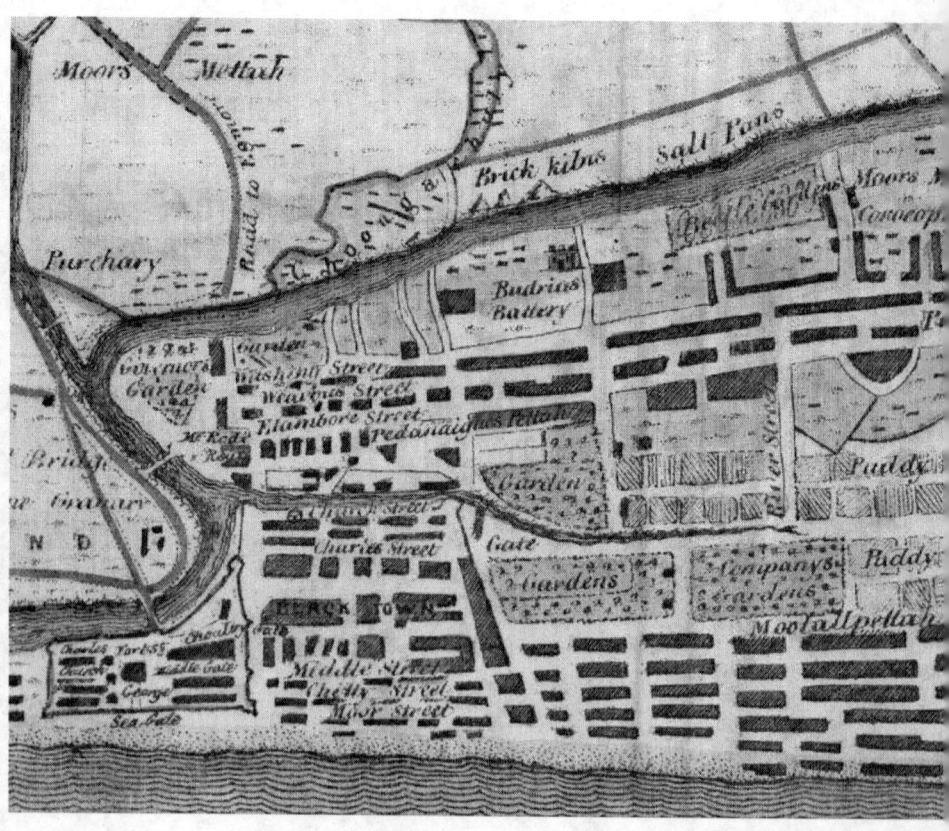

1733ஆம் ஆண்டு மெட்ராஸ் வரைபடம் காட்டும் செய்திகள்

வரைபடம் 1733

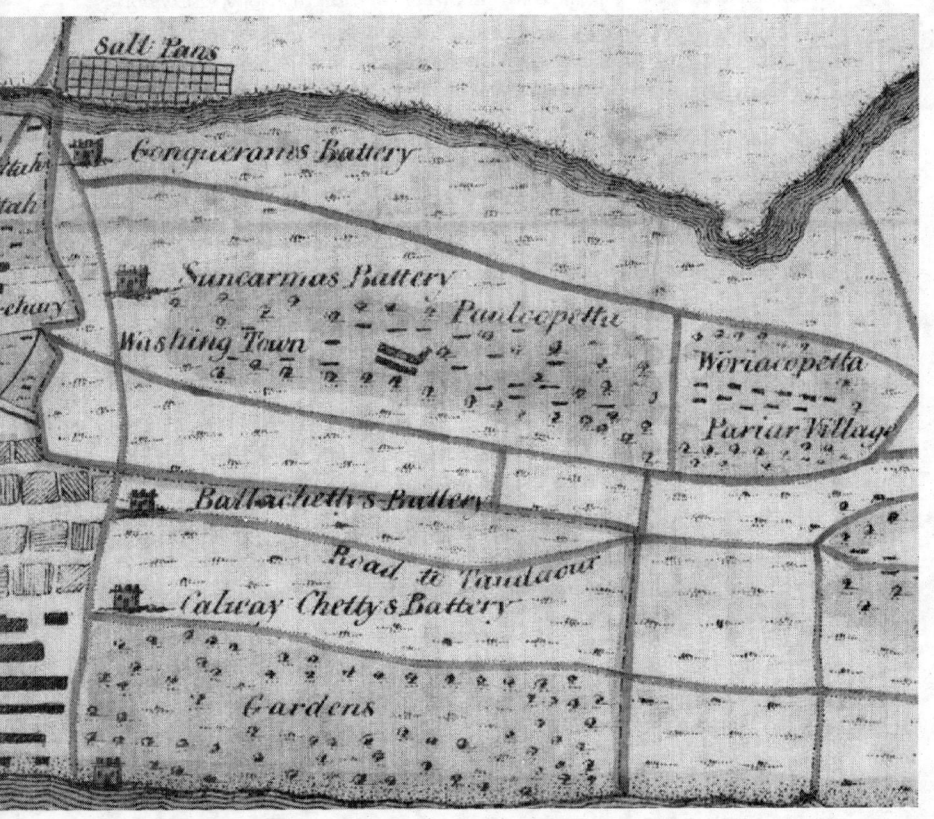

[திரு. டால்போய்ஸ் வீலரின் கம்பெனி ஆவணத்தின் அச்சுப்பதிப்பு]

வெள்ளை நகரம் (*White Town*), கருப்பு நகரம் (*Black Town*), கருப்பு நகரத்தின் விரிவு, கருப்பு நகரத்தின் மேல்பகுதி ஆகியவை இந்த வரைபடத்தில் காணப்படுகின்றன.

கருப்பு நகரத்தில் (*Black Town*) மிடல் தெரு (*Middel Street*), செட்டித் தெரு (*Chetty Street*), மூர் தெரு (*Moor Street*), சாரி தெரு (*Charies Street*), சர்ச் தெரு (*Church Street*) ஆகியவையும், கருப்பு நகரத்தின் விரிவாக்கப் பகுதியில் முத்தையால் பேட்டையும் (*Mootallpettah*) குறிப்பிடப்படுகின்றன.

கருப்பு நகரத்தின் மேற்பகுதியில் வண்ணார் தெரு (*Washing Street*), நெசவாளர் தெரு (*Weavers Street*), எலம்பூர் தெரு (*Elambore Street*), பெத்த நாயக்கன் பேட்டை (*Pedanaigues Pettah*) ஆகியவை குறிப்பிடப்படுகின்றன.

இந்த வரைபடத்தில் மேலும் *Battery* என அடையாளப் படுத்தப்படும் குறியீடுகள் காட்டப்படுகின்றன. இவை கம்பெனி ஆட்சிகாலத்தில் படைவீடுகள் எனப்படும் கொத்தளங்கள் அமைந்த பகுதியையே குறிப்பிடுகின்றன. அவற்றுள் *Badrias Battery, Gangurams Battery (Gangarama), Suncarmas Battery (Sunkurama), Ballachetty Battery, Calway Chetty's Battery (Calavai Chetty)* ஆகியவை குறிப்பிடப்படுவதைக் காணலாம்.[1]

இந்த வரைபடத்தில் பறச்சேரி (*Purchery*) என்றும், பறையர் கிராமம் (*Pariar Village*) என்றும் பகுதிகள் குறிப்பிடப்படுகின்றன. இதில் முத்தையால் பேட்டைக்கு மேலே அமைந்திருக்கும் பறச்சேரி என அடையாளப்படுத்தப்படும் பகுதி இன்று பெயர் மறுவி 'பெரிய பச்சேரி' என அழைக்கப்படுகின்றது.

*1733*ஆம் ஆண்டு மெட்ராஸைக் காட்சிப்படுத்தும் இந்த வரைபடத்தின் வழி அன்றைய மெட்ராஸ் நகரில் நெல்வயல்களும் தோட்டங்களும் ஆங்காங்கே இருந்ததைக் காணமுடிகின்றது.

இந்த வரைபடத்தில் *Island* எனக் குறிப்பிடப்படும் பகுதி தற்போது தீவுத்திடல் என வழங்கப்படுகிறது. இதில் ஒரு பகுதி தமிழ்நாடு அரசு கட்டுப்பாட்டிலும் மீதமுள்ள பகுதியில் இந்திய ராணுவத்தின் தட்சணகேந்திரம் எனப்படும் தக்காண தலைமையிடம் அமைந்துள்ளது. மேலும் மெட்ராஸ் ஜிம்கானா க்ளப், பல்லவன் பேருந்து அலுவலகம், காமன்வெல்த் போர் நினைவுச்சின்னம், செயிண்ட் ஆண்ட்ரூ தேவாலயத்தின் கல்லறை, ஆர்மேனியன் கல்லறை, சர் தாமஸ் மன்ரோ சிலை ஆகியவை அமைந்திருக்கின்றன. இந்தத் தீவுத்திடலின் முக்கியத் தொடக்கமாக மலைச்சாலை என அழைக்கப்படும் மவுண்ட்ரோட் (தற்போது

---

1. The Journal of The Madras Geographical Association -vol III, Oct 1928, No 3. Pg 83

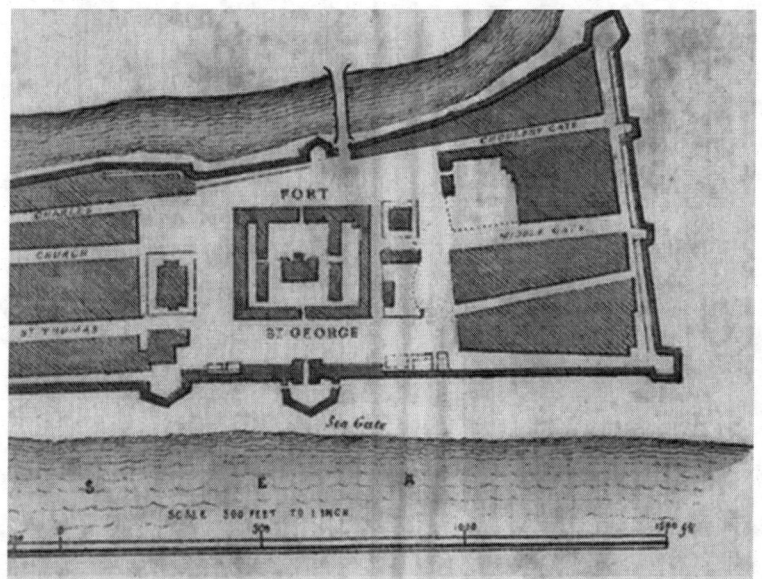

அண்ணாசாலை) கோட்டையின் மேற்குப் பக்கத்திலிருந்து தொடங்குகின்றது.

இந்த 1733ஆம் ஆண்டு வரைபடத்தில் உள்ள வெள்ளை நகரத்தின் (White Town) படம் இது. இதில் சார்ல்ச் தெரு (Charles), சர்ச் சாலை (Church), செயிண்ட் தாமஸ் கோட்டை (St.Thomas), சத்திரம் நுழைவாயில் (Chouldry Gate), நடு நுழைவாயில் (Middle Gate), கடற்கரை நுழைவாயில் (Sea Gate) ஆகியவை காட்டப்படுகின்றன.

Madras in 1733 என அழைக்கப்படும் இந்த வரைபடம் பொதுப்பணித்துறை (P.W.D Secretariat) அலுவலகத்தில் பாதுகாக்கப் பட்டது. அந்த வரைப்பட ஆவணத்தை அடிப்படையாக வைத்து டால்போய்ஸ் வீலர் (Mr. Talboys Wheeler) அச்சுமாதிரியை உருவாக்கி அதனை அவரது 'Madras in the Olden Time', Vol III என்ற நூலில் இணைத்திருந்தார். பொதுப்பணித்துறையில் இருந்த இந்த வரைபடத்தின் மூல வடிவம் தொலைந்துவிட்ட நிலையில் வீலரின் இந்த அச்சுமாதிரியை வைத்து அதனை மேலும் அளவு பெரிதாக்கி கர்னல் லவ் (Colonel Love) அவர்கள் தனது மெட்ராஸ் பற்றிய பெரும் தொகுப்பான 'Vestiges of Old Madras' என்ற நூலில் இணைத்து வெளியிட்டார். இதில் மேலும் துல்லியமாகச் சில தகவல்களை இணைத்து Thomas Pitt தனது வரைப்படத்தை வெளியிட்டார்.[2]

2. The Journal of The Madras Geographical Association -vol III, Oct 1928, No 3. Pg 89

மெட்ராஸ் வரைபடம் 1746

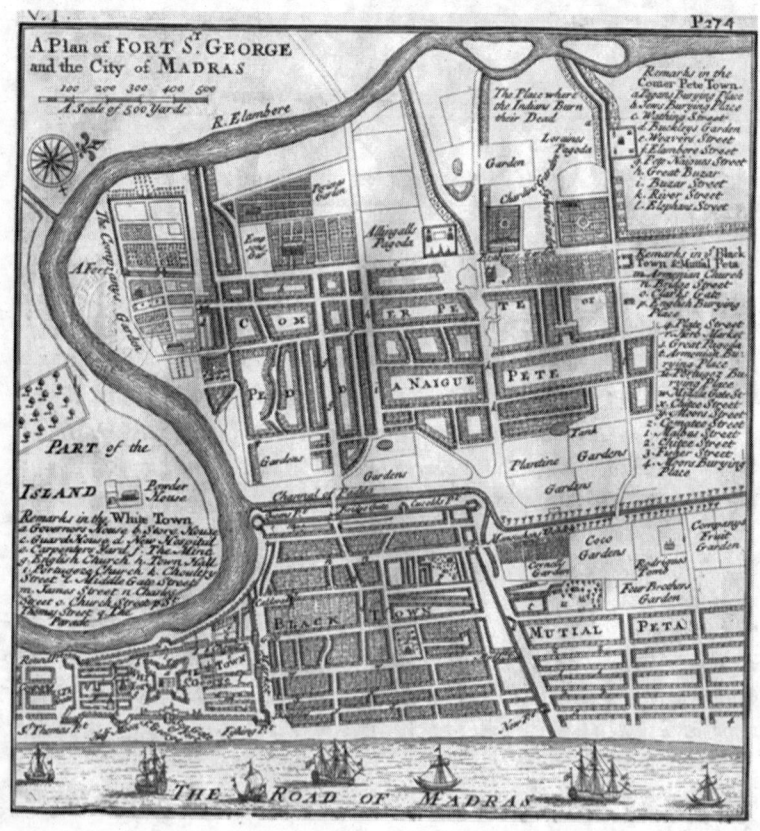

A Plan of Madras and of Fort St George (1746)

1746ஆம் ஆண்டு கேப்டன் பேரடைஸ் *(Captain Paradis)* உருவாக்கிய மெட்ராஸின் வரைபடம். கர்னல் லவ் *(Colonel Love)* தனது *'Vestiges of Old Madras'* என்ற நூலின் 2ஆம் பகுதியில் இதனை மறுபதிப்பில் இணைத்து வெளியிட்டுள்ளார்.

வரைபடத்தில் காட்டப்படும் கருப்பு நகரத்தில் உள்ள முக்கிய சாலைகள் அல்லது கட்டடங்கள் பற்றிய விபரப்பட்டியல்:

a. Pagans Burying Place – உள்ளூர்வாசிகள் கல்லறை; இன்று மூலக் கொத்தளம் என்று அழைக்கப்படும் பகுதி (பிரித்தானிய காலனித்துவ ஆட்சிக் காலத்தில் பட்டாளத்து வீரர்கள் தங்கியிருந்த பகுதி இதற்கு அருகில் அமைந்திருந்தது)

b. Jews Burying Place – யூதர்கள் கல்லறை. வரைபடத்தில் காணப்படும் இப்பகுதி இன்று இல்லை.

c. WashingStreet – வண்ணார் தெரு (காலிகோ துணிகள் துவைக்கப்பட்ட பகுதி) தற்சமயம் தங்கச்சாலை என்று வழங்கப்படுகிறது. ஏகாம்பரநாதர் கோயிலுக்கு அருகில் இருக்கும் சாலை.

d. Buckleys garden – தற்சமயம் இப்பகுதியில் ராஜீவ்காந்தி அரசுப் பொது மருத்துவமனை வளாகமும் அதைச் சுற்றியுள்ள பகுதிகளும் உள்ளன.

e. Weavers Street – நெசவாளர் சாலை; தற்சமயம் இது தேவராஜ முதலித்தெரு என்று வழங்கப்படுகிறது. *Washing Street*க்கும் *Weavers Street*க்கும் இடைப்பட்ட சாலை இந்த வரைபடத்தில் பெயர் குறிப்பிடப்படவில்லை. தற்சமயம் இந்தச் சாலையின் தெற்குப் பகுதி நயினியப்பன் நாயக்கன் (நயினியப்பன் மேஸ்திரி) தெரு என்று வழங்கப்படுகிறது. வடக்குப் பகுதி நாராயண முதலித் தெரு என்று வழங்கப்படுகிறது.

f. Elambore Street – எழும்பூர் தெரு; தற்சமயம் இந்தச் சாலை பூந்தமல்லி நெடுஞ்சாலை *(Grand Southern Trunk Road)* என அழைக்கப்படுகின்றது.

g. Pete Naigues Street – தற்சமயம் பெத்து சாலை *(Peddu Street)* என்று வழங்கப்படுகிறது.

h. Great Buzar, தற்சமயம் ராசப்ப செட்டி தெரு.

i. Bazar Street, தற்சமயம் ராசப்ப செட்டி தெரு.

j. . . .

k. River Street – தற்சமயம் NSC Bose Road நேதாஜி சுபாஷ் சந்திரபோஸ் சாலை

l. Elephant Street – தற்சமயம் யானைகவுணி சாலை என வழங்கப்படுகிறது

இந்த வரைபடத்தில் காட்டப்படும் *Allingals Pagoda* – இன்றைய ஏகாம்பரேஸ்வரர் கோயில். துபாஷி ஆலங்காத்தா பிள்ளை கட்டிய சிவன் கோயில்.

வரைபடத்தில் கொமாரப் பேட்டை, பெத்தநாயக்கன் பேட்டை ஆகிய பகுதிகள் இன்று சௌகார் பேட்டை, ஏழு கிணறு என்ற பகுதிகளாக உள்ளன. *Mud PtG* – தற்சமயம் மன்னடி என வழங்கப்படுகிறது. இதன் அருகில் ஸ்ரீகாளிகாம்பாள் கோயில் இருக்கிறது.

Remarks in Black Town and Mutial Peta

m. Armenian Church – ஆர்மேனியன் தேவாலயம்

n. Bridge Street – பிரகாசம் சாலை

o. Clarks Gate – அடையாளப்படுத்த இயலவில்லை

p. English Burying Place – CSI Tucker Church

q. Plate Street – எர்ரபாலு செட்டி தெரு

r. Herb Market – கொத்தவால்சாவடி / கொத்தவால் பஜார் (கொத்தவால் = கொற்றேவல் அலுவலர் தங்கியிருந்த பகுதி இன்று கொத்தவால் பஜார் என்று அழைக்கப்படுகிறது.)

s. Great Pagoda – ஸ்ரீ கச்சாலீஸ்வரர் கோயில்

t. Armenian Burying Place – இன்று வேறு பகுதியில் மாற்றப்பட்டுள்ளது

u. Portugez Burying Place – போர்த்துக்கீசியர் தேவாலயம், சமாதி

v. ...

w. Middle Gate Street – ஆர்மேனியன் சாலை

x. Chitee Street – தம்பு செட்டி சாலையாக இருக்கலாம் (அங்கப்ப நாயக்கன் சாலை, லிங்கி செட்டி சாலை இந்த வரைபடத்தில் குறிப்பிடப்படவில்லை)

y. Moors Street – கடற்கரை சாலை

z. Comatee Street – கொமுட்டி சாலை

1. Malbas Street – தம்பு செட்டி சாலை

2. Chitee Street – அங்கப்ப நாயக்கன் சாலை

3. Fisher Street – மூர் சாலை

4. Moors Burying Place – இன்று இப்பகுதி வணிக நிறுவனக்கள் நிறைந்த பகுதியாக உள்ளது.

சூல்ட்சே எழுதிய நூல்கள்

சூல்ட்சே எழுதிய நூல்கள் என *'Notices of Madras and Cuddalore in the last century from the Journals and letters of the Earlier Missionaries of the Society for promoting Christian Knowledge'* என்ற நூலின் 193ஆம் பக்கத்தில் வழங்கப்பட்டுள்ள பட்டியல்.

1. *Biblia Damulica* (பிப்லியா டமுலிக்கா) இதில் *Apocrypha* பகுதி பெஞ்சமின் சூல்ட்சேயினால் தமிழில் மொழி பெயர்க்கப்பட்டது 1723–1728.
2. *Biblia Telugica* – பைபிள் தெலுங்கு மொழிபெயர்ப்பு.
3. *Novum Testamentum in Linguam Indostanicam Traslatum, Halle 1748-1758, 8 Volumes* (இந்துஸ்தானி).
4. *Psalterium Davidis in Linguam Indostanicam translatum Halea, 1747, 8 Volumes* (இந்துஸ்தானி).
5. *Daniel in linguam Indostanicam translates, Hale 1748 8 Volume* (இந்துஸ்தானி).
6. *Geneseos quatuor capita priora in linguam Indostanicam translate, Hale 1745, 8 Volumes* (இந்துஸ்தானி).
7. *Grammatica Indostanica, Hale, 1745,* (இந்துஸ்தானி) இறுதி 4 பாகங்கள் ஹாலே கல்வி நிறுவனத்துடன் தொடர்புள்ள யூத கல்லூரியினால் அரேபிக் எழுத்துக்களில் அச்சிடப்பட்டது.
8. *Conspectus Literature Telugicea, Vulgo Warugicea, Halle 1747, 4 Volumes.*
9. *Arndt's true Christianity (Tamil)*
10. *Arndt's Garden of Paradise (Tamil)*
11. மேலும் ஒரு தெலுங்கு மொழி நூல்

12. *Luther's catechism (Telugu)*

13. *The Short Catechism (Telugu), (Tamil)* – இது தமிழ் தெலுங்கு ஆகிய இரு மொழிகளிலும் எழுதப்பட்ட நூல்.

14. *The order of Salvation (Telugu)* – ஹாலே கல்வி நிறுவனத்துடன் தொடர்புள்ள *Canstein Bible* கல்லூரியினால் அச்சிடப்பட்டது.

15. *One Hundred Rules of Living (Telugu)* – ஹாலே கல்வி நிறுவனத்துடன் தொடர்புள்ள *Canstein Bible* கல்லூரியினால் அச்சிடப்பட்டது.

16. *Conversations on Christ (Telugu)* – ஹாலே கல்வி நிறுவனத்துடன் தொடர்புள்ள *Canstein Bible* கல்லூரியினால் அச்சிடப்பட்டது.

17. *Compendiaria Refutation Alcorani, Halle, 1747*

18. *Orientalish und Occidentalisch Sprachmeister, Leipzig, 1748, 8 Volumes*

இவைத் தவிர மேலும் அவர் எழுதிய நூல்களுள் கீழ்க்காணும் இரண்டு இலக்கண நூல்களும் அடங்கும்.

1. *Grammatica Telugica* – தெலுங்கு இலக்கணம், *1747*. இந்த நூல் ஜெர்மனி ஹாலே கல்வி நிறுவனத்தில் அச்சிடப்பட்டு வெளியிடப்பட்டது.

2. *Hindustani Grammar* – இந்துஸ்தானி மொழி இலக்கணம் *1741*ஆம் ஆண்டு. (சூல்ட்சே இந்துஸ்தானி மொழி கற்ற பின்னர் இம்மொழியை ஏனைய ஐரோப்பிய மொழிகளுடன் ஒப்பீடு செயும் ஆய்வையும் தொடங்கினார்.[1] சமஸ்கிருதத்தை ஐரோப்பிய மொழிகளில் கிரேக்கம், லத்தீன், ஜெர்மானிய, டோய்ச் மொழி ஆகியற்றோடு ஒப்பீடு செய்து சமஸ்கிருதச் சொற்களுக்கும் எண்களுக்கும் உள்ள குறிப்பிடத்தக்க ஒற்றுமைகளை அடையாளம் காட்டினார்.[2]

தரங்கம்பாடி சீர்திருத்தக் கிருத்துவத் திருச்சபையில் பணியாற்ற வந்த சமயப்பணியாளர்களில் தமிழ் மொழியில் மிக அதிகமான மொழிபெயர்ப்புக்களைச் செய்த சமயப்பணியாளர் என பெஞ்சமின் சூல்ட்சே அறியப்படுகின்றார்.[3]

---

1. R.F.Merkel, Die Bedeutung der Mission fuer die Wissenschaft in: Mission und Wissenschaft, Nr. 17, Herrnhut, 1921, Pg.11
2. ஜெர்மன் தமிழியல் பக்.121
3. ஜெர்மன் தமிழியல் பக்.12–0

பெஞ்சமின் சூல்ட்சே

புகைப்படம் நன்றி: பிரித்தானிய அருங்காட்சியகத்திலுள்ள ஓவியம்
https://www.britishmuseum.org/collection/object/P_Bb-10-286

மெட்ராஸ் 1726

துணைநூல் பட்டியல்

1. ஆ. சிவசுப்பிரமணியன். 2015. 'தமிழக வரலாற்றில் தரங்கம்பாடி'. சென்னை: நியூ செஞ்சுரி புக் ஹவுஸ்.
2. ஆ. சிவசுப்பிரமணியன். 2017. 'காலனியமும் கச்சேரித் தமிழும்'. சென்னை: நியூ செஞ்சுரி புக் ஹவுஸ்.
3. க. சுபாஷிணி. 2018. 'ஜெர்மன் தமிழியல் – நெடுந்தமிழ் வரலாற்றின் திருப்புமுனை'. காலச்சுவடு பதிப்பகம்.
4. கௌதம சன்னா. 2019. 'திருவள்ளுவர் யார் – கட்டுக்கதை களைக் கட்டுடைக்கும் திருவள்ளுவர்'. ஜெர்மனி: தமிழ் மரபு அறக்கட்டளை.
5. தமிழ்நாடன். 2001. 'தமிழ் மொழியின் முதல் அச்சுப் புத்தகம்'. சேலம்: செட்டியார் பதிப்பகம்.
6. கே.ஆர்.ஏ. நரசய்யா. 2006. 'மதராசப்பட்டினம் – சென்னை பெருநகரத்தின் கதை 1600–1947'. சென்னை: பழனியப்பா பிரதர்ஸ்.
7. எஸ். ஜெயசீல ஸ்டீபன் (தமிழில் ந. அதியமான்). 2019. 'நெசவாளர்களும் துணி வணிகர்களும்' (பெ.ஆ.1502–1793). சென்னை: நியூ செஞ்சுரி புக் ஹவுஸ்.
8. எஸ். ஜெயசீல ஸ்டீபன் (தமிழில் க. ஐயப்பன்). 2020. 'தமிழகக் கடல்சார் பொருளாதாரமும் போர்ச்சுக்கீசிய காலனியமாக்கமும்'. சென்னை: நியூ செஞ்சுரி புக் ஹவுஸ்.
9. எஸ். ஜெயசீல ஸ்டீபன் (தமிழில் ரகு அந்தோணி). 2017. 'சோழமண்டலக் கடற்கரையும் அதன் உள்நாடும்'. சென்னை: நியூ செஞ்சுரி புக் ஹவுஸ்.

10. Adapa Satyanarayana. 2006. *The Contribution of Benjamin Schultze to Telugu Language and Learning*, in: *Halle and the Beginning of Protestant Christianity in India, Vo. III.* Eds. Andreas Gross et al. Halle.

11. Arno Lehmann. 1956. *Es began in Tranquebar, Die Geschichte der ersten evangelischen Kirche in Indien,* Berlin.

12. Arno Lehmann. 1955. *Hallesche Mediziner und medizinen am Anfang deutsch-indischer Beziehungen,* in: Wissenschaftliche Zeitschrift der Univ. Halle. Jg. V. Heft 2. Halle/S., Dez.

13. A.Muttusami Pillei. 1840. *Brief Sketch of the Life and Writings of Father C.J.Beschi or Vira-Mamuni – Translated from the original Tamil.* Madras: J.B.Paroah

14. Bartholomaus Ziegenbalg. 1710. *A Letter to the Reverend Mr.Geo. Lewis, Chaplain to the Honourable the East India-Company, at Fort St.George: Giving an Account of the method of Instruction used in the Charity-Schools of the Church, call'd Jerusalem, in Tranquebar; By the Protestant Missionaries there. Translated from the Portugueze-Copy printed at Tranquebar.*

15. Bartholomaus Ziegenbalg. 1716. *Grammatica Damulica.*

16. Bartholomaeus Ziegenbalg. 1867. *Genealogie der Malabarischen Götter.* Madras: Christian Knowledge Press,

17. Bartholomaeus Ziegenbalg. 1710. *Herrn Bartholomaeus Ziegenbalgs / Ausfuehrlicher Bericht.*

18. Benjamin Schultze. 1750. *The Large And Renowned Town Of The English Nation In The East-Indies Upon The Coast Of Coromandel, Madras Or Fort St. George.*

19. Bishop Caldwell. 1982. *History of Tinnevely.* New Delhi: Asian Educational Services.

20. Blunt J. *The Shipmasters Assistant & Commercial Digest.* Published by NY.1970, reprint of edn. of 1837. (1970)

21. C.S.Mohanavelu. 1993. *German Tamilology – German contributions to Tamil language, literature and culture during the period 1706 – 1945.* Madras:Angel printing House

22. C.T.E. Rheinus. 1896. *A grammar of the Tamil Language with and Appendix.* Madras.

23. Daniel Jeyaraj. 2006. *Bartholomäus Ziegenbalg, the Father of Modern Protestant Mission: An Indian Assessment.* New Delhi: The Indian Society for Promoting Christian Knowledge

24. James F.B. Tinling, B.A. (1871) *Early Roman-Catholic Missions to India, with sketches of Jesuitism, Hindu Philosophy and The Christianity of the Ancient Indo-Syrian Church of malabar. An Historical Essay*.

25. Ferd Fenger J,. 1863. *History of Tranquebar Mission. Tranquebar:* Evangelical Lutheran Mission Press.

26. Forrest G.W,. 1903. *Cities of India.* Westminster: Archibald Constable and Co. ltd.

27. Glyn Barlow, M.A,. 1921. *The Story of Madras.* London:Oxford University Press.

28. Graul Karl. 1856. *Der Kural des Tiruvalluver, Ein Gnomisches Gedicht über die Drei strebeziele des Menschen.* Leipzig: Doeffling & Franke.

29. Graul Karl. 1854. *Reise nach Ostindien euber palastina und Egypten von Juli 1849 bis April 1853.* Lepzig: Erster Theil.

30. *Halle Reports,* Vol.I pp. 286/287

31. *Handbook of the Madras presidency with a Notice of the Overland Route to India.* 1879. 2nd edition with Maps and Plans. London: John Murray.

32. Hamilton, Francis. 1807. *A journey from Madras through the countries of Mysore, Canara, and Malabar: performed under the orders of the most noble the Marquis Wellesley, governor general of India, for the express purpose of investigating the state of agriculture, arts, and commerce; the religion, manners, and customs; the history natural and civil, and antiquities, in the dominions of the rajah of Mysore, and the countries acquired by the Honourable East India company. T. Cadell and W. Davies.*

33. Hennry Davison Love. 1913. *Vestiges of Madras 1640-1800 – Vol 1.* London: The Government of India, John Murray.

34. Hennry Davison Love. 1913. *Vestiges of Madras 1640-1800 – Vol 2.* London: The Government of India, John Murray.

35. Hennry Davison Love. 1913. *Vestiges of Madras 1640-1800 – Vol 3.* London: The Government of India, John Murray.

36. Hennry Davison Love. 1996. *Vestiges of Madras 1640-1800 – Vol 4.* New Delhi, Madras: Asian Educational Services.

37. J.Ferd. Fenger. 1863. *History of the Tranquebar Mission.* Tranquebar.

38. J.Thomas Philipps. 1719. *Thirty Four Conferences between the Danish Missionaries and the Malabarian Bramans, in the east Indies.* London.

39. John Fryer. 1909 *A New Account of East India and Persia – Being Nine years Travels 1672-1681 Vol 1.* London: Hakluyt Society.

40. Joan-Pau Rubies. 2004 *Travel and Ethnology in the renaissance, South India through European Eyes, 1250-1625.* UK:Cambridge University Press.

41. Joseph G.Muthuraj. 2010. *We Began at Tranquebar – Volume 1, SPCK, the Danish-Halle Mission and Anglican Episcopacy in India (1706-1843).* Delhi.

42. Joseph G.Muthuraj. 2010. *We Began at Tranquebar – Volume 2, The Origin and Development of Anglican-CSI Episcopacy in India (1813-1947).* Delhi.

43. Kay Larsen: 1918. *Kroniker fra Trankebar.* Copenhagen.

44. Kurt Liebau. 2006. *Benjamin Schultze – Childhood and Youth, in: Halle and the Beginning of Protestant Christianity in India.* Eds. Andreas Gross et al, Vol. II. Halle.

45. *Letters Exchanges,* Call No, IC 53: 96, Franken Archives, Halle

46. Life of Ziegenbalg, pg.24/25

47. *Notices of Madras and Cuddalore in the last Century from The Journals and letters of the Earlier Missionaries of the Society for promoting Christian Knowledge.* 1858. London: Longman and Co.

48. Records of Fort St.George. 1930. *Diary and Consultation Book of 1725.* Madras: Government Press.

49. Raman K.V,. 1959. *Early History of the Madras Region.* Madras:Amudha Nilayam

50. Rev. E.R. Baierlein. *1875. The Land of the Tamulians and its missions.* Madras.

51. Rev. M.A.Sherring. 1875. *The History of the Protestant Missions in India, from their commencement in 1706 to 1871.* London.

52. Rev. Frank Penny, LL.M., 1904. *The Church in Madras being the History of the Ecclesiastical and Missionary action of the East India Company in the presidency of Madras in the seventh and eighteen century.* London: Smith, Elder, & Co.

53. R.F.Merkel. 1921. *Die Bedeutung der Mission fuer die Wissenschaft, in: Mission und Wissenschaft, Nr.17,* Herrnhut.

54. S.Jeyaseela Stephen. 2008. *Caste catholic Christianity and the Language of Conversion – Social Change and Cultural Translation in Tamil Country, 1519-1774.* Delhi: Kalpaz Publications

55. Shanti Pappu. 2008. *Prehistoric Antiquities and personal Lives: The Untold Story of Robert Bruce Foote. Man and Environment XXXIII(1)*

56. Shngreiyo A.S,. 2017. *The English East India Company and Trade in Coromandel, 1640-1740.* New Delhi: Isara Solutions.

57. Srinivasachari Rao Sahib. 1939. *History of the City of Madras.* Madras: P.Varadachary & Co.

58. Talboys Wheeler. 1882. *Madras in the Olden Time Being A History of the Presidency from the First Foundation of Fort St. George to the Occupation of Madras by the French 1639-1748 (Compiled from Official Records).* Madras: Higginbotham And Co.

59. *The Journal of The Madras Geographical Association -vol III.* Oct 1928. No 3.

60. W.Caland, (Hersg.). 1926. *Ziegenbalgs Malabarisches Heidenthum.* Amsterdam.

61. W.Germann. 1880. *Ziegenbalgs Bibliotheca Malabarica,* in: Missions nachrichten der Ostindischen Missionansanstalt zu halle, Jg.XXXII, H.1 & 2. Halle.

62. Walter Leifer. 1969. *Indien und die Deutschen.* Tuebingen.

63. W.Germann. 1865. *Johann Philipp Fabricus, seine fuenfzigjaerige Wirksamkeit im Tamulenlande und das Missionsleben des achtzehnten Jahrhunderts daheim und draussen, nach handschriftlichen Quellen geschildert.* Erlangen.

64. W.Germann. 1880. *Ziegnebalgs Bibliotheca Malabarica, in Missionsnachrichten der Ostindischen Missionsanstadlt zu Halle, Jg. 32, heft 1 und 2.* Halle.

65. http://www.med.unc.edu/~nupam/postg1.html - *"Southern India Coins".* Med.unc.edu. Archived from the original on 4 February 2007. Retrieved 20 March 2007.

66. http://scholiast.org/history/tra-narr.html (The complete text of the charter may be found (in Danish) in FELDBÆK, OLE: Danske Handelskompagnier 1616-1843. Oktrojer og interne ledelsesregler. Copenhagen 1986)

67. https://www.digital-madras.tamilheritage.org/ *('மெட்ராஸ்பற்றி கல்வெட்டுக்கள் சொல்லும் செய்தி என்ன?')*

க. சுபாஷிணியின் பிற நூல்
(காலச்சுவடு வெளியீடு)

ஜெர்மன் தமிழியல்
நெடுந்தமிழ் வரலாற்றின் திருப்புமுனை
(ஆய்வு நூல்)
ரூ. 200

தமிழ்மொழி பன்னெடுங்காலமாகத் தனது பழைய தடத்திலேயே பயணித்து வந்தது. அது நவீனமயமாவதற்கு தமிழக சமூகக் கட்டமைப்பில் இடமில்லாத நிலையில் அதை சாத்தியப்படுத்தியவர்கள் ஐரோப்பியர்கள். ஜெர்மனியிலிருந்து தமிழகம் வந்த கிறித்துவ இறைநெறிப் பரப்புநர்கள் ஆய்வுக்காகவும் மதப் பிரச்சாரத்திற்காகவும் தொழில்நுட்ப அடிப்படையில் தமிழை நவீனப்படுத்தி பயன்படுத்தினர். அச்சு இயந்திரங்களின் அறிமுகத்தால் எல்லா நிலைகளிலுமுள்ள மக்களுக்கும் நூல்கள் கிடைக்கப்பெற்று, எல்லோரும் கல்விபெற வழியமைத்தனர். இது தமிழியல் வரலாற்றின் திருப்புமுனை; மாபெரும் புரட்சி. அந்த முக்கியத்துவம் வாய்ந்த திருப்புமுனையின் அடிப்படைச் சுவடுகளை சுபாஷிணியின் ஆய்வு முதன்மைத் தரவுகளுடன் முன்வைக்கின்றது.